பலி பீடங்களும்
வயல்காட்டு சாமிகளும்

யஷ்வந்த்

சத்யா

Title:
Balipeedangalum
Vayalkaatu Saamigalum
Yashwanth

ISBN: 978-93-92474-38-5
Title Code : Sathyaa - 029

நூல் தலைப்பு
பலிபீடங்களும்
வயல்காட்டு சாமிகளும்

நூல் ஆசிரியர்
யஷ்வந்த்

முதற்பதிப்பு
அக்டோபர் 2022

விலை : ₹ 300
பக்கம் : 245

Printed in India
Published by
Sathyaa Enterprises
No.137, First Floor,
Choolaimedu,
Chennai - 600 094.
044 - 4507 4203

Email
sathyaabooks@gmail.com

உள்ளே...

1.	காதமறவர் காளி அம்மன் சாமி	5
2.	நொண்டி மாடன் சாமி	10
3.	மூப்பனார் பாட்டப்பன்சாமி	15
4.	காக்கும் சாமி கரையடி சுடலை மாடசாமி	19
5.	கண்மாய்க்கரை மேட்டுகாவல் தெய்வம் அய்யனார் சாமி	24
6.	அநீதியைத் தட்டிக் கேட்கும் மடப்புரம் காளி	28
7.	கயவரிடமிருந்து காப்பாற்றிய நல்லையா சாமி	32
8.	இடமலை மகாலிங்க மாயக் கருப்பு	35
9.	மந்திர சக்திமிக்க மயான சுடலை மாடன்கள்	39
10.	கசம் காத்த சாமி	44
11.	பொய்யுரைத்தவர்களை தண்டிக்கும் ஒத்தப்பனை சுடலை மாடசாமி	51
12.	கயவனுக்கு சாபமிட்ட முப்பந்தல் இசக்கி	55
13.	எல்லைச்சாமிகளும் கிராம தேவதைகளும்	57
14.	பொன்னிறத்தாள்	60
15.	பேயாடிக் கோட்டை திருவேட்டழகிய அய்யனார்	69
16.	பெண்சொல்லுக்கு கட்டுண்ட தேனாட்சி அம்மன்	74
17.	நடுகல் சாமியும் குலசாமியும்	76
18.	மதுரை வீரன் சாமி	79
19.	பிணம் தின்னி பேய்க் குழந்தை	88
20.	காட்டு மல்லாண்டார் எனும் காவல்தெய்வம்	92
21.	பொன்னியம்மன்	95
22.	சீதேவி பெண் காவல் அம்மன்	102
23.	மக்களுக்காக மதகு காத்த அம்மன்	104
24.	காத்தவராயன் சாமி	106
25.	ஆலமரத்தடி ஆள்தாரை இசக்கி அம்மன்	113

26. மழை தரும் சொரிமுத்து அய்யனார்	118
27. மாசாணி	122
28. சிங்கமுடைய அய்யனார் சாமி	129
29. பாவாடைராயன் சாமி	131
30. பொன்னாடும் செல்வி	136
31. மறுபிறப்பெடுத்த பாண்டிமுனி	144
32. குடிபழக்கத்தை நிறுத்தும் குன்னி மரக் கருப்பண்ணசாமி	147
33. பொன்னார் சங்கரின் தங்கை அருக்காணி	149
34. காது வளர்க்கும் மக்களும் செவிட்டய்யனாரும்	157
35. பிரம்படி பட்ட சிவனும் பிலாவடிக் கருப்சாமியும்	161
36. காவல்சாமி இருளப்ப பேச்சி அம்மன்	163
37. கள்ளர் வெட்டுத் திருவிழா	165
38. காவல் தெய்வமான குலதெய்வங்கள்	167
39. பொய்யிலாம் பூச்சி	170
40. நாட்டுப்புறப் பெண் தெய்வங்கள்	179
41. குழந்தைகளின் காவல் தெய்வம் அணைக் கருப்சாமி	182
42. வன்னியராயஞ்சாமி	184
43. வால்மீகியும் கருப்பண்ண சாமியும்	191
44. அழகர்மலைக் காவல்-சாமி பதினெட்டாம்படி கருப்பன்	193
45. சிவனணைஞ்ச பெருமாள்	196
46. காலசம்ஹாரி மயான மாகாளி	203
47. மாந்த்ரீக இசக்கி அம்மன்	208
48. அஷ்ட பைரவ சக்தி வழிபாடு	210
49. இரத்த பிரசாத வழிபாட்டுத்தலம்	213
50. பொம்மக்கா திம்மக்கா	217
51. காமாக்யா எனும் தாந்த்ரீக் கோயில்	225
52. மயோங் எனும் சூனிய வித்தை நிலம்	228
53. மூர்க்கன் சாத்தான்சாமி	230
54. சமணமும் இயக்கிகளும்	232
55. புலிப்பாணிச் சித்தரும் வெற்றிலை மையும்	234
56. கூத்தாண்டை கோயில்சாமி	236

1. காதுமறவர் காளி அம்மன் சாமி

கீழ்காத்தி கிராமத்தில் பெரிய மறவர், சின்ன மறவர் என்ற சகோதரர்கள் இருந்தனர். ஊருக்குள் கருப்பன் கோயில் ஒன்று இருந்தது.

இந்தக் கோயிலின் கிடாவெட்டுத் திருவிழாவில் வெட்டப்படும் கிடாவின் மாமிசத்தை ஆளுக்குப் பாதியாகப் பிரித்துக் கொள்வது பெரிய மறவர் மற்றும் சின்ன மறவரின் வழக்கம்.

இதில் பெரிய மறவரது வீட்டில் ஆட்கள் குறைவு என்பதால் ஒருமுறை அவருக்கு சற்றுக் குறைவான மாமிசத்தைக் கொடுத்தார்கள்.

இதனால் அடுத்த வருட கிடா வெட்டின்போது பெரிய மறவர் கோயிலுக்கு வரவில்லை. கிடாவை வெட்ட வேண்டிய பெரிய மறவர் வராததால் பூஜை போட முடியவில்லை.

அதனால் ஆக்ரோஷமடைந்த கருப்பு பெரிய மறவரது வீட்டு ஓடுகளைப் பிரித்து உள்ளே இறங்கி, அவரை அலேக்காகத் தூக்கி வந்து கோயில் வாசலில் போட்டது. இதனால் கருப்பின் மகிமையை உணர்ந்து மனம் திருந்திய பெரிய மறவர் கருப்புக் கிடா வெட்டி பூஜை முடித்து குறைவான மாமிசத்துடன் வீடு திரும்பினார்.

மாமிசம் குறைந்ததால் பெரிய மறவரை ஏளனமாகப் பேசிய அவர் மனைவி, உனக்கு நான் சோறு போடமாட்டேன். ஊரும் சாமியும் சோறு போடட்டும். நீ அங்கேயே போய்விடு.... என்று துரத்தி அடித்தாள்.

இதனால் விரக்தியடைந்த பெரிய மறவர் தெற்குத் திசையில் கால் போன போக்கில் நடந்தவர் இராமநாதபுரத்தை அடைந்தார். கால் தளர்ந்ததால் அதற்கு மேல் நடக்க முடியவில்லை. ஒரு காட்டுக்குள் படுத்துக் கண் அயர்ந்தார்.

அப்போது சிறு பெண் குழந்தை வடிவில் வந்த ஓர் உருவம் பெரிய மறவரை தட்டி எழுப்பி, நான் உனக்கு சகாயம் பண்றேம்ப்பா... என்றதாம்.

தூக்கத்திலிருந்த பெரிய மறவர் வாரிச் சுருட்டிக் கொண்டு எழுந்து பார்த்தார். அவரை எழுப்பிய அந்தப் பெண் குழந்தை மறைந்து விட்டாள். ஒரு வேளை கனவாக இருக்குமோ என்று நினைத்து மறுபடியும் கையைத் தலைக்கு வைத்துக் கொண்டு அயர்ந்தார் பெரிய மறவர்.

பின்பு கண்விழித்து எழுந்தபோது அவரது தலைமாட்டில் ஒரு முழம் அளவில் சின்னதாக காளி விக்ரகம் ஒன்று இருந்தது. இதைப் பார்த்து உடல் புல்லரித்தது பெரிய மறவருக்கு. அந்தக் காளி விக்ரகத்துடன் கீழ் காத்திக்கு திரும்பி வந்தார்.

காளி விக்கிரகத்துடன் வந்த கணவனைப் பார்த்ததும் பனி போல சாதுவாகிப் போன பெரிய மறவரின் மனைவி அவரை பலமாக உபசரித்தாள்.

இதைக் காளியின் மகிமையாக உணர்ந்த பெரிய மறவர் தனது வீட்டருகே இருந்த பனைமரத்தடியில் காளியை மேற்கு நோக்கி பிரதிஷ்டை செய்தார். அவ்வளவுதான்...

அங்கு அமர வைத்ததும் குரூரமடைந்த காளி தன் உக்கிரப் பார்வையால் கிராமத்தையே சுட்டெரித்தாள்.

கிராமத்துக்குள் திடீர் திடீரென தீப்பற்றி வீடுகள் எரிந்து நாசமாயின. ஊரில் இருந்தவர்கள் எல்லோருக்கும் வாந்தி பேதி என கொடிய நோய்கள் தலை விரித்து ஆடின. தாங்க முடியாத அளவுக்கு உயிர் சேதம் ஏற்பட்டது.

காளியால் தான் இப்படி நடக்குது என்று குறைப்பட்ட கிராம மக்கள் காளி சாந்தம் அடைவதற்காக நெல் மற்றும் தானியங்களை காளியின் காலடியில் காணிக்கையாக கொட்டினர்.

அப்படியும் காளியின் உக்கிரப் பார்வை தணியவில்லை. இனியும் காளியை இங்கு வைத்திருந்தால் ஊரையே அழித்து விடுவாள் என்ற முடிவுக்கு வந்த ஊர்மக்கள் மலையாள மந்திரவாதிகளை அழைத்து வந்து காளியைக் கடத்த வழி கேட்டனர்.

அப்போது காளியின் உக்கிரத்தை அய்யனாரால் மட்டுமே குறைக்க முடியும் என்று உபாயம் சொன்னார்கள் மந்திரவாதிகள்.

அதன்படி ஊர் தென்கோடியில் அடைக்கலம் காத்த அய்யனார் கோயிலுக்கு வடக்கே காளியை பிரதிஷ்டை செய்தனர். அதன்பின் கோபம் தணிந்த காளி அன்று முதல் ஊரைக் காக்கும் தெய்வமாக மாறிவிட்டாள்.

அதிசயத்தின் அடிப்படையில் மழையில் நனைந்து வெயிலில் காயவேண்டும் என்பது காளி வாங்கி வந்த வரம் என்பதால், மேல் கூரை இன்றித் திறந்த வெளியிலேயே கோயில் கொண்டுள்ளாள் காதமறவர் காளி.

இங்கே காளியைச் சுற்றிப் பெண்கள் யாரும் பிரகாரம் வலம் வரமாட்டார்கள் என்பது சிறப்பு. புதுக்கோட்டை மாவட்டம் அறந்தாங்கியில் இருந்து தெற்குத் திசையில் நான்கு கி.மீ. தூரத்தில் துரையரசபுரம் உள்ளது. அங்கிருந்து வலப்புறம் 2 கி.மீ. தொலைவில் உள்ளது கீழ்காத்தி கிராமம்.

திருக்கோயிலில் சின்னகருப்பர், பெரிய கருப்பர், முனீஸ்வரர், அடைக்கலம் காத்த அய்யனார், குறத்தி அம்மன், யானை குதிரை சிலைகள் உள்ளன.

திருமணம் தடைபடுபவர்கள் இங்குள்ள மரத்தில் மஞ்சள் கயிற்றைக் கட்டிப் பிரார்த்தனை செய்வார்கள். ஐஸ்வர்யம் பெருக இங்கு விசேஷ பிரார்த்தனை நடைபெறுகிறது.

பக்தர்கள் தங்கள் சக்திக்கேற்ப பத்து ஐம்பது என்று ரூபாய் நோட்டை காளியின் மடியில் வைத்து திரும்பவும் வாங்குகிறார்கள்.

இப்படி வாங்கும் பணத்தை பயபக்தியுடன் தங்கள் வீட்டில் வைத்து பாதுகாக்கிறார்கள்.

காளியின் மடி தொட்ட பணம் வீட்டில் இருந்தால் செல்வம் கொழிக்கும் என்பது நம்பிக்கை. ஒரு வருடம் கழித்து காளி கோயிலுக்கு மீண்டும் வரும்போது அந்தப் பணத்தை எடுத்து வந்து காளி கோயில் உண்டியலில் போடுகிறார்கள்.

பின்னர் புதிதாக இன்னொரு ரூபாய் நோட்டை காளியின் மடியில் வைத்து எடுத்துச் சென்று பாதுகாக்கிறார்கள். இந்தச் சுழற்சிமுறை தொடர்ந்து நடக்கிறது.

பெரிய மறவர் கொண்டு வந்த காளி என்பதால் காதமறவர் காளி என்று அவளுக்கு பெயர் சூட்டினர். காலப்போக்கில் காதம்பெரியாள் என்ற பெயரும் அவளுக்கு ஏற்பட்டது.

இப்போது காளிக்கு மண் சிலை மட்டுமே இருக்கிறது. வருடந் தோறும் ஆடி அல்லது ஆவணி மாதத்தில் காதமறவர் காளிக்கு திருவிழா கூட்டுகிறார்கள்.

அப்போது காதமறவர் காளியாக இரண்டு மண் சிலைகளை ஊர்மக்கள் சார்பில் செய்து வந்து கோயிலில் பிரதிஷ்டை பண்ணு கிறார்கள். இதைத் தவிர வேண்டிக் கொண்டவர்களும் நேர்த்திக் கடனாக காளி சிலைகளை செய்து வைப்பதுண்டு.

காதமறவர் காளிக்கு சேலை போடுவது தான் சிறப்பான காணிக்கை. இப்படி காணிக்கை போடும் சேலைகளை எந்தக் காரணம் கொண்டும் யாருக்கும் விற்பதோ இனாமாக கொடுப்பதோ கிடையாது.

மாறாக அத்தனை சேலைகளையும் மூட்டை மூட்டையாக கட்டி காளியின் பின்புறமுள்ள பிரகாரத்தில் போட்டு வைக்கிறார்கள்.

மழையில் நனைந்து வெயிலில் காய வேண்டும் என்ற வரம் வாங்கி வந்ததால் மேல் கூரை இன்றித் திறந்த வெளியிலேயே கோயில் கொண்டுள்ளாள் காதமறவர் காளி.

காளிக்கு எதிரே உள்ள மரத்தில் தங்களது சேலைத் தலைப்பைக் கிழித்து தொட்டில் கட்டுகிறார்கள். குழந்தை பிறந்ததும் மறக்காமல் இங்கு வந்து மரத்தொட்டில் கட்டிவிட்டுப் போகிறவர்களும் உண்டு.

காளிக்கு வலப்பக்கமாக முறுக்கு மீசையுடன் கருப்பர் சிலை ஒன்று இருக்கிறது. மேலும் இந்த ஸ்தலத்தின் ஆதிக் கடவுளான அடைக்கலம் காத்த அய்யனார், தன் தேவியருடன் அமர்ந்திருக்கும் சன்னதி தனியே இருக்கிறது.

இவருக்கு அடுத்தாற்போல சின்ன கருப்பரும் பெரிய கருப்பரும் இன்னொரு சன்னதியில் இருக்கிறார்கள்.

இவர்களுக்கு எதிரே உள்ள மைதானத்தில் யானை, குதிரை சிலைகள் கம்பீரமாக நிற்கின்றன. இவற்றைத் தாண்டி வலக்கோடிக்கு வந்தால் இன்னொரு மரத்தடியிலும் காதமறவர் காளி ஆக்ரோஷமாக அமர்ந்திருக்கிறாள்.

இவளுக்குப் பக்கத்தில் பன்னிரண்டு அய்யனார் உள்ளிட்ட தெய்வங்களுக்கு சன்னதிகளும், காளிக்கு எதிர் நேரே குறத்தி அம்மன் சன்னதிகளும் இருக்கின்றன.

அநியாயக்காரர்களைத் தட்டிக் கேட்க காளியிடம் நீதி கேட்டு வருபவர்கள் 51 ரூபாய் படி கட்டுகிறார்கள். படி கட்டிய எட்டு நாட்களுக்கு அநியாயக்காரர்களுக்கு அதிரடித் தீர்ப்பு வழங்குவாள் காளி.

காளியிடம் படி கட்டினால், தவறு செய்தவர்களைத் தட்டி எழுப்பி கேள்வி கேட்குமாம் குறத்தி அம்மன்.

குறத்தியம்மனுக்கு இடப்பக்கம் நொண்டி சாம்பான் சன்னதி இருக்கிறது. கோயிலின் இடக்கோடியில் முறுக்கு மீசையுடன் கையில் அருவாள் தூக்கி நிற்கிறார் முனீஸ்வரன்.

ௐ

2. நொண்டிமாடன் சாமி

அவனுக்குப் பெயரே பூதப்பாண்டி. தொப்பிளைத் தானறுத்து குலவையிட்ட தாதிமார் பட்டென்று சொன்ன பெயர்!

கரி சூழ்ந்த மங்கலம் ஊரில் ஏழூரு அழுக்கெடுத்து வெளுத்துவரும் வண்ணார்குலத்தில் உள்ள வாலிபர்களில் வசீகரன் இந்த பூதப்பாண்டி.

காடேரி மந்திரமும் காளியுட அச்சரமும் சிறுவயதிலேயே சிரசுக்குள் கொண்டு பிறந்தவனாம். வெங்கலத்தில் வெள்ளாவி வைத்து ஆற்றங் கரையில் நின்று வெளுக்கும் வண்ணான் என்று யாரும் கூறிவிட முடியாது. அப்படி ஒரு தேகவாகு.

தேவர்மகள் ராக்காயி நாச்சி கரிசூழ்ந்த மங்கலத்து மானுடக் கன்னி. பூதப்பாண்டியைப் பார்த்து மயங்கிப் போனாள்.

மயங்கியவள் மேல்குலத்தவளாம். மயக்கியவன் கீழ்குலத்தவனாம்! “ஏழூரு துணி வெளுக்கறவன் எங்க சாதிப் பெண்ணைத் தீண்டறதா?”

நாகரீகம் என்ற சொல் மனித சமுதாயத்தில் மலரத் துவங்கிய நாளிலிருந்து காற்று மண்டலத்தில் காதல் குறித்த இந்தக் கருகல்வாடை கலந்து வரத் துவங்கிவிட்டது போலும்! ஆயினும் மெய் தீண்டுதல் என்பது

வாயு வேகம். ராக்காயி நாச்சியும் பூதப்பாண்டியும் கண்கட்டி வித்தை போல காதல் களியாட்டத்தில் கரிசூழ்ந்தமங்கலத்தையே திரை போட்டு சல்லாபித்தனர். மேடையில் விழுந்த திரை மறுநாள் தூக்கியாக வேண்டுமே!

கையுங்களவுமாய் பிடிபட்டனர். எல்லோருக்கும் ஒரே கோபம். தங்கள் வீட்டுத் துணி வெளுப்பவனுக்கு தேவர் குலப்பெண் பெண்டாள் வதற்கா?

ஒன்பது ஊர்க்காரர்களும் பூதப்பாண்டியை ஓட ஓட விரட்டி ஆளுக்கு ஒரு அருவாளை எடுத்து வீசி அவன் காலை வெட்டினார்கள். ஓட முடியாத ஊனமாய் பூதப்பாண்டி கீழே வீழ்ந்ததும் எல்லோரும் அவன் மீது கற்களை வீசி ஊர் முச்சந்தியில் வைத்துக் கொன்றார்கள்.

பிறந்தபோதே அவனுக்குள் ஏதோ ஒரு குறிப்பறிந்துதான் தாதிமார்கள் அவனுக்குப் பூதப்பாண்டி என்று பெயர் சூட்டினார்கள். கொடூரமாய்க் கொலை செய்யப்பட்ட அவன் கரிசூழ்ந்த மங்கலத்துக்கு நிஜமாகவே பூதமாகிப் போனான்.

பகலில் உச்சிவேளையில் தன்னந்தனியே யாரும் நடந்து வந்தால், திடீர் திடீரென நடப்பவர் மீது எங்கிருந்து வருவதென அறியாத வசமாய் கல்லெறி, சாண உருண்டைகள் முகத்தில் விழும். நல்ல பாதையில் நடந்து வரும்போது திடும்மென பெரிய கல் இடறி குப்புற விழுந்து பலருக்கும் கைகால் முறியும். முதுகில் ஓங்கி விழும் அசரீரி அடியில் முன்வாயில் இரத்தம் கக்கும். மாடுகள் முட்டிக் கொண்டு கொம்பு முறிக்கும். மரங்கள் வீடுகள் மீது வேரோடு சாயும். இன்ன அழும்பு என்றில்லை. அந்த ஊரில் பிறக்கும் பிள்ளை நொண்டியாய்ப் பிறக்கும்.

சோளி புரட்டிப் பார்த்ததில் இத்தனை தீவினையும் பூதப்பாண்டி திருவிளையாடல் என்று தெரிந்தது.

கடுங்கோபத்தில் நொண்டி மாடனாய் அந்த ஊரில் அலைந்து திரிபவனுக்கு வேண்டிய பலி, கொடை கொடுத்து தெய்வமாக்கினால் தான் ஊர் பிழைக்கும் என்று முடிவானது.

ஓட ஓட விரட்டிக் காலொடித்து கல்லெறிந்து கொடூரமாய்க் கொன்றபோது, ஒன்பது ஊர்க்காரர்களுக்கும் குமுறிக் குமுறி வந்த வீரம் இப்போது கூடைக்குள் பாம்பு போல் சுருண்டு கொண்டிருந்தது..

இப்போது பூதப்பாண்டி நிஜமாகவே பூதமல்லவா... நடுங்கினார்கள். வித்தை தெரிந்த பூசாரிகளைக் கொண்டு வந்து ஆவியாக அலைந்து திரிந்த பூதப்பாண்டியின் வாயைப் பிடுங்க உத்தரவு கேட்க, கரி சூழ்ந்த மங்கலத்தில் எல்லா சாதியும் தன்னை நொண்டிமாடன் சாமியாக வணங்கி கொடை கொடுக்க வேண்டியது என்று சொன்னது.

தனக்கு ஒவ்வொரு ஆண்டும் நடத்தவேண்டிய கொடைச் சடங்கு களை பட்டியல் போட்டுச் சொல்லியது அன்றிலிருந்து ஊர்காக்கும் தெய்வமாக நொண்டிமாடன் சாமியாக மாறியது.

கரிசூழ்ந்தமங்கலத்தில் நொண்டி மாடன் கோயிலில் கொடை நாளில் ஒரு சமூக நீதிக்கான சம்பவத்தைக் காண்பதுபோல முன்பு நடந்த அந்த பழங்கதையின் வெளிப்பாடாய் நிகழ்வதைக் காணலாம்.

கொடைநாளில் வண்ணார்குலத்தைச் சேர்ந்த ஒருவரின் வலக்காலை நன்கு மடக்கிக் கட்டி அவனை நொண்டிபோல் ஆக்கிவிடுவர். அவனை அப்படி நொண்டியாக்கும் சடங்கு நிகழும்போது மேளம் முழங்கும். மேளம் முழங்கியதும் அவன் வெறி வந்தவன்போல சாமியாடுவான்.

நடுச்சாமத்தில் நிகழும் அந்தப் பூஜையின்போது கருங்கச்சை அணிந்து, வல்லயம் தாங்கி, பெரும் தீப்பந்தம் ஒன்றையும் ஏந்திக் கொண்டு நொண்டியடித்துக் கொண்டே ஒன்பது ஊருக்கும் வேட்டைக்குச் செல்வான்.

ஒன்பது ஊர்களிலும் உள்ள அந்தணர்களும் வேளாளர்களும் மற்றும் பிற இனத்தவர்களும் தங்கள் வீட்டின் வாசலில் பலகாரங்கள் செய்து வைத்து விட்டு கதவைத் தாழிட்டுக் கொள்வர்.

சாமியாடி ஒன்றிரண்டு வீட்டு பலகாரத்தை எடுத்து உண்டுவிட்டு கடைசியாக கரிசூழ்ந்த மங்கலத்து சுடுகாட்டிற்குச் செல்ல, பிற தெய்வங்கள் வந்து ஆடும். மற்றும் சில சாமியாடிகள் இந்த நொண்டி மாடன் சாமி எதிரே வரவேற்று அழைத்துச் செல்லும். அப்படி அழைத்துச் சென்றபிறகு அந்த நொண்டிமாடனின் கால் கட்டுகளை அவிழ்த்து விடுவர்.

அடுத்தது பரண்பூசை. பரண்பூசைக்கென்று தனியாக பரண் கட்டப் பெற்றிருக்கும். கொடை நடத்துவோர் பரணுக்கு கருங்கடா, கரும்பன்றி, கருஞ்சேவல் ஆகியவற்றைக் கொண்டு செல்வர்.

குரவையொலியும் மேளமும் காதைக் கிழிக்க கோமரத்தாடி (சாமியாடி) பரண் மீது ஏறுவார்.

அங்கு பலி பூஜைக்குக் கொண்டுவரப்பட்ட கருங்கிடா நெஞ்சு கீறி, கீறிய நெஞ்சுக்குள் அவல், எள்ளுருண்டை, கடலை , பொரி ஆகிய வற்றைப் பொரியாக்கி அவற்றுடன் பச்சரிசி சோறு கலந்து வைத்து "ஆதாளி"யிட்டு கூத்தாடுவர். கூத்தாடியின் அந்தக் கோமரத்தாடி, குருதியோடு கலந்த பிரசாதத்தை உண்டு கீழே குதிப்பார்.

பரண்பூசையில் முகமெல்லாம் ரத்தம் சிதற ஆவேசமாய்க் கீழே குதித்து நொண்டிமாடன் ஆடிவர அனைத்து இனமக்களும் "லுலுலு" வெனக் குலவையிடுவர்.

சாமியாடும் நொண்டி மாடன்சாமி ஆடிக்கொண்டே கணக்கு சொல்லுவார். ஒருமுறை ஒன்றைக்கூறி அது நடக்காமலிருந்துவிட்டால் மறுமுறை அதே சாமியாடியிடம் கணக்குக் கேட்பார்கள். ஒருசிலர் குறி கேட்க விருப்பமின்றி திருநீறு வாங்க மறுத்து விட்டால் சாமியாடி ஆவேச மாக ஆதாளியிட்டு குறிகேட்பவரின் வலது கையைப் பிடித்து, "இம்முறை நடக்கும்; நடந்தால் எனக்குக் கொடை கொடுத்துவிடு" என்று ஆணை யிட்டுக் கூறுவார்.

இந்தப் பகுதிகளில் வணங்கப்படும் அக்கினி மாடன், ஆவேச மாடன், கொடி மாடன், கொம்பு மாடன், சங்கிலி மாடன், சுடலை மாடன், பன்றி மாடன், பனையேறி மாடன், புன்னை மாடன், புலி மாடன் கோயில்களில் எல்லாம் ஏறத்தாழ ஒவ்வொரு கதையும் ஒரே சாயலான வழிபாட்டு முறைகளும் காணப்படுகின்றன.

சுடலை மாடன், கருப்பன் போன்ற தெய்வங்கள் வந்து ஆடுவோர் வெள்ளிக் கரகம் அணிந்து ஆடுவர். காலில் வீரக் கழலும் சிற்சில கோயில் களில் அணிவிப்பது உண்டு. சாமியாடும் ஆண்களுக்கு காவியாடை காவியங்கி, கருங்கச்சை போன்ற ஆடைகள் உடுத்துவது வழக்கமாகக் காணலாம். இந்தத் தெய்வங்களுக்கு எல்லாம் கதை, வல்லயம் போன்ற ஆயுதங்களைக் காணிக்கையாக கோயிலில் செலுத்துவர்.

சுடலைமாடன் கோயிலில் சிவனணைந்த பெருமாள் என்ற தெய்வத் திற்கு தனியிடம் உண்டு. சுடலைமாடனின் குருவாக சிவனணைந்த பெருமாள் போற்றப்படுகிறார். இவருக்குப் படையலாக சைவப்

படையல்களை வைக்கின்றனர். தேங்காயை உடைக்காமலும், தென்னம்பாளையினையும் இளநீரையும் பச்சரிசியினையும இவருக்குப் படைக்க வேண்டும். கடலைப் புண்ணாக்கு கருப்பட்டி, கடலை போன்ற வற்றை இவருக்குப் படைக்கின்றனர்.

இந்த மாடன் கோயில்களில் பலியினை வெட்டுவோர் கோயிலுக்குக் கொடை குறித்த நாளிலிருந்து நோன்பு நோற்க வேண்டும். நோன்பு நோற் போர் இரு பொழுது நீராடி, பச்சரிசி உணவு உண்டு, பெண் சேர்க்கை யின்றி நோன்பு நோற்க வேண்டும்.

விழா நடத்துவோர் பலியிடப்பெறும் ஆடு, எருமை முதலியவற்றைக் கோயிலுக்கு நேர்ச்சையாக நேர்ந்ததிலிருந்து அதை நீராட்டி தூய்மையாக வைத்திருப்பர். பலி நாளன்று அவற்றைக் கோயிலுக்கு கொண்டு வந்து அவற்றின் மீது நீர் தெளித்துப் பூமாலை சுற்றி மஞ்சளை அணிவித்து அதன் பின்னரே பலியிடுவர்.

எருமைப்பலி கொடுக்கப்படும் மாடன் கோயில்களில் எல்லாம் “ஒரு வெட்டு ஒரு அறுப்பு” என்ற முறையிலேயே வெட்டிப் பலியிடுவது வழக்க மாக உள்ளது. வெட்டப்பட்ட எருமையினை குழி தோண்டிட அப்படியே புதைத்து மூன்று ஆண்டுகள் கழித்து கொடை நாளில் எலும்பு களை எடுத்து எறிந்து விடுவர்.

இந்தப் பகுதிகளின் வழிபாட்டு முறைகளும் பலி பூஜைகளும் வேறு வேறு விதமாக இருந்தபோதிலும் சுடலைமாடன்கள் அனைத்திற்குமே விசேஷமான பூசையாக இந்த பரண்பூசை நடத்தப்படுவது ஒரு சிறப்பம்சமாகும்.

சுடலை, பார்வதியின் மைந்தனாயிருந்து பின்னரே புலால் உண்டவராதலால் முதலில் இந்த ஆச்சாரப் படைப்பு படைக்கப்படுகிறது. பிறகுதான் இந்தப் பரண்பூசை.

வண்ணார்குலத்தில் பிறந்தவன் நொண்டிமாடன் சாமியாக பரண்பூசை முடித்து ஊருக்கு நல்ல குறி சொல்லும்போது, அனைத்து குலத்தவரும் தங்களது மூதாதையர் ஏதோ ஒரு காலத்தில் செய்த மனிதநேயம் தவறிய கொடூரச் செய்கைக்கு மனம் வருந்தி, இந்தத் தலைமுறையில் மன்னிப்பு கேட்க நிற்பது போல்தான் தோன்றுகிறது.

ௐ

3. மூப்பனார் பாட்டப்பன் சாமி

நாமக்கல்லில் இருந்து 23 கி.மீ. தூரத்தில் பேளுக்குறிச்சி கிராமம் உள்ளது. இங்கே மாவுளி மரத்தடியில் நடுகல் போன்று மூப்பனார் பாட்டப்பன் சுவாமி உள்ளது.

இக்கோயிலுக்கு கோபுரம் இல்லை. கூரை இல்லை. திறந்தவெளி யாகச் சுற்றுச் சுவர் மட்டும் கட்டப்பட்டுள்ளது. மாவுளி மரத்தின் கீழ் மையத்தில் மூப்பனார் வலதுபக்கம், சின்னண்ணன், பெரியண்ணன் சுவாமிகளும் இடதுபக்கம் வடுவச்சாயி புடவைக்காரி சுவாமிகளும் அமைந்துள்ளன. இம்மரத்தை சுற்றி வேல்களும், இரும்பாலான துண்டுத் தடிகளும் நடப்பட்டுள்ளன.

முன்குஞ்சம், பின்குஞ்சம் வைத்த தலைப்பாகையும் உடம்பில் மடிப்புத்துண்டும், கீழ்பாச்சி வேட்டியும் மூப்பனார் பாட்டப்பன் சுவாமி அணிந்துள்ளார். நெற்றியில் திருநீறும் சந்தனம், குங்குமத்தால் பொட்டும் உள்ளன.

மிரட்டும் பார்வையோடு வலது கையில் கொடுவாளும் இடது கையில் துண்டுத்தடியும் உள்ளன. நாமக்கல்லில் இருந்து 10 கி.மீ தொலைவில் உள்ள களங்காணி மூப்பனார் பாட்டப்பன் சுவாமியும்

இத்திருக்கோலத்திலேயே வடிவமைக்கப்பட்டுள்ளனர். ஒவ்வொரு மாசி மாதமும் இங்கே திருவிழா நடை பெறுகின்றது.

மாசி அமாவாசைக்கு முன்பு நல்ல நாள் பார்த்து, முதல் பூசையும் அமாவாசையன்று சிறப்பான பூசையும் மூன்றாம் பிறை அன்று மறு பூசையும் நடை பெறுகின்றன. தை மாதம் இறுதி நாளில் ஊரின் பெரிய தலைக்காரர் ஊர்மக்கள் அனைவரும் ஒன்றுகூடி திருவிழா நாளை நிர்ணயம் செய்து வரியை தீர்மானிப்பார்கள். அடுத்த நாள் காலையில் ஊர் மக்களுக்கு இந்தச் செய்தி அறிவிக்கப்படும்.

மாசி மாதத்தில் அமாவாசைக்கு முன்பு நல்ல நாளன்று மாலை நேரத்தில் ஊர் மக்கள் கூடுவார்கள். வெண் பொங்கல் படையலிட்டு பொதுவில் ஆட்டுக் கிடாய் ஒன்றை வெட்டிப் பலியிட்டு மூப்பனார் பாட்டப்பன் சுவாமிக்கு பூசை நடை பெறுகின்றது. பிறகு வெட்டப்பட்ட ஆட்டுக் கிடாய் மீது பூசாரி தீர்த்தம் தெளித்து பின் ஊர் மக்களுக்கு தீர்த்தம் தெளித்து திருநீறு வழங்கப்படுகிறது.

முற்காலத்தில் பேளுக்குறிச்சி கிராமத்தில் வார்ப்பு இரும்பு உருக்கி அதில் தேவையான ஆயுதங்கள் தயாரிக்கும் பணி சிறப்பாக நடை பெற்றது. இப்பணி இடையூறு இன்றி நடைபெற உலை மேட்டுக்காளி துணை இருந்ததாகக் கூறப்படுகிறது. முதல் நாள் பூசை மூப்பனார் பாட்டப்பன் சுவாமிக்கு நடைபெறுகிறது. அடுத்த நாள் காலையில் உலை மேட்டுக்காளிக்கு ஊர்ப்பொதுவில் ஆட்டுக்கிடாய் வெட்டிப் பூசை நடை பெறுகிறது.

சக்தி அழைத்தல் ஊர் ஓரத்தில் உள்ள கிணற்று மேட்டருகே தொடங்கி ஊரைச் சுற்றி வந்து கோயிலை மும்முறை வலம் வந்து கோயிலில் முடிவடைகின்றது. ஊர்க் கிணற்றிலிருந்து நீர் இறைத்து ஒரு குடத்தில் நிரப்பப்படுகிறது.

அக்குடத்தின் மீது மஞ்சள் பூசப்பட்ட ஒரு தேங்காயை வைத்து அத்தேங்காயைச் சுற்றி மாவிலை வைக்கப்படுகிறது. மேளதாளம் முழங்கவும் மணி சேம்மகலம் அடிக்கவும் சங்கு ஊதவும் பூசாரி அருளுடன் அக்குடத்தை எடுத்துத் தலையில் வைத்துக் கொண்டு நடப்பார். இவ்வாறு மிகுந்த ஆரவாரத்துடன் சக்தி அழைத்தல் தொடங்கும்.

இச்சக்தி அழைத்தல் ஊர்வலமாக வரும்போது ஒவ்வொரு வீட்டிலிருந்தும் பொங்கல் பொருட்கள், ஆடு, கோழி, மாடு என அவரவர்கள் ஊர்வலத்தில் சேர்த்துக் கொள்வார்கள்.

பூசாரியின் தம்பி உலைமேட்டுக் காளி கோவிலில் புதுப்பானை யோடும் பச்சரிசியோடும் தயாராகக் காத்திருப்பார். இது அரண்மனைப் பொங்கல் என்று அழைக்கப்படுகிறது.

பூசாரியின் தம்பி அரண்மனைப் பொங்கல் பானையைத் தூக்கி தலையில் வைத்து ஆடிக்கொண்டே வருவார். அப்படி அருளோடு ஆடிக் கொண்டு வரும்போது அருள் வாக்கு சொல்லுவார். பிறகு கோயிலை மும்முறை சுற்றிவந்து பொங்கல் பானையுடன் கோயிலுக்குள் செல் வார்கள். அதன் பிறகுதான் ஊர்மக்கள் அனைவரும் பொங்கல் வைக்கும் அடுப்பை பற்ற வைக்க வேண்டும்.

மூப்பனார் பாட்டப்பன் சுவாமி, ஏழு கன்னிமார்கள், சின்னண்ணன், பெரியண்ணன், புடவைக்காரி, வடுவச்சாயி, முன்னுடை யான் சுவாமிகளுக்கு இலையிட்டுப் பால் பொங்கலை உருண்டையாக வைத்து அதன் மேல் பஞ்சாமிர்தம் வைக்கப்படுகிறது.

அதன்பிறகு ஊர்மக்கள் பொங்கல் பானையில் இருந்து ஒவ்வொரு உருண்டையை எடுத்துத் தட்டில் வைப்பார்கள். இதனுடனே வாழைப் பழம், தேங்காயும் வைக்கப்படுகிறது.

மிக அமைதியான நடு இரவில் மணி ஓசை முழங்க சாம்பிராணி, சூடம் ஆகியவற்றுடன் பூசை நடைபெறுகின்றது. பிறகு குடம் நிறைய தீர்த்தம் எடுத்துக் கொண்டு பூசாரி கோயில் வாயிலில் சாமியாடுவார்.

இதன்பிறகு ஏழு கன்னிமார்கள், புடவைக்காரி வடுவச்சாயி ஆகிய சுவாமிகள் வெள்ளை துணியினால் மூடப்படுவார்கள்.

கோயில் பூசாரி குடத்தில் உள்ள தீர்த்தத்தை அரண்மனை ஆட்டுக் கிடாய் மீது தெளிப்பார். அது சிலிர்த்தவுடன் வெட்டப்படுகிறது. பிறகு மற்ற ஆடு, கோழி, பன்றி ஆகியவைகளும் பலியிடப்படுகின்றன. பன்றி வேலால் குத்தி பலியிடப்படுகிறது.

பொதுவில் ஆட்டுக்கிடாயின் ஈரலை எடுத்து சுடப்படுகின்றது. பன்றியைக் குத்திய இடத்திலிருந்து குறிப்பிட்ட அளவு தசையை எடுத்து

சுடப்படுகிறது. சுடப்பட்ட ஆட்டின் ஈரல் பன்றியின் தசை இவைக்கு சுடுவான் என்று கூறுவர். பலியிட்ட ஆடு, கோழி, பன்றியின் ரத்தம் கொஞ்சம் கொஞ்சம் காவு சட்டியில் பிடிக்கப்படுகின்றது. இந்த ரத்தத் தோடு சோற்றைப் பிசைந்து வைப்பார்கள்.

சுடுவானை மூப்பனார் பாட்டப்பன், சின்னண்ணன், பெரியண்ணன், குன்னுடையான் ஆகிய சாமிகளுக்கு முன் படையல் இடுவார்கள். மேலும் மூப்பனார் பாட்டப்பன் சாமிக்கு கள், சாராயம் போன்ற மதுவகைகளும் சுருட்டும் வைக்கப்படும்.

பிறகு பூசாரி முன் குஞ்சம் பின் குஞ்சம் வைத்த தலைப்பாகையுடன் வாளைத் துணியில் கட்டிக் கொண்டும், வேட்டியை கீழ் பாய்ச்சி போட்டுக் கட்டியபடி பூசை செய்வார்.

பூசை முடிந்தபிறகு, மக்களுக்குத் தீர்த்தம் போட்டு திருநீறும் கொடுப்பார். அதன்பிறகு ஏற்கனவே பலி கொடுக்கப்பட்ட ஆடு, கோழி, பன்றி இவைகளின் மீது தீர்த்தம் தெளித்து திருநீறு போட்டு மேளதாளம் முழங்கப் பலியிடப்பட்ட ஆடு, கோழி, பன்றி இவற்றுடனும், பொங்கல் பானையுடனும் ஊர்மக்கள் வீடுகளுக்கு செல்வார்கள்.

அனைத்து மின் விளக்குகளையும் நிறுத்திவிட்டு ஒரே ஒரு நெய் விளக்கை மட்டும் ஏந்திக் கொண்டு கோயில் பூசாரி அவர் தம்பி மற்றொருவர் ஆகிய மூவரும், காவு சட்டியில் உள்ள சோற்றை உருண்டையாகப் பிடித்து சனி மூலை தவிர மீதமுள்ள மூலைகளிலும் இதோ பிடித்துக் கொள் என்று கூவி வீசுவார்கள். கடைசியில் தென் கிழக்கில் வீசும் போது காவு சட்டியோடு வீசுவார்கள்.

இந்த நேரத்தில் எங்களையும் அறியாமல் ஒரு சக்தியினால் நாங்கள் வானத்தில் பறப்பது போன்று தெரியும். ஆவிகள் கண்களுக்குப் புலப்படும். மிகவும் துணிச்சலாக இருப்போம் என்று பூசாரி கூறுகிறார்.

மூன்றாம் பிறையன்று மறு பூசை நடைபெறுகிறது. அன்று மாலை ஊர்மக்கள் கூடி வெண் பொங்கல் படையலிட்டு அதனோடு சர்க்கரைப் பொங்கலும் வைத்துப் பூசை நடைபெறுகின்றது. பூசை முடிந்த பின் ஊர்மக்கள் அனைவருக்கும் சர்க்கரைப் பொங்கலும் திருநீறும் கொடுத்து விழா முடிவடைகிறது.

ௐ

4. காக்கும் சாமி கரையடி சுடலை மாடசாமி

தூத்துக்குடி மாவட்டம் செய்துங்க நல்லூர் அருகே உள்ளது ராமானுஜம் புதூர். இங்கு செம்பராபுரிகுளம் கரையில் வீற்றிருக்கும சுடலை மாடசுவாமி, கரையடி சுடலை மாடசாமி என்றழைக்கப் படுகிறார்.

கீழகோயில் என்று அப்பகுதி மக்களால் அழைக்கப்படும் இக் கோயிலில் செவ்வாய் மற்றும் வெள்ளிக்கிழமைகளில் சிறப்பு வழிபாடுகள் நடைபெறுகிறது.

அப்போது சாமி அருள் வந்து ஆடும் பெரும்படையான் என்பவர் பக்தர்களுக்கு அருள்வாக்கு கூறி வருகிறார்.

நாங்குநேரி வானமாமலை பெருமாள் கோயிலுக்கு கொடி மரம் வெட்ட மூன்று மாட்டு வண்டிகளில் சுமார் 10க்கும் மேற்பட்டோர் காரையார் மலைக்குச் சென்றனர்.

மரத்தை வெட்டுமுன் மரம் வெட்ட வந்தவர்களில் ஒருவர் சொரி முத்தையன் கோயிலில் சுடலை மாடசாமி சந்நிதி முன்பு கீழே இருந்த மண்ணை எடுத்து நெற்றியில் பூச, மறு நிமிடமே அருள்வந்து ஆடினார்.

அப்போது அருகில் நின்றவர் காரணம் கேட்க, நான் மாயாண்டி சுடலை. இது என்னுடைய காவலுக்கு உட்பட்ட பகுதியாகும். மரத்துடன் நானும் வருவேன். எனக்கு கொடி மரத்தின் அருகே நிலையம் கொடுக்க வேண்டும் என்றார்.

அதனை உடனிருந்தவர்கள் ஏற்றுக் கொண்டு நிலையம் இட்டுத் தருவதாக உறுதியளித்தனர். அதன்படி நாங்குநேரியில் தேரடி பகுதியில் சுடலைக்கு பீடம் அமைத்து வழிபட்டனர்.

கொடியேற்றம் முன்பும் தேரோட்டம் முன்பும் அங்கு சிறப்பு பூஜை தற்போதும் செய்யப்படுகிறது.

சுமார் ஐந்து தலைமுறைக்கு முன்னால் ராமானுஜம் புதூரில் நூற்றுக்கும் மேற்பட்ட செம்மறி ஆடுகளை வளர்த்து வந்த புலமாடக் கோனார், நாங்குநேரியில் இருந்து உறவினர் இரண்டு பேருடன் ஆடுகளை பத்திக் கொண்டு ராமானுஜம் புதூர் சென்றார்.

செல்லும்போது தேரடி பகுதியில் இருந்த சுடலைமாடன் ஆடு களுடன் சென்று விட்டார். சிங்கநேரி, குசலன் குளம், அம்பலம், கல்லத்தி, மூலக்கரைப்பட்டி, சவநெல்லிக்குளம், இடக்காடு வழியாக ராமானுஜம் புதூர் சிவன் கோவில் அருகே வந்தபோது புலமாடக் கோனார் தன்னிலை மறந்து விழுந்தார்.

உடன் வந்தவர்களில் ஒருவர், ஓடிச் சென்று உறவினர்களை அழைத்து வந்தனர். அவர்களுடன் அக்கம்பக்கத்தினரும் அவ்விடம் வந்தனர்.

அப்போது மயங்கிக் கிடந்த புலமாடக் கோனார் ‘‘ஏ... நான் நாங்குநேரியிலிருந்து சுடலை வந்திருக்கேன். எனக்கு கோயில் கட்டி பூஜை செய்யுங்க. உங்களுக்கு வேண்டியதை நான் கொடுப்பேன். காவ லாக காத்து நிற்பேன்'' என்றார்.

கூட்டத்தில் நின்றவரில் ஒருவர், ‘‘சரி உனக்கு எங்க கோயில் கட்டணும்?....நீயே சொல்லு...'' என்று கேட்க, ‘‘மூணு சொளவு எடுத்துவா. அதை நான் மூணு திசைய பார்த்து வீசுவேன். மூணாவது சொளவு எங்க விழுதோ அங்க எனக்கு கோயில் கட்டவேண்டும்'' என்று கூற, ‘‘சரிப்பா..நீ வீசு'' என்றார்.

சுடலை வந்திறங்கிய கோனார் முதல் சொளவை வீச, அது தற்போது அத்தியடிசாமி இருக்கும் முனைப்பகுதியில் விழுந்தது.

இரண்டாவது சொளவு தற்போதைய குத்துக்கல் பகுதியில் விழுந்தது. மூன்றாவது சொளவு அப்போதைய சுடுகாட்டுப் பகுதியில் விழுந்தது. "ம்...ம்.. கட்டுங்கப்பா" என்ற புலமாடக் கோனார் மீண்டும் மயங்கினார்.

மூன்றாவது சொளவு விழுந்த சுடுகாட்டு அருகே, ரெம்பராபுரிகுளம் கரையில் கோயில் கட்டடப்பட்டது.

குளத்தின்கரையில் கோயில் அமைந்ததால் கரையடி சுடலை மாடசாமி என்று இக்கோயில் மூலவர் சுடலை மாடன் அழைக்கப்படு கிறார்.

கரையடி சுடலை மாடசாமி கோயிலில் சுடலை மாடன், முப்புரிமாடன், புலமாட சாமிக்கு ஒரே பீடமாக ஏணி வைத்து மாலை சாத்தும் எட்டாத மூடமாக அமைக்கப்பட்டுள்ளது.

அருகில் பிரம்மராக்கும் சக்தி எதிரே முண்டன், பேச்சியம்மன் உள்ளனர். மேலும் பாதாள கண்டியம்மன், பலவேசக்காரன், பலவேசக்காரி உள்ளிட்ட பரிவார தெய்வங்கள் அருள்பாலிக்கின்றன.

இக்கோவிலில் உள்ள சிவனணைந்த பெருமாளுக்கு சைவ படையல் வைக்கப்படுகிறது. முதல் பூஜையும் அவருக்குத்தான்.

கோயில் உருவாகி இரண்டு தலைமுறை கடந்த பின்பு ஒருமுறை கோயில் கொடைவிழா நடந்து கொண்டிருந்தபோது, மேலப்பாளையம் பகுதியைச் சேர்ந்த பட்டாணியாரும் அவரது உதவியாளர் மற்றும் அவரது நண்பர் என மூன்று பேர் சாத்தான்குளத்திற்கு வியாபாரம் சம்பந்தமாக வில் வண்டியில் சென்றனர்.

பட்டாணியின் மந்திர தந்திர வித்தைகளில் கைதேர்ந்தவர். ஆவிகளுடன் பேசும் திறன் பெற்றவர் என்றும் பெயர் பெற்ற மந்திரவாதி யாகவும் திகழ்ந்தவர்.

மதியவேளை ராமானுஜம் புதூர் நெருங்கும்போது கரையடி சுடலை மாடசாமி கோயிலில் சுடலைக்கு ஆடுபவர் "ஓ"வென்று குரல் கொடுத்த வாறு ஆதாளி போட்டுக் கொண்டு ஆடினார்.

அந்த சத்தம் கேட்டு சாத்தான்குளத்திற்கு பயணித்த பட்டாணியார், "என்னப்பா...இந்த சத்தம் நம்ம மையுக்கும் பையுக்கும் வேலை வந்திட்டா..." என்று கிண்டலாகக் கேட்க, உடனே உதவியாளர் வண்டியை நிறுத்தி சாலையோரம் நின்று கொண்டிருந்த நபரிடம் என்ன என்று விசாரிக்க, அவர் கரையடி மாடசாமி கோயிலில் கொடை விழா நடக்கிறது என்றும் அங்கு சாமி நடந்ததை, நடக்கப் போவதை துல்லியமாக எடுத்துக் கூறுவர் என்றும் கூறினார்.

இதைக் கேட்டு பட்டாணி நண்பர், "என்ன அண்ணாச்சி.. அந்த ஆளு இப்படி சொல்லுறான்...என்று கூற நாமும் போய்ப் பார்ப்போம்..." என்று கூறியபடி பட்டாணி வண்டியை கோயிலுக்கு செல்லும் வழியில் நிறுத்திக் கொண்டு, காளைகளை அப்பகுதியிலுள்ள மரத்தில் கட்டிவிட்டு மூன்று பேரும் கோயிலுக்குச் சென்றனர்.

செல்லும் வழியில் பட்டாணியார், "நான் குழந்தையாக உருமாறுகிறேன். எனக்கு உடம்பு சரியில்லை. குணமாக்குங்கன்னு நீங்க ரெண்டு பேரும் அந்த சாமியாடிகிட்ட கேளுங்க" என்று கூறினார். அடுத்த சில கணத்தில் பட்டாணியன் பத்து வயது பாலகனாக உருமாறினார்.

மூணு பேரும் கோயிலுக்குச் சென்றனர். செல்லும் வழியில் கோயில் அருகே மயான வேட்டைக்காக சுடலை வந்து இறங்கி ஆடிக் கொண்டிருந்த புலமாடக் கோனார் வேகமாக வந்தார்.

அவரை தடுத்து நிறுத்திய பட்டாணியார் நண்பர் "அய்யா, புள்ள சீக்கோட கெடந்து வேதனைப்படுது. எப்ப உடம்பு சரியாகி கண்ணத் திறப்பான்" என்று கேட்க, மேனியெங்கும் பூமாலையும் சந்தனமும் அலங்கரிக்க தலையிலே செவ்வாடை துணியும், இடது கை இடுக்கிலே தீப்பந்தமும், கையில் திருநீறு கொப்பரையும், வலது கையில் அஞ்சு மணி வல்லயமும் கொண்டு உதிரம் குடித்த உதடுகளின் ஓரம் ஒரு புன்சிரிப்பை சிந்திய புலமாடக் கோனார் "மூடிய கண்ணு மூடுனது தான் குளத்து மடைய போய்ப் பார்க்கச் சொல்லு" என்றார்.

குளத்தின் மடையைப் பார்த்த மறு நிமிடமே உயிரற்ற நிலையானார் பட்டாணியார். இறக்கும் தருவாயில் எந்த மந்திர சக்தியால் தனது உருவத்தை மாற்றினாரோ, அதே மந்திரத்தால் மீண்டும் உருவத்தை மாற்றிய பட்டாணியார் "என்னை மன்னித்துவிடு" என்றார்.

அப்போது சுடலை, “நான் அழித்து விட்டால் மீண்டும் ஆக்க எனக்குத் தெரியாது” என்றுரைத்தார். அப்போதுபேசிய பட்டாணியார் “அப்படியானால் என் இறப்புக்குப்பின் உன் கோயிலில் எனக்கு பீடம் வேண்டும். அதுவும் உனக்கு எதிரில் நிலையம் வேண்டும். என்னை மன்னித்து எனக்கருள வேண்டும்” என்றார்.

“உன்னை மன்னித்ததற்கு அடையாளமாக நீ கேட்டதைச் செய்கிறேன் என்ற சுடலை, கொடை நடத்திய பெரும் படையானிடம் உடனே பட்டாணியாருக்கு பீடம் அமைத்து பூஜை கொடுக்க வேண்டும்” என்றார்.

அதன்படி சுடலை சந்நிதிக்கு எதிரில் பட்டாணியாருக்கு பீடம் அமைக்கப்பட்டுள்ளது.

அவரை பக்தர்கள் பட்டாணி சாமி என்று அழைத்து வருகின்றனர். சுடலைக்கு வேட்டி கட்டுவது போல பட்டாணி சாமிக்கு லுங்கி கட்டப் படுகிறது.

அவருக்கு ரொட்டி, சுருட்டு, கருவாடு, மதுபானம், சென்ட் உள்ளிட்டவைகள் படைக்கப்படுகிறது. மேலும் அந்த படையலில் சேவலை சுட்டு வைக்கின்றனர்.

இந்தக் கோயிலில் ஆண்டுதோறும் ஆடி மாதம் முதல் செவ்வாய், கொடை விழா நடைபெறுகிறது.

இக்கோயில் நெல்லையிலிருந்து திருச்செந்தூர் செல்லும் சாலையில் ராமானுஜம் புதூரில் செம்பராபுரிகுளம் கரையில் அமைந்துள்ளது.

ௐ

5. கண்டாய்க்கரை பேட்டு காவல் தெய்வம் அய்யனார் சாமி

அய்யனார் கிராமத்தைக் காக்கும் பொது தெய்வம். கண்மாய்க் கரைகளில், வயற்காட்டில் கானகங்களில் வெள்ளைக் குதிரை, வேட்டை நாய், வீரர்கள் புடை சூழ வீற்றிருக்கும் தெய்வம்.

அக்காலத்தில் காடுகளைக் கடந்து வெளியூர்களுக்குச் செல்லும் சாத்துக் கூட்டங்கள் (வணிகர் குழுக்கள்) உண்டு.

கள்வர் தாக்கி பொருளை களவாடிச் செல்லாமல் தடுக்க அவர் களுடன் சிறுகாவல் படையும் வைத்திருப்பர். அந்த சாத்துக்களின் காவல் தெய்வம் சாத்தன். சாத்தனே சாஸ்தா என்றும் அய்யனார் என்றும் அழைக்கப்படுகிறது.

காவல் வீரர்களில் மடிந்தவரையும் ஒருசில இடங்களில் சாத்தனாக்கி இருக்கலாம். அவர்கள் குதிரையில் பயணம் சென்றிருப்பர் என்பதால் அய்யனாருக்கு குதிரை பிரதான வாகனமாக உருவாக்கி இருக்கலாம்.

அதே சமயத்தில் சாஸ்தா வழிபாடு பௌத்த மற்றும் சமண சமயத்தி லிருந்து வந்தவை என்ற கருத்தும் உள்ளது. அய்யப்பனை சாஸ்தாவுக்குரிய யோக ரூபமும், சரண கோஷமும் புலனடக்க விரதங்களும் கதை உறுதிப் படுத்துவதாக உள்ளது.

கால்களை மடித்து யோக உபவிஷ்ட நிலையில் அமர்ந்திருக்கும் அய்யப்பன் மற்றும் கையில் செண்டு ஏந்திய அய்யனார் திருவுருவங்கள் பௌத்த கடவுளின் திருவுருவங்களை ஒத்திருக்கின்றன.

அய்யனாரை சிவ மைந்தனாகவும் சிவ பூத கணங்களின் தலைவராகவும் தேவாரத்தில் அப்பர் சித்தரிக்கிறார்.

கந்தபுராணத்தில் திருமால் சிவன் இருவருக்கும் மகனாக அரிஹர புத்திரனாக அய்யனார் அமைகிறார். ஆனாலும் அய்யனாரின் காக்கும் பணியை கந்தபுராணம் மாற்றவில்லை. தேவலோகத்திலும் சாஸ்தாவுக்கு காவல் பணிதான்.

அய்யனாரின் இருபுறமும் பூரணி, புஷ்கலை தேவியர் இருக்கும் தோற்றமே பல இடங்களிலும் காணப்படுகிறது.

துவக்கத்தில் அவர்களால் பாதுகாக்கப்பட்ட ஊர்கள், காடுகள், நீர்நிலைகளின் அருகே கோயிலின்றி மண்சிலையாக வடிக்கப்பட்ட போது குதிரை மீதமர்ந்த வீரத் தலைவர்களாகவே அய்யனார்கள் காட்சி யளித்தனர். அவர்களுடன் காவல் வீரர்களும் நாய்களுமே சிலைகளாக காட்சி தந்தன.

அய்யனார்கள், சாஸ்தாக்களின் பெயரை கேட்டாலே குலம் காக்கவும், ஊரை உயர்த்தவும், இயற்கையை பாதுகாக்கவும் போராடி யவர்கள் என்பது புரிந்து விடும். குடும்ப, குல, ஊர்த் தலைவர்கள் என்பது சொல்லாமலேயே பொருள்படும்.

ஆய்வுகள் பலவும் சாத்தன், சாஸ்தா, அய்யனார், அய்யப்பன் இவர்கள் அனைவரும் ஒன்றே எனக் குறிப்பிடுகிறது.

நடுகல் வழிபாடாக இருந்த அய்யனார் விஜயாலய சோழன் தன் வெற்றியின் நினைவாக சோழ நாட்டில் அய்யனாருக்கு கோயில் ஏற்பாடு செய்திருக்கிறான்.

திருப்புறம்பியம் ஊரில் பிரித்திவி மன்னன் பெயரால் பிரித்திவி அய்யனார் சன்னதியும் விஜயாலயச் சோழ மன்னன் பெயரால் விஜயாலய அய்யனார் சன்னதியும் அருகருகே உள்ளன.

மானவீரபாண்டிய மன்னனின் அமைச்சர்களாக ஏழு பேர்கள் இருந்தனர். அவர்களில் அருஞ்சுனை காத்த அய்யனாரும், கருக்கு வேல்

அய்யனாரும் முதலிடம் பெற்றிருந்தனர்.

பாண்டிய மன்னர்கள் காலத்தில் இத் தெய்வங்களுக்கு முதலிடம் கொடுத்து வணங்கப்பட்டு வந்ததாகவும் கூறப்படுகிறது.

அய்யனார் இன்றைய இந்து மதமாக அறியப்படும் சமயக் கடவுள் இல்லை. பழந்தமிழர்களின் சமயக் கடவுள் ஆவார். இவர் கம்பீரமான தோற்றங்களுடன் கையில் அரிவாள் வைத்திருப்பார். பெரிய பெரிய குதிரை சிலைகள் இருக்கும். பொதுவாக கிராமங்களின் வயற்காடுகளில் வெட்டவெளியில் தான் இருப்பார்.

சிறப்பான காரண காரியங்கள் கருதி சில ஊர்களில் தேவியர்களுடன் சேர்ந்திருக்காமல் அய்யனார் தனித்தும் இருக்கிறார்.

இந்திரன், அக்னி, எமதர்மன், நிருதி வருணன், வாயு, குபேரன், ஈசானியன் ஆகிய எட்டு திசை தெய்வங்களும், யோகிகள், சித்தர்கள், வித்யாதர்கள், கின்னரர்கள் முதலியோர் அய்யனாரை வணங்கியபடி இருப்பர்.

அய்யனாரின் பரிவார தெய்வங்களாக பொந்து புலி கருப்பசாமி, வீரபத்திரர், இடும்பன், நடுக்காட்டான், ஆண்டி, நொண்டி, இருளப்பன், சின்னான், அன்னாசி, மூக்கன் மற்றும் சோணை முதலிய ஆண் தெய்வங்களும், செல்லி, காளி, நீலி, ராக்காளி, ராக்கச்சி, கருப்பாயி, சடைச்சி, இருளாயி, செகப்பி, மூக்காயி, பேச்சி மற்றும் சப்த கன்னியர்கள் முதலிய பெண் தெய்வங்களும் பரிவார தெய்வங்களாக உள்ளனர்.

அய்யனார் சைவ உணவு உண்பவர். சர்க்கரைப் பொங்கல் படைக்கப்படும். ஆனால் இவரது பரிவார தெய்வங்களுக்கு மதுபானங்கள் வைத்து ஆடு கோழி பலியிடுகின்றனர். பலியிடும்போது அய்யனார் சன்னதியை மூடி வைத்து விடுவார்கள் அல்லது திரையிட்டு விடுவார்கள்.

அய்யனார் தோன்றிய இடம் கண்மாய்க்கரையாகும். இதன் காரணமாகவே அய்யனார் கோயில்கள் கண்மாய்க்கரையில் அல்லது மடைகளுக்கு அருகே இருக்கும். சில ஊர்களில் நீர்நிலைகளின் அருகில் அல்லது காட்டிற்குள் இருக்கும்.

அய்யனாருக்கு முன்னே இரண்டு பக்கங்களிலும் பக்கத்திற்கு ஒன்றாக இரண்டு பெரிய குதிரைகள் இருக்கும். இவைகளுக்கு சேம

குதிரைகள் என்று பெயர். இக்குதிரைகள் முன்னங்கால்களைத் தூக்கிய படி இருக்கும்.

அவற்றின் கால்களை தங்களது தோள்களில் தாங்கியபடி ஒவ்வொரு குதிரைக்கும் இரண்டு பூதங்கள் நிற்கும். இப்பூதங்களுக்கு நடுவே குதிரைக்கு கீழே காளி நிற்பாள்.

பொதுவாக தமிழக கிராம காவல் தெய்வங்களின் கோயில்களில் பூணூல் அணிந்த பிராமணர் பூஜை செய்வதில்லை. அந்தந்த கிராமங்களில் பரம்பரை பூசாரிகள் இருப்பார்கள். வேளாளர் பட்டம் பெற்ற குயவர் இனத்தைச் சார்ந்தவர்கள் பெரும்பாலும் பூசை செய்வர்.

சிவராத்திரி அன்று அய்யனார் பிறந்தவர் என்பதால் அன்று வழிபாடு கள் சிறப்பாக நடைபெறுகின்றன. அன்றைய தினம் அய்யனாரை குல தெய்வமாகக் கும்பிடுவோர் அனைவரும் அவரவர் குடும்பத்தினருடன் ஒன்றாகக் கூடி வந்து வழிபடுகின்றனர்.

எருது கட்டுதல் என்ற விழாவில் ஊர்மக்கள் தங்களது ஆடு மாடு களை அய்யனாருக்கு காணிக்கையாக கொடுக்கின்றனர்.

தைப் பொங்கலை அடுத்துவரும் மஞ்சுவிரட்டுத் திருவிழாவில் அய்யனார் கோயில் காளை மாடுகளையும் தங்களது வீட்டில் உள்ள மாடு களையும் அவிழ்த்து விரட்டி விடுகின்றனர். இவற்றை இளைஞர்கள் பிடிக்கின்றனர்.

புரவி எடுத்தல் அன்று அய்யனார் கோயிலில் உள்ள சேமக் குதிரை களைப் போலச் சிறிய மண் குதிரைகளை செய்து திருவிழா அன்று மக்கள் அனைவரும் அவற்றை எடுத்துச் சென்று கோயிலில் சேர்ப்பர். சிலர் நேர்த்திக் கடனாகவும் செய்கின்றனர்.

அய்யனாரின் பரிவார தெய்வங்களில் ஒன்றான கருப்பன் காவல் தெய்வமாவார். இவர் கையில் அரிவாளுடன் வெள்ளைக் குதிரையில் ஏறி நாய் உடன் வர ஊரை வலம் வந்து காவல் செய்வர்.

ௐ

6. அநீதியைத் தட்டிக் கேட்கும் மடப்புரம் காளி

சிவன் பாம்பு வடிவம் கொண்டு மதுரையின் நான்கு புறத்தையும் தனது உடலால் வளைத்துக் காட்டி அருளினார்.

அப்போது அப்பாம்பின் படமும் வாலின் நுனியும் ஒன்றினை ஒன்று தொட்டுக் கொண்டிருந்த இடமே படப்புரம் ஆகும். இப் பெயரே பிற்காலத்தில் மடப்புரம் என்றானது.

சிவகங்கை மாவட்டம் திருபுவனத்திற்கு அருகே உள்ளது இந்த மடப்புரம். இக்கிராமத்தின் எல்லையில் பாய்ந்தோடும் வைகை யாற்றங்கரையில் பத்ரகாளி வெகு ஆக்ரோஷமாக நின்றருளுகிறாள்.

ஒருசமயம் மதுரை மாநகரைக் கரைபுரண்டோடும் வெள்ளம் சூழ்ந்து கொண்டது. அப்போது மதுரையை ஆண்ட அன்னை மீனாட்சி மதுரையின் எல்லையைக் காட்டுமாறு தன் பதியான சிவனை வேண்டினார். அப்போதுதான் சிவன் பாம்பு வடிவம் கொண்டு மேலே கூறியபடி வடிவம் காட்டியதாக புராணம் கூறுகிறது.

ஒரு சமயம் அன்னை மீனாட்சியுடன் சிவன் வேட்டைக்காக மடப்புரம் உள்ள பகுதிக்கு வந்தார். அந்த இடத்தைக் கண்டதும் சிவன்

மீனாட்சியிடம் "தேவி இந்த வனப்பகுதி பரந்த இடமாக உள்ளது. இதற்கு மேல் உன்னால் வர இயலாது. அதனால் இந்த இடத்திலேயே நீ இருந்துவிடு. நான் மட்டும் வனத்துள் சென்று வேட்டையாடிவிட்டு வருகிறேன்....." என்று கூறினார்.

"சுவாமி....இந்த வனமோ அடர்ந்த வனமாக உள்ளது. இந்த வனப்பகுதியில் நான் மட்டும் தனியே எப்படி இருப்பது?" என்று கேட்டார்.

உடனே அய்யனாரைப் பார்வதிக்குத் துணையாக வைத்துவிட்டு வேட்டைக்குப் புறப்பட்டார்.

அப்போது அன்னை அவரிடம், "சுவாமி...இந்த இடத்தில் நான் இருப்பதால், இந்த இடத்திற்கு ஏதேனும் சிறப்பைக் கொடுக்க வேண்டும்" என்று கூறினாள்.

அதற்கு சிவபெருமான், "இந்த இடத்திலிருந்து மூன்று மைல் தொலைவில் உள்ள வைகையாற்றில் நீராடுபவர்களுக்கு காசியில் நீராடுவதைக் காட்டிலும் அதிகப் புண்ணியம் கிட்டும்" என்று வரம் அளித்து அருளினார்.

அதன்பின்னரே அன்னையானவள் மடப்புரத்தில் காளி உருவில் எழுந்தருளினாள். காளிக்குத் துணையாக இருந்த அய்யனார் அடைக் கலம் காத்த அய்யனாராக இங்கு ஆட்சி செலுத்தியபோதும், இங்கு பத்ரகாளிக்குத் தான் சிறப்புடன் வழிபாடு நடைபெறுகிறது.

கோயில் வளாகத்தில் கூரை ஏதும் இல்லாமல் நாக்கைத் துருத்திய படியும், கண்களை உருட்டி விழித்தபடியும் ஆக்ரோஷமாக நின்றருளு கிறார் மடப்புரம் காளி.

இவளது இருபுறங்களிலும் இரு பெரிய பூதங்கள் உள்ளன. காளிக்குப் பின்புறமாக ராட்சத வடிவில் குதிரை ஒன்று தனது முன்னங்கால்களை உயர்த்தித் தாவிய நிலையில் நின்று கொண்டுள்ளது.

காளியின் பக்தர் ஒருவர் காளியிடம் தாயே, பத்ரகாளி எந்நேரமும் உன் அருகில் நிற்க எனக்கு நீ வரம் அருள்வாய்....என்று மனமுருக வேண்டினார். அந்த பக்தரது பக்தியை மெச்சிய காளி, அவரைக் குதிரையாக்கி தனக்கு நிழல் தரும் குடையாக வைத்துக் கொண்டாள்.

காளிக்கு அவளுக்குப் பிடித்தமான எலுமிச்சம்பழங்கள் நூற்றி யொன்றை மாலையாக கோர்த்துச் சாற்றுகின்றனர்.

மடப்புரத்தைச் சுற்றி இருக்கும் கிராமங்களில் எவருக்கேனும் கொடுக்கல் வாங்கலில் ஏதேனும் பிரச்சனை இருப்பின் அவர்கள் பத்ரகாளியின் சன்னதியில் முறையிடுகின்றனர்.

பத்ரகாளிக்கு வலதுபுறமாக சிறிய திண்டு ஒன்று உள்ளது. இதனைச் சத்தியக் கல் என்கின்றனர். இருவருக்கிடையே பிரச்சனை உண்டானால் அவ்விருவரும் இத்திண்டின் மீது சூடத்தை ஏற்றி அணைத்து, "நாங்கள் தப்பு செய்யவில்லை" என்று சத்தியம் செய்ய வேண்டும்.

பின் கழுத்தில் அரளிப் பூ மாலையை அணிந்து கொண்டு காளிக்கு வலதுபுறமாக நிற்கும் பூதத்தைக் கட்டியணைத்து "நாங்கள் தப்பு செய்யவில்லை" என்று வாக்கு கொடுக்கவேண்டும்.

இந்த இருவரில் எவரேனும் பொய்ச் சத்தியம் செய்தால் முப்பது நாட்களுக்குள் பொய்ச் சத்தியம் செய்த அந்த நபரை காளி நிச்சயம் தண்டித்து விடுவாளாம்.

ஒரு சில சமயங்களில் பொய்ச் சத்தியம் செய்தவர்கள் மடப்புரத்து எல்லையைத் தாண்டுவதற்குள் அவள் தண்டிப்பதும் உண்டு.

இவ்வாறு அன்னையின் தண்டனைக்கு ஆளானவர்கள் மீண்டும் அவளருகே வந்து காணிக்கையை செலுத்திப் பரிகாரம் தேடிக் கொள் வதும் உண்டாம்.

இங்கு காசு வெட்டிப் போடுவது என்ற மற்றொரு வேண்டுதலும் நடைபெறும். காளிக்கு எதிரே தரையில் ஒரு பட்டியக் கல்லை பதித்து உள்ளனர். அதற்கு அருகே சுத்தியல், உளி முதலியவற்றையும் வைத் துள்ளனர்.

தங்களுக்கு அநீதி இழைத்தவர்களைத் தட்டிக் கேட்க திராணி இல்லாதவர்கள், குளத்து ஈரத் துணியுடன் வந்து காளிக்கு எதிரே அமர்கிறார்கள்.

பின் காளியை வணங்கி, "எனக்கு அநீதி இழைத்தவர்களை எதிர்த்துக் கேட்க எனக்கு சக்தி இல்லை. நீயே அவர்களை கேட்பாயாக" என்று வேண்டி காசை வெட்டிப் போடுகிறார்கள்.

இவர்களது கண்ணீருடன் கூடிய வேண்டுதலுக்கு மனமிரங்கும் காளி அநீதியாக நடந்து கொண்டவர்களைத் தன் வாயிலுக்கு வரவழைத்து தண்டிக்கிறாள்.

மடப்புரம் காளிக்குப் பின்புறத்திலிருக்கும் பிரகாரத்தில் வேப்பமரம் ஒன்றுள்ளது. இம்மரத்துக்கும் தெய்வீக சக்தியுண்டு. வெகுநாட்களாக திருமணம் தடைப்பட்டு நிற்கும் பெண்கள் இம்மரத்தின் மடியில் மஞ்சள் தாலி கட்டி வழிபடுகின்றனர். குழந்தை பாக்கியம் இல்லாமல் வருந்தும் பெண்கள் தங்களது முந்தானையைக் கிழித்து வேப்பமரத்துக் கிளையில் தொட்டில் கட்டிவிட்டால் நிச்சயம் புத்திரபாக்கியம் கிட்டும் என்ற நம்பிக்கை இங்கு நிலவுகிறது. வாராவாரம் வெள்ளிக்கிழமை செவ்வாய்க் கிழமைகளில் காளியின் நல்லருள் வேண்டி பல ஊர்களிலிருந்தும் பக்தர்கள் இக்கோயிலுக்கு வருகின்றனர்.

ௐ

7. கயவரிடமிருந்து காப்பாற்றிய நல்லையா சாமி

திருச்சி மாவட்டத்தில் மணப்பாறை தாலுக்கில் பெரிய சுற்றுப் பிரகாரத்துடன் அமைந்துள்ளது நல்லாண்டாள் திருக்கோயில்.

இத்தலத்தில் சப்தகன்னிமார்கள், நல்லாண்டவரின் சகோதரிகளாக அறிவிக்கப்பட்டு, மூலவருக்கு அருகில் தனி சன்னதியில் வீற்றிருக் கிறார்கள்.

இங்கு இவர்களுக்குத் தான் முதல் பூஜை. லாட சன்யாசி என்பவர் வடதேசத்து சித்தர். தன்னை நாடிவரும் பக்தர்களுக்கு எந்த தொந்தரவும் கூடாது என்பதற்காக இவரை இத்தலத்திலேயே தங்கி அருளாசி வழங்கும்படி நல்லாண்டவர் வேண்டினார்.

அவரது விருப்பப்படியே லாடம் பூட்டப்பட்ட நிலையில் தனிச் சன்னதியில் அருள்பாலிக்கிறார். இத்தலத்தில் இவருக்கு இரண்டாவது பூஜை. மூன்றாவது பூஜையிலேயே நல்லாண்டவர் ஏற்றுக் கொள்கிறார்.

பெரிய சுற்றுப் பிரகாரத்துடன் அமைந்த இத்தலத்தில் அனுமதி விநாயகர், மதுரைவீரன், பாரிகாரர், ஏழு கருப்பண்ணசாமி, ஓங்கார விநாயகர், பேச்சியம்மன், பட்டத்து யானை, நல்லாண்டவர் யானை, தெப்பக்குளத்து முருகன், ஆஞ்சநேயர் ஆகியோருக்கு தனித்தனி சன்னதி

உள்ளது. காலில் விலங்கு பூட்டப்பட்டு கையில் கமண்டலமும், காலில் ஆணியால் செய்த செருப்பையும் அணிந்திருக்கும் பிரம்மச்சாரி கடவுளான லாட சன்யாசி, சகல நோய்களையும் தீர்க்கும் வைத்தியராக திகழ்கிறார்.

சித்தரான இவர் யானை மலைக்கு செல்லும் வழியில், இக்கோயிலில் உள்ள ஏழு கருப்பு பேச்சியாத்தாள் முதலிய தெய்வங்களின் ஆற்றல் களைக் கண்டு வியக்கிறார். தனது சக்தியால் அந்த தெய்வங்களின் ஆற்றலைக் கண்டு வியந்து, தனது சக்தியால் அத் தெய்வங்களின் ஆற்றலை ஒரு கலயத்துக்குள் திரட்டிச் செல்ல முயல முத்துக்கருப்பர் இதை முறியடிக்கிறார். பின்னர் தான் செய்த தவறை உணர்ந்த சித்தர் லாட சன்யாசி என இங்கேயே முத்துக் கருப்பனின் அருகில் அமர்ந்து விடுகிறார்.

சிறிய ராஜகோபுரமானது மதுரை நோக்கிச் செல்லும் வழியில் தனது துணைவியாரான வெள்ளையம்மாள், பொம்மியம்மாள் இருவரோடு களைப்பாறிய இடத்தில் மதுரை வீரனுக்கு சிறிய கோயில் எழுப்பப் பட்டுள்ளது.

ஒரே கல்லில் ஏழு கருப்பு தெய்வங்களின் வடிவங்கள் செதுக்கப்பட்டு வழிபாடு நடந்து வருகிறது.

இந்த ஏழு கருப்பரின் ஏவலராய் கம்பீரத் தோற்றத்தில் மகா முனீஸ்வரர் இருவர் எழுப்பப் பெற்றுள்ளனர். நான்கு கரங்களுடன் துவாரபாலகர்கள் காவல் தெய்வங்களாக உள்ளனர்.

மகாமண்டபத்தின் இடதுபுறம் கருடாழ்வார் முன் மண்டபத்தின் வலதுபுறம் ஆஞ்சநேயர் மற்றும் பேச்சியம்மன் உள்ளிட்ட தெய்வங்கள் உள்ளன.

குடும்பத்தில் ஏற்படும் பிரச்சனைகள், உடன் பிறந்தவர்களுக்கு தொந்தரவு, கணவன்-மனைவி பிரச்சனை, விஷ ஜந்துக்களால் தொந்தரவு, மனரீதியான பிரச்சனைகள் எதுவாயினும் இங்கு வந்து நல்லாண்டவரிடம் முறையிட்டால் அண்ணனாக இருந்து பிரச்சனைகளைத் தீர்த்து வைப்பான் என்பது ஐதீகம்.

மந்திர ஆற்றலும் வலிமை படைத்த வீரராகவும் விளங்கியவர் மாவீரர் மாமுண்டியரசர். இவர் கருணை உள்ளத்துடன் இப்பகுதியின்

தலைவராக நீதி ஆட்சி செய்ததுடன், கள்வர் கூட்டத்திலிருந்தும், மிருகங்களிடமிருந்தும் இப்பகுதி மக்களை காத்து வந்தார்.

ஒருமுறை இத்தலம் அமைந்துள்ள இடத்திற்கு வடபகுதியில் உள்ள குளத்தில், பிராஹ்மி, மகேஸ்வரி, கவுமாரி, வைஷ்ணவி,வாராஹி, இந்திராணி, சாமுண்டி ஆகிய சப்த கன்னிமார்களும் நீராடிக் கொண்டிருந்தனர்.

அப்போது கயவர் கூட்டத்தைச் சேர்ந்த பலர் இவர்களை துன்புறுத்தினர். இந்தக் கயவர்களிடமிருந்து தங்களைக் காப்பாற்றும்படி சப்த கன்னியர் கதறினர்.

இவர்களின் கதறலைக் கேட்ட மாமுண்டியரசர் உடனே குதிரை மீது வந்து இவர்களைக் காப்பாற்றினார்.

"சரியான நேரத்தில் வந்து எங்களது அண்ணன் போல காப்பாற்றினீர்கள். எனவே, உங்களை நல்லண்ணன் என்று அழைப்பார்கள்" என நன்றிப் பெருக்குடன் வணங்கினர். அன்றிலிருந்து நல்லண்ணன், நல்லாண்டவர், நல்லையா, மாமுண்டி என பல பெயர்களில் அழைக்கப்பட்டு வருகிறார்.

ௐ

8. இடமலை மகாலிங்க மாயக்கருப்பு

தேனி மாவட்டம் போடிக்கு வடக்கே எட்டூர் கொட்டக்குடி என்ற மலை கிராமத்தில் மலைசாதியினர் மட்டுமே வசித்து வருகின்றனர். இக்கிராமத்தில் தான் இடமலை மகாலிங்க மாயக்கருப்பு கோயில் உள்ளது.

இப்பகுதியில் இருந்த எட்டூர் கிராமத்தவர்தான் இடமலைக் கருப்பருக்கு கோயில் கட்டி தங்கள் குலம் காக்க வந்த தெய்வமாக கொண்டாடினார்கள்.

ஆனால் இடமலை கருப்பருக்குரிய ஒரு சில சம்பிரதாயச் சடங்கு களைச் செய்யாமல் போனதால் எட்டூர் கிராமத்து மக்களைப் படாத பாடாய் படுத்தியதாம் கருப்பு.

இதனால் மிகவும் துன்பப்பட்ட மலை கிராமத்து மக்கள், கருப்பைத் தங்கள் கிராமத்திலிருந்தே கிளப்ப வேண்டும் என்ற முடிவுக்கு வந்தனர். இதற்காகப் பச்சைப் பிரம்பை வெட்டி அதைக் கொண்டு ஒரு பெட்டி செய்து, மாயக்கருப்பை அப்பெட்டியுள் வைத்தனர்.

மேலும் மாயக்கருப்பின் துணை தெய்வங்களான சின்னக்கருப்பு, முன்னோடிக் கருப்பு, கழுவுடையான், கணவாய்க்கருப்பு, ஆலத்திகாரி

என இருபத்தேழு தெய்வங்களையும் அப்பெட்டியினுள் வைத்து மூடி ஆற்றில் மிதக்க விட்டனர்.

கோரையாற்றில் நீர்வரத்து அதிகமாக இருந்ததால் ஆற்றில் மிதந்து வந்த அப்பிரம்பு பெட்டி அருகே ஓடிய மஞ்சள் ஆற்றில் மிதந்தபடி சென்றது.

வத்தலகுண்டு நகருக்கு அருகே உள்ள கட்டகாமன்பட்டி மலையடி வாரத்தைப் பெட்டி கடக்க முயன்றபோது அவ்வழியே வந்த அந்தணரின் கண்ணில் பட்டது.

உடனே அவர் தனது வேலையாட்களை அழைத்து ஆற்றில் மிதந்து வந்த பிரம்புப் பெட்டியை எடுத்து வந்து தனது வீட்டில் வைத்தார்.

அன்றிரவு முழுவதும் சலங்கையை ஆட்டிச் சத்தம் கொடுத்தவாறு இருந்த கருப்பு, அந்தணரின் கனவில் வந்து, "நான் தான் கருப்பு. நான் இரத்தம் குடிப்பவன். என்னை நீ இங்கு வைத்திருக்க முடியாது. என்னுடைய இடம மலையில் இருக்கிறது. அங்கு கொண்டு போய் என்னை வைத்துவிடு" என்றது.

மறுநாளே ஆற்றின் தென்புறமுள்ள மலையில் கருப்பை அந்தணர் எடுத்துச் சென்று வைத்தார். அந்தணர் கருப்பை வைத்த இடம் மலை என்பதால் இடமலை மகாலிங்க கருப்பு என்ற பெயர் கருப்புக்கு உண்டாகியது.

கருப்பை மலையில் கொண்டு போய் வைத்தபின்பு கருப்பு இருந்த பிரம்புப் பெட்டியையும் அதிலிருந்த துணை தெய்வங்களையும் பழைய வத்தலக்குண்டுவிலிருந்து பிற்பட்ட மக்களிடம் அந்தணர் கொடுத்து விட்டார்.

அன்றிலிருந்தே இடமலை கருப்புக்கு ஊரில் சிறிய கோவில் ஒன்றைக் கட்டி பிரம்புப் பெட்டியுள் இருந்த துணைத் தெய்வங்களை வைத்தும் பூஜை செய்து வருகிறார்கள் அப்பகுதிமக்கள்.

மலைக் கோவிலில் கருப்புக்கு உருவம் ஏதும் இல்லை. அங்கு ஒரு திண்டைத்தான் இடமலைக் கருப்பாக வைத்து வழிபாடு நடத்தப்படு கிறது. அந்தத் திண்டுக்கு மேலே உள்ள சுவரில் இடமலைக் கருப்பரின் உருவத்தை வண்ணம் தீட்டி வரைந்துள்ளனர்.

இதுதவிர முன்னோடிக் கருப்பு, கழுவுடையான் உள்ளிட்ட தெய்வங்களுக்கும் சிறு சிறு திண்டுகள் அடையாளப்படுத்தப் பட்டுள்ளன. சின்னக் கருப்புக்கு மட்டுமே இங்கு உருவச்சிலை வைக்கப் பட்டுள்ளது.

வருடந்தோறும் ஆடி மாதத்தில் நடைபெறும் களரித் திருவிழாதான் இடமலை கருப்புக்கு முக்கிய திருவிழாவாகும் ஆடி மாதம் முதல் வெள்ளியன்று காலையில் ஊர் கோடி இடமலை கருப்பரிடம் திருவிழா நடத்த உத்தரவு கேட்கிறார்கள்.

கோயிலின் இடதுபுறத்தில் கௌலி என்று கூறப்படும் பல்லியின் சத்தம் கேட்டால் அந்த வருடம் திருவிழா நடத்த கருப்பு உத்தரவு தரவில்லை என்பதை புரிந்து கொண்டு அவ்வருடத்தில் திருவிழா எடுப்பதில்லை.

வலதுபக்கம் கௌலி சத்தம் கேட்டால் உத்தரவு கிடைத்து விட்டது என்று திருவிழா ஏற்பாடுகள் வெகு ஜோராக நடக்கின்றன.

இரண்டாவது வெள்ளியன்று வீடு வாசலைச் சுத்தம் செய்து ஊரே புதுப்பானை வைத்து சமையல் செய்வார்கள்.

அன்று மாலையே இடமலைக் கருப்பர் மிதந்து வந்த பிரம்புப் பெட்டியில் இருபத்தோரு சாமி சிலைகள் இருந்ததால் அவற்றிற்குரிய சாமியாடிகளும் எண்ணிக்கையில் இருபத்தொன்று என்று கணக்கு வைத்துள்ளனர்.

இவர்களுக்கு முன்னால் கோயிலில் இருக்கும் மணி, சலங்கையின் பூஜைப் பொருட்கள் அடங்கிய மரப்பெட்டியையும் தூக்கிச் செல் கின்றனர்.

இந்த பூஜைப் பொருட்களை ஆற்றில் கழுவிய பின் சாமியாடிகள் நீராடி தங்கள் மீது அருளை இறக்கிக் கொள்கின்றனர்.

இதற்கு அடுத்து வரும் வெள்ளியன்று மாலை ஐந்து மணியளவில் கோயிலில் இருக்கும் பிரம்புப் பெட்டியை எடுத்துத் திறந்து அதனுள் இருக்கும் சாமி சிலைகளுக்கு எண்ணெய் காப்பிட்டு வரிசையாக நிறுத்திப் பூஜை நடத்தப்படுகிறது. பூஜை முடிந்ததும் அந்தச் சிலைகள் அனைத்தை யும் மீண்டும் பெட்டிக்குள் வைத்துப் பூட்டுகின்றனர்.

அன்றிரவு மீண்டும் இருபத்தோரு சாமியாடிகளையும் நிற்க வைத்து சாமி அழைப்பு நடைபெறும். அப்போது சின்னக் கருப்பு சாமியாடி மட்டும் கூர்மையான நீண்ட அரிவாள் மீது ஏறி நிற்கிறார்.

இந்த அரிவாளை நான்கு பேர் கூர்மையான பகுதி மேற்புறமாக இருக்கும்படி பிடித்துக் கொள்கிறார்கள்.

இந்த அரிவாளின் கூர்மையான பகுதியின்மீது சின்னக் கருப்பு சாமியாடி ஏறி நின்று அரிவாள் பிடித்தபடி இருப்பவர்களது தோள் களைப் பற்றியவாறு இடமலை நோக்கி புறப்படுவார். சின்னக் கருப்புக்கு நேர்த்திக் கடனாக அரிவாள் பிடிப்பதாக வேண்டிக் கொள்வோர் அதிகப் பேர்கள் இருப்பர்.

அன்றைய இரவு பத்து மணி அளவில் இடமலைக்குப் போய்ச் சேர்ந்ததும் அங்கு மூன்று பானைகளில் பொங்கலிடுகின்றனர்.

பொங்கலிட்டு பூஜைகள் முறையாக நடந்து முடிந்ததும் நள்ளிரவில் மீண்டும் மாயக் கருப்புசாமியை அழைக்கின்றனர். இப்போதும் சாமியாடி களிடம் அருள்வாக்கு கேட்பது நடக்கும்.

அருள்வாக்கு முடிந்ததும் மாயக்கருப்பு "எனக்குப் பசியாக இருக்கு. நான் காவு எடுக்கப் போகிறேன்" என்று கூறும். உடனே கிடா வெட்டு துவங்கும்.

தனக்கு முன்பு காவு கொடுக்கப்படும் அத்தனை கிடாக்களின் ரத்தத்தையும் மாயக்கருப்பின் சாமியாடியாக வந்து ஆடும் சாமியாடி வாய் வைத்து உறிஞ்சிக் குடிப்பார்.

இந்நிகழ்வு முடிவதற்குள் பொழுதே விடிந்துவிடும். அதன்பின் அருளுடனேயே கோயில் வீட்டுக்கு வந்து, "ஆல் போல் தழைத்து அருகு போல வேரூன்றி மூங்கில் போல உயர்ந்து மாயக்கருப்பின் குடிகள் குறை யேதுமின்றி வாழ மாயக்கருப்பன் துணை இருப்பேன்" என்று கூறிவிட்டு மாயக்கருப்பு மலை ஏறிவிடும்.

அதன்பின் கிடாக்கறியை அமைத்து ஊர் விருந்து விமர்சையாக வைத்து திருவிழாவை இனிதே முடித்து வைப்பார்கள்.

ௐ

9. மந்திரசக்தி மிக்க மயான சுடலை மாடன்கள்

கிராமங்களில் காவல் தெய்வங்களாகக் கருதப்படும் சுடலைமாடன் இசக்கிமாடன், புலமாடன், வேம்பன், கருப்பசாமி, மாடசாமி, மாயாண்டி, முனியாண்டி போன்ற ஆண் தெய்வங்களும் முப்பிடாரி, காட்டேரி, வண்டிமரிச்சி, உச்சிமாகாளி, இருளாயி, முனியம்மாள், இசக்கியம்மன் போன்ற பெண் தெய்வங்களும் சிறு தெய்வ வழிபாட்டு முறைகளில் வணங்கப்பட்டு வருகிறது.

கிராம காவல் தெய்வங்களில் சுடலைமாடன் முக்கிய பங்கு வகிக்கிறது. சிவபெருமானுக்கும் பார்வதி தேவிக்கும் பிறந்த மகனாக சுடலை மாடன் கருதப்படுகிறார்.

சுடலை மாடன் வழிபாடு தென்தமிழ் நாட்டில் திருநெல்வேலி, தூத்துக்குடி, கன்னியாகுமரி மாவட்டங்களில் பரவலாகக் காணப்படு கிறது.

சுடலைமாடன் கிராமத்துக் கடவுளாக இருப்பதால் வழிபாடும் கிராமம் சார்ந்ததாகவே உள்ளது.

தென்மாவட்டங்களில் பரவலாக குலதெய்வமாக வணங்கி வருகிறார்கள்.

ஒருசில சுடலைமாட சுவாமிக் கோவில்களைத் தவிர மற்ற அனைத்துக் கோயில்களும் சாதாரணமாகவே காணப்படுகின்றன.

பெரிய மண்டபங்களை மாடம் என்று கூறுவர். பார்வதி வீற்றிருக்கும் கைலாயத்தில் ஆயிரம் தூண்களைக் கொண்ட மண்டபத்தில் உள்ள தூண் விளக்குச் சுடரில் பிறந்ததால் "மாடன்" என்றும், சுடலை என்பது உயிரற்ற உடலைக் குறிக்கும். மயானத்தில் எரிந்த பிணத்தை உண்டதால் சுடலைமாடன் என பெயர் பெற்றார்.

காளை உருவம் எடுத்து பகவதியம்மன் கோயில் கோட்டையை சிதைத்ததால் இவர் காளையின் தலையுடனும் காட்சியளிப்பது உண்டு.

கிராம தெய்வங்களின் பல கோயில்களுக்கு பெரும்பாலும் கூரை வேயப்படுவதில்லை. அப்படியே கூரை வேயப்பட்டிருந்தாலும் அவை எளிமையாகவே இருக்கிறது.

இக்கோயில்களில் சிலைகள் இருக்கும் தனி அறையான கருவறை என்கிற பாதுகாக்கப்பட்ட பகுதிகள் இல்லை.

இத்தெய்வங்கள் பெரும்பாலும் மணல் சுண்ணாம்பு கலந்து திண்டுகளாக முக்கோண வடிவில் உருவாக்கப்பட்டு வெள்ளையடிக்கப் பட்டிருக்கும்.

வெள்ளையடிக்கப்பட்ட திண்டுகளில் சாமிகளின் முகம் மட்டும் வரையப்பட்டிருக்கும். அல்லது காவி நிறக் கோடுகள் நீளவாக்கில் போடப்பட்டிருக்கும்.

சில ஊர்களில் கற்சிலைகளாகவும், சில ஊர்களில் சிலைகள் களி மண்ணாலோ, சுண்ணாம்பாலோ உருவங்களாக உருவாக்கப்பட்டு வண்ணம் பூசியிருக்கும். கற்சிலைகளுக்கு வண்ணம் பூசுவதில்லை.

பிற தெய்வங்களைப் போல கருணை வடிவான முகங்களாக இத் தெய்வங்களின் முகங்கள் அமைக்கப்படுவதில்லை.

ஆண்டுக்கொரு முறையோ அல்லது குறிப்பிட்ட கால இடைவெளி யிலோ இத்தெய்வங்களுக்கு சிறப்பு விழா, "கொடைவிழா" என்ற பெயரில் நடத்தப்படுகிறது.

இவ்விழாவில் ஆடு, பன்றி மற்றும் சேவல்களைப் பலியிட்டு அசைவ

உணவு படைக்கும் வழக்கம் கடைபிடிக்கப்படுகிறது. இத் தெய்வங் களுக்கு மது, சுருட்டு போன்ற போதைப் பொருட்கள் படைக்கப்பட்டு வழிபாடு செய்யப்படுகிறது.

இக்கோயில்களில் நடைபெறும் கொடை விழாக்களின்போது சில பக்தர்கள் சாமியாடும் வழக்கம் இருக்கிறது. இவர்கள் சாமியாடிகள் என்றழைக்கப்படுகின்றனர்.

இவர்கள் சாமியாடியபடியே குறி சொல்லும் வழக்கத்தையும் கொண்டுள்ளனர்.

சாமியாடிகளிடம் கேட்கும் கேள்விகளுக்கு அவர்கள் கூறும் பதிலினை அந்த கிராம தெய்வங்களே கூறுவதாக அவர்கள் ஏற்றுக் கொள்கின்றனர்.

கொடை விழாக்களின் போது தீப்பந்தம் ஏந்தி ஆடுவதும் நடுச்சாம வேளைகளில் சுடுகாட்டிற்குச் சென்று வேட்டையாடுவதும் சுடலை மாட சுவாமிகளின் வழக்கமாக உள்ளது.

கணியான் கூத்து என்றழைக்கப்படும் மகுடகச்சேரி தப்பட்டை யுடன் கூடிய மேளம் ஆகிய இசை அமைப்புகள் சுடலைமாட சுவாமிக்கே உரித்தான இசையமைப்புக்களாகும்.

திருச்செந்தூரில் ஆவுடையார் குளத்தின் தென்பகுதியில் சுடலை மாட சுவாமித் திருக்கோயில் ஒன்று அமைந்துள்ளது.

அதுபோல் சோனகன் விளையில் அமைந்திருக்கும் நாலாயிர மூட்டையின் குளக்கரையில் நாடார்கள் வழிபடும் பிரசித்திப் பெற்ற சுடலைமாடசுவாமி ஆலயம் அமைந்திருக்கிறது.

நெல்லை மாவட்டம் நாங்குநேரித் தாலுக்கா வடக்கு விஜய நாராயணத்தில் புகழ்பெற்ற ஒத்தப்பனை சுடலை மாட சுவாமிக் கோவில் உள்ளது.

நாகர்கோயில் நகரின் ஒழுகினசேரி சுடுகாட்டில் இருக்கும் மாசான சுடலை மாடன் கோயில் மிகவும் பிரசித்தி பெற்றது.

இங்குள்ள சுடலை மாடனே மிகப்பெரிய சுடுகாட்டில் வீற்றிருக்கும் மயான சுடலை ஆவார்.

சுசீந்திரம் அருகேயுள்ள தானுமாலையன் புதூரில் அமைந்திருக்கும் சிவ சுடலைமாடன் கோவிலின் சுடலை மாடன் சிலை பல நூறு ஆண்டு களுக்கு முன்னரே உருவமாக கல்லில் செதுக்கப்பட்ட பழமையான சுடலைமாடன் உருவச் சிலையாகும்.

திருநெல்வேலி மாவட்டம் சீவலப்பேரி சுடலை மாடன் கோயில், சங்கனாபுரம் அருள்மிகு ஸ்ரீவடக்கு அத்தியான் சுடலை மாடசாமி திருக்கோயில், பாலாமடை கீழக்கரை சுடலை மாடன் கோயில், தென்கலம்புதூர் மற்றும் தூத்துக்குடி மாவட்டம் ஆறுமுகமங்கலத்தில் அமைந்திருக்கும் ஐகோர்ட் மகாராஜா கோயில், சிறுமனஞ்சி சுடலைமாடன் கோயில், அம்பாசமுத்திரம் அருகேயுள்ள ஊர்க்காடு சுடலைமாடன் கோயில், வள்ளியூர் அருகில் உள்ள கலந்த பனை ஊய்க்காட்டு சுடலை ஆண்டவர் கோயில், நெல்லை மாவட்டம் பழவூர் எலந்தையடி சுடலைமாடன் கோயில், கன்னன்குளம் பெருமாள்புரம் தோட்டக்கார மாடசுவாமி போன்றவை மிகவும் பிரசித்தி பெற்ற கோயில்களாகும்.

கன்னியாகுமரி மாவட்டம் நாகர்கோயிலுக்கு அருகே வடலிவினை ஊரில் உள்ள சுடலைமாடன் கோயில் மற்றும் வடக்கு சூறங்குடியில் உள்ள சுடலைமாடன் கோயில் பிரசித்தி பெற்ற கோயிலாகும்.

சுடலை மாடன் பல்வேறு பெயர்களிலும் பல ஊர்களிலும் அறியப்படுகிறார்.

சுடலைமுத்து, மாசானமுத்து, மாயாண்டி, சீவலப்பெரியான் மாடன், சுடலேஸ்வரன், மாயாண்டீஸ்வரன், சிவனனைந்த பெருமாள், வெள்ளையப் பாண்டி என்றும் அழைக்கப்படுகிறார்.

சில ஸ்தலங்களின் பெயருடன் சுடலை மாடனை இணைத்தும் கூறப்படுகிறது.

எலந்தையடி சுடலைமாடன், சீவலப்பேரி மாடன், செம்பால் சுடலை மாடன், சிவசுடலை மாடன், மாசான சுடலை மாடன், வேம்படி சுடலை மாடன், ஊய்க்காட்டு சுடலைமாடன், ஒத்தப்பனை சுடலை மாடன் என்றும் கூறி வணங்குகிறார்கள்.

இன்னும் விசித்திரமாக தூசி மாடன், காளை மாடன், இசக்கி மாடன், உதிர மாடன், ஆகாச மாடன், பூக்குழி மாடன், தளவாய் மாடன், நல்ல மாடன், அக்கினி மாடன், செங்கிடாக்காரன், சந்தன மாடன், புல மாடன், இருளப்பன், தேரடி மாடன், பன்றி மாடன், குதிரை மாடன், சப்பாணி மாடன், ஆலடி மாடன் என்றும் கூட பல கோயில்கள் உள்ளன.

ௐ

10. கசம் காத்த சாமி

வெள்ளைக் குதிரையில் அமர்ந்த நிலையில் இடையில் கச்சையும், நீளமான உடைவாளும், கழுத்தில் சிலுவையும், தோளில் மீன்பிடிக்கும் வலையும், தலையில் முக்கோண வடிவ நீளமான குல்லாவுமாய் கசம் காத்த சாமி கம்பீரமாய் எத்தனையோ யுகாந்திரக் கேள்விகளின் வடிவாய் வரண்டிய வேல் கிராமத்தில் குடிகொண்டு “நிறைகொடை” விழாவுக்குக் காத்திருந்தது.

வாழை இலையில் வெள்ளைச் சோறும் விறால் மீன் குழம்பும் வாழைப்பழம் வெற்றிலைப் பாக்கும் படையலாய் முன்னால் இருந்தது.

கோயிலின் கிழக்குத் திசையில் பலியாக, மிரண்ட கண்களுடன் கருப்பு நிற செம்மறி ஆடு நின்று கொண்டிருந்தது.

திருச்செந்தூர் தாலுகாவின் அந்த நாட்டுப்புற தெய்வம் மருளாடி யின் மீது இறங்கி வந்து ஊருக்கு குறி சொல்லிக் கொண்டிருந்தது.

புரட்டாசி மாதம் முதல் வார திங்கள், செவ்வாய், புதன் கிழமை களில் ஆண்டுதோறும் கசம் காத்த சாமியை குலதெய்வமாக வணங்கி வழிபட வரண்டியவேல், புன்னைச் சாத்தன் குறிச்சி, மேல ஆத்தூர்,

புன்னக்காயல் ஆகிய ஊர்களைச் சேர்ந்த நாடார் மற்றும் பர்னாந்து இன மக்கள் கூடித்திரள்வது வழக்கமாயிருந்தது.

வரலாற்று வரிகளை உள்ளடக்கிய தோற்றமாய் குதிரைமேல் நின்ற கசம்காத்த சாமியை உற்றுப் பார்த்தால் மெய்சிலிர்க்கத்தான் செய்கிறது.

ரத்தம் கழுவப்பட்டு சதைப் பிதுங்கல்களாக அறுந்த கழுத்தோடு ஆற்றில் மிதந்து வந்த தலையில் விழிகள் மட்டும் எல்லோருக்கும் அந்த ரகசியத்தைச் சொல்லும் பதற்றமாய்...

"அய்யோ பர்னாந்து.... பர்னாந்து...."

எத்தனை அலறல்.... கூக்குரல்... மார்தட்டி ஒப்பாரி...

பர்னாந்தும் பெருமாள் நாடாரும் எப்பேர்ப்பட்ட நண்பர்கள். பச்சை மரத்திலிருந்து பட்டை உரிப்பதுபோல் உரித்தால்தான் இருவரையும் பிரிக்க முடியும்.

சாதிய உணர்வுகளுக்கெல்லாம் அப்பாற்பட்ட நெருங்கிய சிநேகிதம்.

ஆற்றில் மீன் பிடிக்கும் கிறிஸ்துவ குலத்து பர்னாந்துவின் குடும்பத்தையும் பெருமாள் நாடார் குடும்பத்தையும் அந்த ஊரில் வேறு வேறாக யாரும் பார்த்ததில்லை.

பர்னாந்துவின் மீன்பிடித் தொழிலிலும் அதன் விற்பனையிலும் பெருமாள் நாடார் பெரிதும் உதவிகரமாக இருந்தார்.

இருவரும் ஒரே தட்டில் உண்டார்கள்.

அப்போது பாண்டிய மன்னன் ஆட்சி செய்து வந்த காலம். பாண்டிய மன்னன் அரண்மனைக் கோட்டை அகழி நிறைய முதலைகளை விட்டு வளர்த்து வந்தான். அதில் ஒரு முதலை எப்படியோ தப்பி பெருமாள் கோயில் தெப்பக்குளத்திற்குள் போய்விட்டது.

பாண்டிய மன்னனும் தெப்பக் குளத்திலிருந்து முதலையை வெளியேற்ற எத்தனையோ முயற்சிகள் செய்தும் பலிக்கவில்லை. பக்தர்கள் தெப்பக் குளத்தில் இறங்க அச்சப்பட்டனர். சாமிகுத்தம் வந்து சேரும் என்று மன்னனே பதைபதைத்தான்.

"அமைச்சரே! நாளை விடிவதற்குள் தெப்பக் குளத்திலிருந்து முதலையை எப்படியும் வெளியேற்றியாக வேண்டும். இச்செயலைச்

செய்து முடிப்போருக்கு தக்க சன்மானம் வழங்கப்படும் என்று பறை கொட்டச் செய்யுங்கள்".

பறை கொட்டப்பட்டது எல்லோரும் கேட்க, பெருமாள் நாடாரும் கேட்டார். நண்பன் பர்னாந்து நினைவுக்கு வந்தான்.

மீன்வலை வீசும்போது பல நேரம் ஏதோ மந்திரம் ஜெபிப்பது போல் ஜெபித்து அவன் வீசும்போது நடுக்கடலுக்குள் ஒடுங்கிப்போன பெரிய மீன்கள் கூட தலைகிறுகிறுக்க வந்து வலையில் மாட்டிக் கொள்வதை பெருமாள் நாடார் பல சந்தர்ப்பங்களில் பார்த்திருக்கிறார். பர்னாந்து வுக்குள் ஏதோ ஒரு மந்திர சக்தி இருப்பது மட்டும் உண்மை என்று அறிந்து கொண்டார்.

பெருமாள் நாடார் பிள்ளைக்குட்டிக்காரர். மூன்று பையன்களும் பிரம்மசக்தி என்ற பெண் பிள்ளையும் அவருக்கு! பர்னாந்துவோ கட்டைபிரம்மச்சாரி.

சம்சாரியான பெருமாள் நாடார் குடும்பத்தில் லௌகீக கஷ்டங்கள் ஏற்படும் சமயங்களில் எல்லாம் இந்த மந்திரவலை வீச்சைப் பயன்படுத்தி பர்னாந்து மீன்களை வாரிக் கொண்டு வந்து போட்டு கஷ்டம் போக்கி யிருக்கிறார். அது இப்போது நினைவுக்கு வர தன் பையனைக் கூப்பிட்டு பர்னாந்துவை அழைத்துவரச் சொன்னார் பெருமாள் நாடார்.

சிறிது நேரத்தில் பர்னாந்து இவர் வீட்டுக்கு வந்தவுடன், "ஏ குட்டி பிரம்மசக்தி! பர்னாந்துக்கு புடிச்ச வெள்ளைச் சோறும் விறால் மீன் கொழம்பும் எலையில போடு" என்று மகளை விரட்டினார் பெருமாள் நாடார்.

பருவத்தின் தலைவாயிலில் நின்ற பிரம்மசக்தி "எள்" எனும் முன்பே எண்ணெயாக நிற்பதுபோல வாழையிலையில் அத்தனையும் ஆவி பறக்க குவித்துவிட்டு கதவோரமாய் நாணிக்கோணி மறைந்து நின்றாள்.

"பர்னாந்து, சாப்பிடப்பா... காரம் புளிப்பு சரியான்னு பார்த்துச் சொல்லு..."

"காரமும் புளிப்பும் கரைச்சுப் போட்ட புள்ளைட்ட கேட்காம இதுக்காக வேலை மெனக்கிட்டு என்னை சாப்பிட்டுப் பார்த்துச் சொல்லத்தான் கூப்பிட்டயாக்கும்".

''இந்த நையாண்டி தானேவேண்டாங்கறேன். விறாலு மீனு உன்னைய விட்டுட்டு என்னைக்கு நான் தனியா சாப்பிட்டிருக்கேன்?''

"அது இருக்கட்டும் பெருமாள் நாடாரே... இப்ப எதுக்கு என்னை வரச்சொன்னே...?"

''அரண்மனை தமுக்கு காதில கேட்டியா...முக்குக்கு முக்கு வாசிச்சானே...''

"முதலைக்குப் புடிச்ச எடம் பெருமாள் கோயிலு. தெப்பக் குளத்தில அது பாட்டுக்குக் கெடந்துட்டுப் போகட்டுமே...எந்த சங்கரன் கொளத்தில எறங்கி அந்த முதலை அவன் காலை கடிச்சுப்புடுமோன்னு பயப்படுறாங்க. ராசாவுக்கு மமூங்கிப் போச்சு!"

"இருந்தாலும் உனக்கு ரொம்ப குசும்பு தான். சத்தமா சொல்லாத இதை".

"சத்தமா சொல்லுறது என்ன.. தமுக்கு அடிச்சவனோட சண்டை போடாத குறைதான் போ. பெருமாள் கோயில்ல விழுந்த முதலை யாரு காலையும் கடிக்காதுப்பா. அது பாட்டுக்கு கெடந்துட்டுப் போகுதுன்னு அவன்ட்ட சொன்னேன். முதலையை உன்னால புடிக்க முடியாதுன்னு சொல்லிட்டுப் போ. அத விட்டுட்டு அது கடிக்காதுன்னு எப்படிச் சொல்லுவேன்னான்.. வேணும்னா உங்க ராசாவை காலை விட்டுப் பார்க்கச் சொல்லு. முதலை காலை கடிச்சு துண்டாக்குச்சுன்னா உடனே நான் அதைப் புடிச்சுத் தர்றேன்னுட்டேன்"

"அடப்பாவி! உனக்கு இன்னைக்கு நாக்குல சனியா. அப்படியே அவன் ராசாட்ட சொன்னா என்னாகும்... எது எப்படியோ இருந்துட்டுப் போகட்டும். உனக்கு தண்ணீருக்குள்ள முங்கிக் கெடக்கற சீவனை கரைக்குக் கொண்டாற மந்திரம் தெரியும். உன்னால்தான் முதலையை வெளில கொண்டு வரமுடியும். ராசா அறிவிச்ச சன்மானம் நமக்குக் கெடைக்குமில்ல. எதுக்கு சும்மா வர்ற சீதேவியை விடணும்? உனக்கு என்னப்பா தனிக்கட்டை நான் கொமரு வச்சிருக்கிறவன். சீரு செனத்தி இல்லாம நம்ம சாதில எவன் என் கொமரைக் கட்டிக்குவான்?"

கதவோரம் நின்று கொண்டிருந்த பிரம்மசக்தியின் கண்கள் படபடத்தன.

"சரி. நீ சொல்லி நான் எப்ப மறுத்தேன். பிரம்மசக்திக்கு நகை நட்டுன்னு சொன்ன பிறகு நான் முதலை பிடிச்சாராம திரும்ப மாட்டேன்"

பிரம்மசக்தியின் நெஞ்சுக்குள் இப்போது தமுக்கு கொட்டியது யாருக்கும் கேட்கவில்லை.

பெருமாள் நாடாருக்கு உச்சி குளிர்ந்து போயிற்று. "தக்க சன்மானம்" எவ்வளவு பொன்னாக இருக்கும் என்ற மனக்கணக்கில் உறைந்து போனார்.

பர்னாந்து பெருமாள் கோயில் தெப்பக்குளத்து முதலையை மந்திரத்தால் கட்டுண்டு தூக்கி வெளியே கொண்டு வரப்போகும் செய்தி ஊரெல்லாம் பரவியது.

ஊருக்கு ஏதோ கேடு காலம் சூழ்ந்தது போல எப்போதும் இல்லாத கருமேகமும் காற்றும் மழையும் ஊரைச் சூழ்ந்தது. ஆற்றில் வெள்ளம் கரை புரண்டது.

தெப்பக்குளத்து முதலை பர்னாந்துவின் மந்திரத்துக்குக் கட்டுப்பட்டு வெளியேறிய செய்தி ஊரெங்கும் வியப்பான மின்னலாய் அந்தப் புயல் இரவில் பரவியது.

ஆனால் பர்னாந்து சன்மானத்துடன் இன்னும் தன்னை வந்து பார்க்கவில்லை. அதுமட்டுமா? நேற்றிலிருந்து வீட்டிலிருந்த மகள் பிரம்ம சக்தியும் காணவில்லை. எல்லாம் பிரம்மசக்திக்காகத்தானா பர்னாந்து?

விடியவிடிய புயல் அடித்தது. எங்கும் ஒரே இருள். வெள்ளம். எல்லோரும் இடம் பெயர்ந்தார்கள்.

குத்துக்காலிட்டு ஆற்றங்கரையின் தென்மேற்குக் கரை பாறை மீது உட்கார்ந்திருந்த பெருமாள் நாடார் ஓடும் ஆற்று வெள்ளத்தை வெறித்த வெறிகொண்ட கண்ணாய் பார்த்தபடி இருந்தார்.

அப்போது விடியலில் கிழக்கே செங்குழம்பாய் சூரியன் கிளம்புவது போன்ற தோற்றம்.

திடுமென ஆற்றில் நுங்கு நுரையுடன் ஏதோ கரிய பனங்காய் ஒன்று உருண்டு உருண்டு மிதந்தபடி வந்ததைப் போல பாறை இடுக்கில் தட்டி நின்றது.

கண் பதற விரல் நடுங்க பெருமாள் நாடார் அதனைத் தூக்க... பொசுபொசுவென தலைக்கேசம்...விழித்த விழிகள்....ரத்தம் சுத்தமாய் ஊறிக்கழுவியது போல மாமிசப் பிதுங்கலாய் அறுந்து போன கழுத்துச் சதைப் பகுதியில் நரம்பு விசிறலாய் தலை....மனிதத் தலை.

"அய்யோ பர்னாந்து...."

அலறியது பெருமாள் நாடார் மட்டுமல்ல...கூடவே பின்புறத்தில் வந்து நின்ற பிரம்மசக்தியும்தான்.

"பிரம்மசக்தி....நான் பெத்த மவளே! நீ போயிடாதே..." என்று அலறித் தடுக்கும் முன்பே பாறையிலிருந்து கழன்றோடும் ஆற்றில் பிரம்ம சக்தி பாய்ந்து வீழ கண நேரத்தில் வெள்ளம் அவளை அடித்துச் சென்று விட்டது.

பெருமாள் நாடார் கையில் இப்போது பர்னாந்துவின் அறுந்த தலை. விழித்த விழிகள். எத்தனை கேள்விகள்!

வரண்டிய வேல் கிராமத்தை விட்டு பெருமாள் நாடார் வேறு ஊருக்கு குடும்பத்துடன் இடம் பெயர்ந்தார்.

"நீ என்னை வணங்கி வந்தால் உன்னையும் உன் குலத்தையும் காப்பேன்!"

அச்சத்தின் கனவா....நட்பின் நினைவா? எங்கிருந்து இந்த அசரீரி?

மகள் பிரம்மசக்திக்கும் நண்பன் பர்னாந்துவுக்கும் கள்ளக்காதல் என்று யூகம் செய்து நட்பு தாண்டிய சாதிய நெருடலில் பர்னாந்துவை தலையறுத்து பெருமாள் நாடாரே ஆற்றில் விட்டாரா.... அரசனை அவமரியாதையாக விமர்சித்ததால் முதலையை மீட்டபின் அரசன் பர்னாந்துவின் சிரமறுத்து ஆற்றில் எறிந்தானா?

கால ஓட்டம் நிஜத்தைக் கரையானாகத் தின்று விட்டது. விடை சாதிக்கொரு விமர்சனமாகி விட்டது.

"பர்னாந்து எங்கள் கனவில் தோன்றி பெருமாள் நாடார்தான் என்னைக் கொன்றுவிட்டார். நீங்கள் என்னை வணங்கி வழிபடுங்கள்" என்று பர்னாந்து இனத்தவர் கனவுகளிலும் அச்சம் கலந்த மிரட்டலாம்.

கசம்காத்த சாமிக்கு கோயில் கட்டி, வழிபாடு நடத்தப்படுகிறது. புனிதம் சார்ந்த கிராமியக் கடவுள் வழிபாடுகளும் அதன் மாந்திரியத் தன்மைகளும் ஆய்வுக்கு என்றும் உட்படுத்தப்படுவதில்லை.

சாதிய எல்லைகளைத் தாண்டிய நட்பின் வெளிப்பாடாய் இது போன்ற ஒரு பரஸ்பர தெய்வ வணக்கங்கள் நமது கிராமங்களில் இன்றும் இருந்து வருவது மெய் சிலிர்க்க வைக்கிறது. இதுவே நமது அடையாளமும் கூட!

ௐ

11. பொய்யுரைத்தவர்களை தண்டிக்கும் ஒத்தப்பனை சுடலை மாடசாமி

வடக்கு விஜய நாராயணம் அருள்மிகு ஒத்தப்பனை சுடலை மாடசாமி கோயிலானது தென் மாவட்டங்களில் மிகவும் பிரசித்தி பெற்ற கோயிலாகும்.

இக்கோயிலில் ஆனிப் பெருங்கொடை விழா இரண்டாண்டுக்கு ஒருமுறை சிறப்பாக நடைபெறும்.

நெல்லை மாவட்டத்திலுள்ள பிரசித்தி பெற்ற இக்கோயில் ஆனிப் பெருங்கொடை விழாவில் முதலில் கால் நட்டுதல் நிகழ்ச்சி தொடங்கி சுவாமிக்கு சிறப்பு பூஜைகள் நடைபெறும். பக்தர்கள் விரதமிருந்து பால் குடம் எடுத்து ஊர்வலம் வருவர்.

பாலாபிஷேகம், சுவாமிக்குப் புஷ்ப அலங்கார பூஜை, நள்ளிரவு படப்புடன் கூடிய சாமக் கொடை, வாண வேடிக்கை, சுவாமிக்கு நேர்த்திக்கடனாக கிடா வெட்டுதல் ஆகிய நிகழ்ச்சிகள் நடைபெறும்.

அருள்மிகு ஒத்தப்பனை சுடலை மாடன் கோயிலானது திருநெல்வேலி மாவட்டத்தில் நாங்குநேரி அருகிலுள்ள விஜயநாராயண புரத்தில் உள்ளது.

விஜய நாராயணத்தில் விவசாய நிலங்கள் அதிகம் வைத்திருந்த பேச்சிமுத்து ஒரு ஜோடி காளை மாடு வாங்க முடிவு செய்தார்.

அவரது உறவினர் விஜயநாராயணம் அருகிலுள்ள சங்கனாபுரம் சண்முகமும் ஒரு ஜோடி மாடு வாங்க நினைத்திருந்தார்.

அவர் தனது வேலைக்காரன் ஆண்டியப்பனை பேச்சிமுத்துவுடன் மாடு வாங்க அனுப்பி வைத்தார்.

பேச்சிமுத்துவும் ஆண்டியப்பனும் காளைமாடு வாங்க நெல்லை அருகிலுள்ள சீவலப்பேரி மாட்டுச் சந்தைக்குச் சென்றனர். அங்கு மலை யாளத்து வியாபாரி ஒருவரிடம் இரண்டு ஜோடி மாடுகளை வாங்கிக் கொண்டனர்.

பின்னர் நிழலில் கட்டிப் போட மாடுகளை எழுப்பினர். அப்போது பேச்சிமுத்துவின் மாடுகளில் ஒன்று கால் சூம்பி வாதநோய்வாய்ப் பட்டிருந்தது தெரிந்தது.

உடனே வியாபாரியிடம் சென்று வேறு ஜோடி மாடுகளை வாங்கி னார். வியாபாரி அதற்கு கூடுதலாக பணம் கேட்டார்.

மரத்தின் நிழலில் கட்டிப் போட்டு வந்து மீதி பணத்தை கொடுக் கிறோம் என்று கூறி மாடுகளை ஓட்டி வந்தனர்.

அங்கிருந்த மரத்தில் கட்டிப் போட்டனர். சுமார் இரண்டு மணி நேரம் கடந்து சந்தை முடியும் நேரம் வந்தது.

அப்போது வியாபாரிக்கு பாக்கி பணம் தரவேண்டிய பேச்சி முத்து ஞாபகம் வரவே, அவரைத் தேடிவந்து பணம் கேட்டார்.

அப்போது பேச்சிமுத்து தான் பணத்தை அவரிடம் கொடுத்து விட்டதாகக் கூறினார்.

உடனே வியாபாரி நீங்கள் மனசாட்சிப்படி உண்மையைச் சொல் லுங்கள் என்று கூற நாங்கள் உண்மையைத் தான் கூறுகிறேன். நான் பணம் கொடுத்ததை ஆண்டியப்பனும் பார்த்திருக்கிறான் என்று கூறினார்.

ஆண்டியப்பனும் ஆமாம் அய்யா பணத்தை கொடுத்துவிட்டார் என்று வியாபாரியிடம் கூறினார்.

திகைத்து நின்ற வியாபாரி "அப்படியென்றால் நீங்கள் பணம் கொடுத்தது உண்மையென்றால் சுடலை மாடசாமி கோவில் முன்பாக வந்து கூறுங்கள்" என்றார்.

பேச்சிமுத்துவும் ஆண்டியப்பனும் அதற்கு ஒப்புக் கொண்டனர். கோயில் முன்பாக நின்று தாங்கள் பணத்தை கொடுத்ததாகக் கூறினர்.

சுடலை மாடன் முன்பு தயங்காமல் அவர்கள் கூறியதைக் கேட்டு வியாபாரி சுடலை மாடசாமி முன்பு, "சாமி நான் இங்கு பத்து வருசமாக தொழில் செய்றேன். நான் பொய் சொல்லலை என்பது அனுதினமும் நான் கும்பிடற உனக்கு நல்லா தெரியும். உண்மையை உணரச் செய்து பொய் சொன்னவங்களுக்கு புத்தியைப் புகட்டு. நீ இருக்கறது உண்மைன்னா... இன்னும் எட்டு நாளைக்குள்ளே உண்மை தெரியணும் சாமி..." என்று சுடலையிடம் முறையிட்டு விட்டு புறப்பட்டார் வியாபாரி.

கோயிலில் சென்று சத்தியம் செய்ததோடு பிரச்சனை முடிந்தது என பெருமூச்சு விட்டபடி பேச்சி முத்துவும் ஆண்டியப்பனும் கோயிலின் அருகேயுள்ள முக்கூடல் பகுதியில் மூவாத்துக் கரையோரம் மர நிழலில் அமர்ந்து சாப்பிட உட்கார்ந்தனர்.

நல்ல பசியில் தாங்கள் கொண்டு வந்த சாப்பாட்டை உண்பதற்கு பிரித்தபோது, சாப்பாடு ரத்தமாக இருந்தது. அதை அந்த இடத்திலேயே போட்டுவிட்டு மாடுகளை ஓட்டிக் கொண்டு வீட்டுக்குப் புறப்பட்டனர்.

நெல்லை அருகேயுள்ள சிவந்திபட்டி அருகே வரும்போது பேச்சி முத்துவின் மாடுகளில் ஒன்று இறந்து போனது. தொடர்ந்து நடந்து வந்தனர். புதுக்குறிச்சிலைத் தாண்டும்போது ஆண்டியப்பனின் ஒரு மாடு இறந்தது.

ஆளுக்கொரு மாட்டுடன் அவர்கள் வந்து கொண்டிருந்தனர்.

ரெட்டியார்பட்டி அருகே காரியாண்டிகுளக் கரையில் வைத்து ஆண்டியப்பனின் ஒரு மாடும் இறந்து போனது. ஒத்த மாட்டுடன் பேச்சி முத்துவும் நடந்துவர விஜயநாராயணம் அருகேயுள்ள ஒத்த கட்டிப்பாறை அருகே வரும்போது பேச்சிமுத்துவின் ஒத்த மாடும் மாண்டு போனது.

வெற்று கையுடன் இருவரும் வீடு வந்து சேர்ந்தனர். அவர்களது குடும்பத்தினர் வாந்தி பேதி எடுத்து நோய்வாய்ப்பட்டனர்.

வேதனைகள் தொடர்ந்ததால் என்ன செய்வதென்று தெரியாமல் தவித்தனர்.

அப்போது அங்கு வந்த வேடர் குல பெண்ணிடம் குறி கேட்டனர். அவர் நடந்த சம்பவங்களை கண்ணில் கண்டது போல எடுத்துரைத்தார்.

தொடர்ந்து உண்மையை உணர்த்தியதுடன், சீவலப்பேரியானிடம் அவர் இருப்பிடம் சென்று மன்னிப்பு கேட்டு அவருக்கு நிலையம் கொடுத்து வழிபட்டு வந்தால் செய்த பாவங்கள் விலகும். வந்தவினையும் வரப்போகும் வினையும் விலகும். நோய் அகன்று ஆரோக்கியம் கிடைக்கும் என்றாள்.

அதன்படி ஆண்டியப்பன் முதலில் சாமிக்கு நிலையம் கொடுத்து கொடையும் கொடுத்தார். அப்போது சாமியாடுபவர் மூலமாக சுடலை பேசினார்.

என்னிடத்தில் பொய் சத்தியம் செய்ததால் தான் நான் உங்களுக்கு உண்மையை உணர்த்தவே வந்தேன்.

நான் ஊருக்கு வடக்கே ஒத்தபனை மரத்தில் நிலையம் கொண்டிருப்பேன்.

அங்கே எனக்கு கோயில் எழுப்பி பூஜித்து வாருங்கள். என்னை நம்பி வருவோருக்கு நல்லருள் தந்து காப்பேன் என்றார்.

அதன்படி ஒத்தப்பனையில் சுடலை வீற்றிருந்து அருளாட்சி புரிகிறார். அவரை நம்பி வணங்கும் அடியவர்க்கு நல்லருள் புரிகிறார். வெள்ளிக்கிழமைதோறும் இக்கோயிலில் சாமியாடி குறி சொல்கிறார்.

ௐ

12. கயவனுக்கு சாபமிட்ட முப்பந்தல் இசக்கி

ஆரல்வாய் முப்பந்தல் இசக்கி அம்மன் கோயில் தமிழ்நாட்டில் திருநெல்வேலி மாவட்டத்தில் முப்பந்தல் எனும் ஊரில் அமைந்துள்ளது.

கன்னியாகுமரி திருநெல்வேலி தேசிய நெடுஞ்சாலையில் நாகர்கோவிலில் இருந்து 15 கி.மீ. தொலைவில் ஆரல்வாய்மொழிக்கும் கால் கிணறு என்ற ஊருக்கும் இடையில் முப்பந்தல் உள்ளது.

சேர சோழ பாண்டியன் ஆகிய மூவேந்தர் தமிழகத்தை ஆட்சி செய்த காலத்தில் இவ்விடத்தில் மூவேந்தரும் ஒன்றுகூடி பந்தலமைத்து ஔவைப் பாட்டிக்கு விழா எடுத்ததாகவும் இதன் அடிப்படையிலேயே இந்த இடம் முப்பந்தல் என்னும் பெயர் பெற்றதாகவும் இவ்வூர் மக்களால் கூறப்படும் செவிவழிச் செய்தியாகும்.

முப்பந்தல் அருகில் உள்ளது பழவூர் என்னும் ஊர். இந்த ஊரில் நாட்டியப் பெண்மணி ஒருத்தி தனது மகள் இசக்கியுடன் வாழ்ந்து வந்தாள்.

அவள் மீது ஆசை கொண்ட ஒருவன் இசக்கியை ஏமாற்றி கர்ப்பவதி யாக்கினான். இசக்கி குழந்தையை ஈன்றாள். ஆனால் அவன் திருமணம் செய்ய மறுத்தான்.

இதனால் மனமுடைந்து போன இசக்கி ஊர்ப் பெரியவர்களை அழைத்து பஞ்சாயத்து கூட்டி முறையிட்டாள்.

அவள் கர்ப்பத்துக்கு அவனே காரணம் என்பதை ஊர் நம்ப மறுத்து விட்டது.

எனக்கும் பெண் குழந்தைக்கும் நியாயம் கிடைக்காததால் இந்த ஊரில் எவருக்கும் கர்ப்பம் தரிக்காது போகட்டும் என்று சாபமிட்டு அவ்விடம் விட்டு நீங்கிச் சென்று குழந்தையோடு தற்கொலை செய்து கொண்டார். அவள் சாபமிட்டுச் சென்ற அடுத்த கணம் பஞ்சாயத்து நடந்த இடத்தின் ஆலமரக்கிளை ஒடிந்து விழுந்ததில் ஊர்ப் பெரியவர்கள் முதல் இசக்கியை ஏமாற்றிய கயவன்வரை அனைவரும் மாண்டு போனார்கள்.

சாபத்துக்கு ஆளானதால் அவ்வூர் மக்கள் புத்திர பாக்கியமின்றி தவித்தனர். இந்நிலையில் ஒருநாள் முப்பந்தல் அருகே ஒரு பெண் அலறுவது போல ஒரு சத்தத்தைக் கேட்டனர்.

எல்லோரும் சென்று பார்த்தபோது சுயம்புவாய் ஒரு அம்மன் உருவம் தென்பட்டது. ஊரைக் காக்கவே தான் வந்துள்ளதாகவும் இசக்கிக்கு துரோகம் செய்ததால் அந்நிலை வந்ததாகவும் அசரீரி ஒலித்தது.

இதனால் இசக்கியின் நினைவாக இவ்வம்மனுக்கு இசக்கியம்மன் என்ற திருநாமம் சூட்டி ஆலயம் அமைத்து வழிபட்டு வருகின்றனர்.

முப்பந்தலில் கருவறை அம்மன் வடக்கு பார்த்து காட்சி தருகிறாள். கருவறை சுற்றுச் சுவரில் வைஷ்ணவி துர்க்கை, பிரத்யங்கராதேவி ஆகியோர் அருள்பாலிக்கின்றனர். கோயில் சுற்றுப் பிரகாரத்தில் வலம்புரி விநாயகரும் பாலமுருகனும் ஔவையாருக்கு ஔவையாரம்மன் என்ற பெயரில் தனிச் சன்னதியில் உள்ளது.

முகப்பில் காவல் தெய்வங்களான சுடலை மாடசாமியும் பட்டவ ராயரும் தனிச் சன்னதியில் உள்ளனர்.

முப்பந்தல் இசக்கியம்மன் கோயிலில் ஆடிமாதம் கடைசி செவ்வாய்க்கிழமை மிகப் பெரிய திருவிழா நடைபெற்று வருகிறது. தை மாதத்தில் அம்மனுக்கு மலர் அபிஷேகமும் நடைபெற்று வருகிறது.

ௐ

13. எல்லைச் சாமிகளும் கிராம தேவதைகளும்

கிராம தேவதை வழிபாடு என்பது இன்றைய காலகட்டத்திலும் இருந்து வருகிறது.

பல நூற்றாண்டுகளாக தமிழக மண்ணில் வழிபாட்டு முறைகள் ஆழமாக பதிந்துள்ளதை, நகர்ப்புற சாலைகளில் உள்ள கோயில்கள் மூலமாக நாம் உணரமுடியும்.

அவை வெறும் நம்பிக்கை சார்ந்த விசயமாக மட்டும் இல்லாமல், பலரது வாழ்வில் அவற்றின் வழிபாடுகள் ஒரு அங்கமாகவும் மாறி இருக் கின்றன.

கிராம தேவதைகள் வழிபாட்டை ஆதிசங்கரரும் தொடங்கிவைத்து ஊக்குவித்ததாக கூறுவர்.

அதாவது தென்னகத்தில் சிருங்கேரி பீடத்தை ஸ்தாபனம் செய்த அவர் சிருங்கேரி கிராமத்துக்கு காவல் தேவதைகளாக கால பைரவர், அனுமன், காளிகாம்பாள் ஆகிய தேவதைகளை பிரதிஷ்டை செய்து அவர் களுக்கான வழிபாட்டு நியமங்களையும் அமைத்துக் கொடுத்தார்.

ஒரு கிராமத்திற்குள் நோய்கள், திருடர்கள், பஞ்சம், பெருவெள்ளம்

உள்ளிட்ட இயற்கையான மற்றும் செய்றகை பாதிப்புகள் நுழையாத படிக்கு எல்லையிலேயே தடுத்து விரட்டுவதற்கான சக்தி அம்சங்களாக கிராம தேவதைகள் திகழ்கிறார்கள்.

அவர்களுக்கு தகுந்த வழிபாடுகள் மற்றும் பலி பூஜைகள் செய்யப் பட்டு வருகின்றன.

இன்றைய நிலையிலும் ஊருக்கு மத்தியில் உள்ள கோயில் திருவிழா சமயத்தில் அப்பகுதியில் உள்ள கிராம தேவதைக்கு என்று தனிப்பட்ட பலி பூஜைகள் செய்யப்பட்டு, அவற்றின் உத்தரவு கேட்டு பின்னர் ஊரில் திருவிழா நடத்தப்படுவது வழக்கமாக இருந்து வருகிறது.

கிராம தேவதைகளில் வீரபத்திரர் முக்கியமான இடத்தில் உள்ளார். அவர் சிவபெருமானால் படைக்கப்பட்டவர் என்பதன் அடிப்படையில் அவருக்கு ஆகம முறையில் பூஜைகள் செய்யப்படுகின்றன.

கிராம தேவதைகளான முனீஸ்வரர், சிவபெருமானின் நெற்றியி லிருந்து வெளிப்பட்டவர் என்றும், அவர் சிவமுனி, மகாமுனி, ஜடாமுனி, நாதமுனி, தரமுனி, வாழும் முனி மற்றும் தரமாமுனி என ஏழு அவதாரங்கள் எடுத்ததாகவும் ஐதீகம்.

தமிழகத்தில் பரவலாக இருக்கும் கிராம தேவதை வழிபாட்டில் மாரியம்மனுக்கு முக்கிய இடம் உண்டு. இந்த அன்னை பாம்புப் புற்றில் இருந்து வெளியானவள், மழையை பொழியச் செய்பவள், நோய்களை தீர்ப்பவள் என்ற ரீதியில் தொடக்க காலங்களில் மாரியம்மனை பக்தர்கள் வழிபட்டு வந்தனர்.

காலப்போக்கில் இந்த அன்னை பார்வதியின் அவதாரமாக ஏற்கப் பட்டு, ஆகம முறையிலான பூஜைகள் செய்யப்பட்டன.

சென்னை புரசைவாக்கம் அருகே குயப்பேட்டை ஸ்ரீஆதி மொட்டையம்மன் கோயில், முன்னர் கிராம ஆலயமாக இருந்தது. அதேபோல மயிலாப்பூர் முண்டகக்கன்னி அம்மன், கோலவிழி அம்மன் ஆகிய அனைத்தும் முன்காலத்தில் கிராம தேவதைகளாக இருந்து பிரதான ஆலயங்களாக வளர்ச்சியடைந்தவை.

இன்று பிரசித்தி பெற்ற கோவில்களாக திகழும் பலவும் கிராம ஆலயங்களாக இருந்து காலப்போக்கில் பூஜைகள் விரிவாக செய்யப்பட்டு

பிரதான ஆலயங்களாக மாறி இருக்கின்றன.

இந்திய கிராமப்பகுதிகளில் நூற்றுக்கணக்கான கிராமங்களில் எல்லை தேவதைகள் அனைத்தும் வழிபடப்பட்டு வருவதைப் பார்க்க முடிகிறது.

சுடுமண் என்றாலே கிராமங்கள்தான் நம் கண் முன் விரியும். கிராமங்களில் காவல் தெய்வமாகக் காலங்காலமாய் வணங்கப்பட்டுவரும் உருவங்கள் பெரும்பாலும் சுடுமண்ணால் செய்யப்பட்டவை.

எல்லைத் தெய்வங்கள், காவல் தெய்வங்கள், குலதெய்வங்கள் அவற்றின் வாகனங்களும் பழங்காலந்தொட்டு சுடுமண்ணால் படைப்பது வழக்கமாக இருந்து வருகிறது.

அய்யனார், மாரியம்மன், காளியம்மன், முத்தாலம்மன், கருப்பசாமி, பைரவர், மதுரை வீரன் போன்ற கோயில்களில் சுடுமண் இறை வடிவங்களும் பொம்மைகளும் ஏராளமாக வைக்கப்பட்டுள்ளன.

சில இடங்களில் திருவிழா காலத்தில் மட்டும் இறையுருவங்கள் செய்து வைத்து வணங்குவர். திருவிழா முடிந்ததும் அவ்வுருவங்களை எடுத்து சென்று சிதைத்துவிடுவர்.

கிராம தேவதைகள் என்பது மூடநம்பிக்கையில் எழுந்தவை அல்ல. வாழ்வாங்கு வாழ்ந்து மறைந்த பலர் தேவதைகளாக கருதப்பட்டனர்.

முத்தன், முனியப்பன், காடன், மதுரை வீரன் போன்ற ஆண் தெய்வங்களும், ஆலயம்மன், எல்லையம்மன், படவேட்டம்மன் போன்ற பெண் தெய்வங்களும் ஏதோ ஒரு காலத்தில் வாழ்ந்து மடிந்தவர்களாக இருக்க வேண்டும்.

பெரம்பலூர் மாவட்டம் சிறுவாச்சூர் கிராமத்தில் மதுரகாளி மலைசாமி கோயிலில் உள்ள 18 அடி உயரம் கொண்ட கிராம தேவதை உலகின் மிக உயரமான சுடுமண் சிற்பமாக கருதப்படுகிறது. இத்துடன் 108 வகையான கிராம தேவதைகளையும் சுடுமண் கொண்டு உருவாக்கப்பட்டுள்ளது.

ௐ

14. பொன்னிறத்தாள்

தாயின் வயிற்றுக்குள் கொடியுடன் மிதக்கும் கருவாக நம் கிராமங்களின் கர்ப்பத்தில் தான் எத்தனை எத்தனை வர்ண தேவதைகள்...!

“செத்துப் பிறக்கின்ற தெய்வங்கள்” என்று குமரகுருபரர் சொல்வது போல, பல்வேறு காரணங்களால் மாண்டவர்கள் தான்.

சிறு சிறு தெய்வங்களாய்...தேவதைகளாய்... காக்கும் கடவுளாய் ஆக்கப்பட்டு வாழ்கின்றனர்.

கிராம தேவ பூத கணங்களாக அச்சமூட்டி, காக்கும் கடவுளாய் மாறிய,

கிராம தேவதைகளின் தேவ கர்ப்ப ரகசியங்களை... உண்மையின் ஜீவனோடும் பொய்மையின் அலங்காரத்துடனும் இதோ...

ஓம் அம் ஆம் இம் ஈம் ரும் ரூம் பூத பிரேத பைசாச நாசனம் ஹூம்பட் சுவாஹா...

செப்புத்தகடாலான அறுங்கோண பூத மாரணச்சக்கரத்தின் மீது பன்னீர் அபிஷேகம் செய்து, சந்தனக் குங்குமம் அப்பி பூதமாரண மந்திரத்தை சுடலை முத்து மாந்திரீகன் உரு ஏற்ற ஏற்ற தென்காசிக்

கோட்டை காட்டாளம்மன் கோயில் பேய்கள் கிளை தாவி ஏறின.

அந்தப் பாழுங்கோயில் முன் குலைவாழை கட்டி குருத்தோலை களால் பரண் கட்டப்பட்டிருந்தது.

"பாலாடு சூலாடு கரும் பூனை சேவல் எல்லாம் தயாரா?"

"கெருவூலம் தெறந்துடும்ல சாமி...?" மாந்திரீயனைச் சுற்றி நின்ற அறுபத்தோரு சாதிக் கள்ளர்களுக்கும் காட்டாளம்மன் கோயிலில் புதையுண்டு கிடக்கும் கருவூலத்தை மாந்திரீயன் எப்போது காட்டுவார் என்ற பதை பதைப்பு!

"எத்தனை இசக்கி கெருவூலத்தை காத்துக் கெடக்கும் பொக்கிஷம், பாலாட்டு இசக்கி, வாவறவா இசக்கி, பழையனூர் இசக்கி இப்படி அத்தனை இசக்கிக்கும் தனித்தனியா பெலிகொடுத் தீருன்னாத்தான் முடியும்லே... கெருவூல இசக்கிக்கு கரும் பன்றி வேணும். துள்ளு மறிக்காரிக்கு துள்ளுகிடா ஒன்னு வேணும்".

"எல்லாம் தயார் சாமி...."

துள்ளுகிடாயும், குட்டியும், சூலாடும் கோயில் முன் தீப்பந்த வெளிச்சத்தில் கொண்டு வந்து நிறுத்தி அதன் நெஞ்சைப் பிளந்தனர். பீறிட்ட ரத்தத்தை கொப்பறையில் பிடித்துச் சுற்றிலும் தெளித்தனர்.

கோயிலின் வடக்கு வாசலில் சூல் பன்றியின் நெஞ்சை கள்ளன் ஒருவன் அருவாளால் கிழிக்க அதன் அலறல் செவிப்பறை கிழிந்தது.

சூல் பன்றியின் பிளந்த நெஞ்சுப்பகுதியில் அப்பன்றியின் குட்டிகள் மேலே குருதிப் பெருக்கில் கிளம்பி நனைந்து ஊர்ந்தன.

மேற்கு வாசலில் கரும்பூனையின் உதிரம் காற்றில் கீச்சொலியோடு பீய்ச்சியது.

மாந்திரீயன் கோபத்தில் கண்ணை உருட்டி அவர்களைப் பார்த்தான்.

"தலைப்பிள்ளை நிறைசூலி கேட்டேனே எங்கே.... கூட்டி யாரலையா?"

"கோவிச்சுக்காதீங்க சாமி... இதோ வந்திடறேன்..." என்று தீப்பந்தத்துடன் கருகருவென இடும்பனைப் போல மீசையும், ரோமமும் படர்ந்திருந்த மாரித்தேவன் மூங்கில் காட்டுக்குள் சென்றான்.

கப்பும் கவுறுமாக மூங்கில் புதர்களைத் தாண்ட உடம்பெல்லாம் பிராண்டியது.

வடகாத்து உய்யென்று அடித்தது.

மாரித்தேவன் மனசில் ஒரு கணக்கோடு, தீப்பந்தத்தை வலதும் இடதுமாக வீச வெளிச்சத்தில் பொந்தம் புளியமரத்தின் முதுகு தெரிந்தது.

"இத விடவா பெரிய பிசாசு வேணும் இங்க!"

மரத்தோடு சேர்த்துக் கட்டிய கயிறு தளர்ந்து அந்த நிறைசூலிப்பெண் மயங்கி மரத்தோடு சரிந்து கிடந்தாள்.

"தொணத்தொணன்னு தொங்காரம் போட்டு வந்த உங்கதை முடியப் போவுது குட்டியோவ்...எந்திரி...எந்திரிவே..." என்று கயிற்றை அவிழ்த்தபடி அவளைக் காலால் எத்தினான்.

"ஆ"வென வலி தாங்காது அலறினாள் அந்தப் பெண்.

"அடப்பாவி நாசகாரா....நீ யாருகூடயும் பிறக்கலையோ, கூட்டுப் பாலுண்ணலையோ...அய்யோ என்னையக் கொன்னுடாதீங்க அண்ணாச்சி..."

என்னென்னவோ சொல்லி அரற்றியும் அவன் கேட்பதாக இல்லை.

பதினேழாம் நூற்றாண்டு அதர்வண வேதத்தின் மாந்திரீய வலையில் மயங்கி ஆளுக்கொரு ஆகாசக் கனவுகளை சில தீயவர்களுக்குள் வளர்த்து விட்டிருந்தது. இதில் ஒன்றாகத் தான் இந்தக் காட்டாளம்மன் கருவூலம் திறக்க கள்வர்கள் புறப்பட்ட கதை அழுது கதறிக் கொண்டிருக்கும் நிறைசூலிப் பெண்தான் பொன்னிறத்தாள்.

தெலுங்கு வடுகர் இனத்தைச் சேர்ந்த பெண் கடையம் என்ற ஊரில் அனஞ்சபெமாள் என்பவருக்கும் பொன்மாரி என்பவளுக்கும் ஏழு ஆண் குழந்தைகளுக்குப்பின் மீனராசியில் பஞ்சமிதிதியில் சிவன் வரத்தால் பிறந்த பொன்னிறக் குழந்தை.

அழகுக்கு இலக்கணம் சொல்ல வந்த தேவ கன்னிகையாய்ப் பொன்னிறத்தாள் வளர்ந்தாள்.

யவ்வனமும் அழகும் யார் கண்ணில் படவேண்டுமோ அவர் கண்ணில் படவேண்டும். பட்டதே...இணைசூரப் பெருமாள் என்ற

இளைஞன் கண்ணில்...சாதாரணக் கண்ணல்ல...அரண்மனைக்கண்.

மதுரையை ஆண்ட திருமலை நாயக்கர் உறவினரான தளவாய் நாயக்கர் மகன்தான் இணைசூரப்பெருமாள்.

காதல் கொண்ட பொன்னிறத்தாளை முறைப்படி அவளது தந்தை அனஞ்ச பெருமாளிடம் பெண் கேட்க- ஊர் வியக்க அந்தத் திருமணம் நடந்தது.

மறு வருடமே மதுரை நாயக்கர் வம்சக்கிளையின் வாரிசு பொன்னிறத்தாள் வயிற்றில் கருக்கூடிய செய்தி அரண்மனைக்காரர்களை ஆரவாரப்படுத்தியது.

தாயாகப் போகும் தனது இளம் மனைவியினை அவளது தாயார் வீட்டுக்கு, கடையம் கிராமத்திற்கு குலவழக்கப்படி செல்ல, சூரப்பெரு மாள் அனுமதித்தான்.

மனைவியின் வயிற்றில் கருக்கொண்ட அந்த உயிர்ப்பூச்சி எத்தகைய ஊழிக்கூத்துக்கு காரணமாகப் போகிறது என்பதை அவன் அறிவானா?

ஆனாலும் நிலம் பொறுக்காத நீசச் செயல்கள் நிகழப் போவது பஞ்சபூதங்கள் அறியாமல் போகுமா... அறிந்ததால் தீய அறிகுறிகள் காட்டின.

மீனுக்கு நீர்மேல் அடங்காத ஆசை. மீன ராசியில் பிறந்த பொன்னிறத்தாளுக்கோ சுனை நீராடப் போக வேண்டுமென்ற தீர்மான வேகம். போயே தீருவேனென்று அடம் பிடித்தாள்.

முளைக்காத முளைப்பாரி, பூனை உருட்டிவிட்ட நிறைபானை என்று அபசகுணங்களால் கலங்கிப் போயிருந்த அவள் தாய் பொன்மாரி. அந்த அதிகாலைக் கனவில் இடிந்து போயிருந்தாள்.

"பொன்னிறத்தா, நீ வெளிய எங்கும் போக வேண்டாம்மா. நான் கண்ட கனாவை நினைச்சாலே நெஞ்சு பதறுது. உன்னைய யாரோ நிறைய கள்ளர்கள் பிடிச்சிட்டுப் போயி பலி கொடுக்க மாதிரி...அய்யோ, நான் அத எப்படிச் சொல்வேன். நீ போக வேண்டாம்மா..."

அடம் பிடித்து தோழியருடன் சென்ற பொன்னிறத்தாள் கையை வலியப் பற்றி வரப்போகும் அபாயத்தை வழியில் ஒரு குறத்தி

உரைத்தாள். ஆனாலும் ஊழிக்கூத்து ஆடப்போகிறவள் ஊர்ச்சொல் கேட்பாளோ!

தலையில் எண்ணெய் தேய்த்து தோழிகளோடு சுனையாட மகிழ்வோடு இறங்கினாள் பொன்னிறத்தாள்.

சுனை நீராடத் தொடங்கியதும் திடீரென மேகம் கவிந்து மழை கருக்கொண்டது. புயல் வீசியது. எல்லோரும் வேக வேகமாகக் கரை ஏறினர்.

நிறை மாத கர்ப்பிணியான பொன்னிறத்தாள், தோழிகளின் நடைக்கு ஈடு கொடுக்க முடியாது பின் தங்கினாள்.

மழையும் காற்றும் புயலுமாய் எல்லோர் கண்ணையும் திரையிட, ஆளுக்கொருவராய் திசைமாறினர்.

பொன்னிறத்தாள் மட்டும் ஒரு புளியமரத்தடியில் ஒதுங்கி நின்று விட்டாள். புயல் நிற்காத மாலை மயங்கி இருளும் வந்து விட்டது. காட்டாளம்மன் கோயில் பூசாரி உருளியில், பச்சரிசி எடுத்துக் கொண்டு பூசைக்குச் சென்று கொண்டிருந்த போதுதானா நிறைசூலியாக மரத்தடி யில் மழையில் ஒதுங்கி நின்று கொண்டிருந்த பொன்னிறத்தாள் கண்ணில் தென்படவேண்டும்?

அதேநேரத்தில் காட்டாளம்மன் கோயில் கருவூல பூசைக்கு ஆயத்த மாகிக் கொண்டிருந்த மாந்திரியனையும் கள்வர்களையும் பார்த்து "இங்கு எதற்காகக் கூடியிருக்கிறீர்கள்?" என்று பூசாரி கேட்டார்.

"எங்களுக்கு தலைச்சூலிப் பெண்ணொருத்தி வேணும். உம்பெஞ் சாதி தலைச்சூலிப் பெண்ணுதானே.

போயி அவளைக் கூட்டி யாரலைன்னா உன்னை வெட்டிப் போடு வோம்..." - என்று கள்வர்கள் பூசாரியின் கழுத்தில் அருவாளை ஓங்கி மிரட்டவும் நடுநடுங்கிப் போனான் பூசாரி.

"அய்யோ என்னைய விட்டுடுங்க எம்பொஞ்சாதி புள்ளை பெத்திட்டா. உங்களுக்கு வேற ஒரு தலைச்சூலிப் பெண்ணைக் காட்டு றேன். என்னையக் கொன்னுடாதீங்க" என்று அலறிய பூசாரி அவர் களுக்குப் பொன்னிறத்தாளை அடையாளம் காட்டிவிட்டு ஓடி விட்டான்.

"அண்ணாச்சி, அண்ணாச்சி..என் தோழியாருங்க என்னைய தனியா விட்டுட்டு புயல்ல ஓடிட்டாங்க. என்னை எங்க வீட்டுல சேர்த்திடுங்க... உங்களுக்கு வேண்டிய பொருளை அள்ளிக் குடுப்பாங்க எங்க அப்பா...."

பாவம், அப்பாவி பொன்னிறத்தாள் நெகிழ்ந்த குரலில் அபயம் வேண்டினாள்.

"சரி குட்டி, நாங்க மாடு புடிக்க வந்தோம். நீ வெசனப்படாதே, வா போகலாம்" என்று அவர்கள் கூறவும் அவர்களோடு பொன்னிறத்தாள் நடந்தாள்.

கள்ளர்களுக்கு பலி கொடுக்கும் அவசரம், கருவூலம் பார்க்கும் வெறி கர்ப்பஸ்திரியால் அவர்களது வேக நடைக்கு ஈடு கொடுக்க முடியவில்லை.

நேரம் ஆக ஆக அவர்களுடைய சுயரூபம் காட்ட ஆரம்பித்தனர்.

எருக்கலைச் செடியைப் பிடுங்கி "என்ன சனியனே அன்ன நடை போடுதே" என்று சுளீரென பொன்னிறத்தாள் இடுப்பில் அடித்தான் ஒரு கள்ளன்.

பொன்னிறத்தாளுக்கு அவர்களைப் புரிந்துவிட்டது.

"அண்ணன்மாரே...என் நகை பூராவும் கழட்டித் தாரேன், என்னைய விட்டுடுங்க" என்று கதறி அரற்றினாள்.

அப்படியே அவளை ஒரு பொந்தம் புளியமரத்தில் கட்டி வைத்து விட்டு காட்டாளம்மன் கோயிலுக்கு பூசை ஏற்பாடுகளை கவனிக்கச் சென்று விட்டார்கள்.

சுடலை முத்து மாந்திரீயனின் பலி பூசையின் இறுதிக் கட்டமாகக் கருவூல பூதத்திற்கு பொன்னிறத்தாளை பலி கொடுக்க இழுத்து வாருங்கள் என்று சொன்னதும், அவளைக் கட்டி வைத்திருந்த புளியமரத்தடியில் மீண்டும் வந்த மாரித்தேவன் அவள் வம்பு இன்னும் தீரவில்லை என்று முரட்டுத்தனமாக அவளை இழுத்தான்.

"அண்ணே என்னயக் கொன்னுராதே. என்னைய பெலி கொடுத்தா பேயா மாறி உங்க வம்சத்தை சீரழிப்பேன்".

பொன்னிறத்தாள் கெஞ்சியும் மிரட்டியும் இப்படி எத்தனையோ முறை அழுதாள்.

“போடி சிறுக்கி மவளே பேயா மாறுவாளம். நெனப்புத்தான். பேயா மாறுனா தென்னங்காயில உன்னய அடைச்சுப் போட காணிக்காரன் நெறயப் பேரு எங்கைவசம் இருக்கானுங்க... வாயைப் பொத்துடி” என்று புளியவிளாரால் ஒரு பிடி பிடித்தான் அவன் முதுகில்.

முள் கிழித்து சிவந்திருந்த இடுப்புக்குக் கீழ், பிறிபிறியாக சிக்கேறிக் கிடந்த கரிய கூந்தலைப் பற்றி “சீக்கிரமா வந்து தொலை சனியனே” என்று மாந்திரீயனுக்கு முன்னால் பொன்னிறத்தாளைக் கொண்டு வந்து நிறுத்தினான் மாரித்தேவன்.

கரணை கரணையாக சந்தனம், குங்குமம் அப்பிய கரியதோள் வியர்க்க கோடாங்கியில் “டுண்டண்டண்...டுண்டன்டண்...” என்று விரல் வீங்க அடித்துக் கொண்டிருந்த சுடலைமுத்து மாந்திரீயன், பொன்னிறத் தாளை ஏறிட்டு நோக்கினான்.

“அடடா, செப்புச்செலையாட்டம் பெலி கொடுக்கன்னே தவசு பண்ணி பெத்திருக்காவே இவ ஆத்தா.... மொதல்ல வஸ்திரதானம் வாங்கி நெறசூலிய பன்னீருல குளிப்பாட்டி இருவாச்சி மாலை போட்டு சடுவா கொண்டாங்க.

தாயத்து மங்கிலியம் கல்சரடு ஒன்னு விடாம கழட்டி நெற அம்மணமா இட்டாருங்க.

வால நல்ல பிராயம் - அட்டாதுட்டி பண்ணினா கையிரண்டையும் கட்டிருங்க...”

மார்பிலிருந்த கச்சைகட்டியை முரட்டுத்தனமாக அவர்கள் இழுக்கவும் அந்தப் பெண் அலறி மயங்கினாள்.

கோரித் தெளிச்சது போல கொங்கையெல்லாம் தேமல் தெரிய, வாரித் தெளிச்சது போல வயிறெல்லாம் தேமல் தெரிய, பரபரவென நிர்வாணமாக்கினர்.

“சீக்கிரம் ஆகட்டும், சீக்கிரம் ஆகட்டும். கெருவூலப் பேயி அலறுது....” மாந்திரீயன் வினோதமாய்க் கூவினான்.

அந்தக் கூவலில் பொன்னிறத்தாள் மயக்கம் தெளிந்து கண்பதற தன் பிறந்தமேனியில் இருவாட்சி மாலை கண்டு மீண்டும் அலறினாள்.

"பொடரில போடு, பொடரில போடு..." என மாந்திரீயன் சைக்கிளை காட்ட ஒரு கள்ளன் பொன்னிறத்தாள் பிடரியில் ஓங்கி அடிக்க, தலை சுற்றிக் கீழே விழுந்து மயங்கினாள்.

"ஏலே, பொட்டப்புள்ள அம்மணத்தை அப்படியே விளிக்கப் பார்த்துட்டு நிக்காதிகலே...ஆக வேண்டியதப் பாரு..."

மாந்திரீயன் கோபமாய் அதட்டவும் ஒரு கள்ளன் தலைவாழை இலை எடுத்து வந்து பொன்னிறத்தாள் அருகே விரித்தான்.

அருவாளைத் தூக்கிக் கொண்டு வந்த இன்னொரு கள்ளன், பொன்னிறத்தாளின் மலர்ந்து கிடந்த கோலம் கண்டு அப்படியே அருவாளைக் கை நழுவ விட்டான்.

அவ்வளவுதான். மாந்திரீயனின் மீசையும் முகமும் துடிக்க அருகி லிருந்த சொம்பை விட்டெறிந்தான். "சாமி நான் வெட்டுறேன்... கோபப்படாதீங்க..." என மாரித்தேவன் அருவாளை எடுத்து ஆவேசம் கொண்டவனாய் வாழை மடல் கீறியதைப் போல அந்த நிறைசூலிப் பெண்ணின் வயிறு கீறி குருதி பீச்சிட தலைச்சன் பாலகனை வழித் தெடுத்து வாழையிலையில் வைக்க, காட்டாளம்மன் கோயில் முழுக்க பொன்னிறத்தாளின் மரண அலறல் காற்றைத் தீயாக்கியது. பொன்னிறத் தாளின் திறந்த வயிற்றில் திரியிட்டு தீபதூபம் கொளுத்தினான் மாந்திரீயன்.

"ஒன்பது மாச சூலறுத்து சொன்னபடி பெலி கொடுத்தாச்சு. கெருவூல இசக்கி பெலிய ஏத்துக்கிட்டு பொதையலைக் காட்டு...." என ருத்ர தாண்டவக் குரலாய் ஊளையிட்டான் மாந்திரீயன்.

பஞ்சமியில் பிறந்த பத்தினி நல்லாள் பொன்னிறத்தாள் நிறை சூலியாகப் பலியாகிப் போன இரவில் அவளது கணவனும் பெற்றோர் களும் உற்றார்களும் தேடியலைந்து தோழியர் சொன்ன குறிப்பில் காட்டாளம்மன் கோயிலுக்கு வந்தனர். கூட்டத்தைக் காண மாந்திரீ யனும், கள்ளர்களும் பலியிட்டவற்றை அப்படியே விட்டுவிட்டு இருளுக் குள் ஓடி மறைய, அந்தப் பாதகக் கொடுமை கண்டு ஒட்டுமொத்த கிராமத்தின் மானுடமும் பதறியது.

தலைவாழை இலையில் தவழாது கிடந்த தலைச்சன் சிசுவைக் கையி லெடுத்து அலறியவனாய் பொன்னிறத்தாளின் கணவன் இணைசூரப்

பெருமாள் சூலம் ஒன்றில் நெஞ்சைப் பாய்ச்சி மாண்டான். இந்த அகோரம் கண்டு அடுத்தடுத்து பொன்னிறத்தாளின் ஒட்டு மொத்த குடும்பமும் காட்டாளம்மன் கோயிலில் ஒருவர் பின் ஒருவராய் மாண்டு போக கிராமங்கள் எல்லாம் இந்த துர்மரணம் கண்டு பீதியடைந்தன.

காட்டாளம்மன் கோயிலில் பலி கொடுக்கப்பட்ட பொன்னிறத்தாள் ஸ்தூல சரீரம் இழந்து ஆவியாய் அலைந்தாள். பலர் உடலில் புகுந்து தன் கோப ஆங்காரத்தை வெளிப்படுத்தினாள்.

காட்டாளம்மன் கோவிலுக்குத் தன்னை பலி கொடுக்கக் காட்டிக் கொடுத்த பூசாரி முதல் கள்வர்கள் எல்லோரையும் ஒருவர் பின் ஒருவராய்ப் பொன்னிறத்தாள் ஆவி பலி வாங்கியது.

ஆவியாய் அலைந்து திரிந்த பொன்னிறத்தாள், கணவனுடன் வாழ்ந்த மதுரைக்கும் சென்று நிறைய தீவினைகள் செய்தாள்.

மதுரையில் அவளிருந்த அரண்மனை அல்லோலப்பட்டது.

கொடும் ஆவியாய் அடங்கா வெறியுடன் அலைந்த பொன்னிறத் தாள் ஆவியை அடக்க அரண்மனையைச் சார்ந்தோர் ஏற்பாடுகள் செய்தனர்.

இனவேலன் என்ற மாந்திரீயன் பொன்னிறத்தாள் பேயோட்ட பூசை செய்ய, கோபமுற்ற ஆவி அவன்மீது பாய்ந்தேறி நெஞ்சடைக்கச் செய்தது.

இனவேலனின் மனைவி கதறி கண்ணீருகுத்து பொன்னிறத்தாளின் கோபம் தணிக்க எல்லா ஏற்பாடுகளும் பூஜைகளும் செய்தாள்.

கடைசியில் பொன்னிறத்தாள் - மனமிரங்கி, கொடும் ஆவி என்ற துர்க்குணம் நீங்கி தெய்வமாக, தன்னை எல்லோரும் வழிபடச் சம்மதித்து, முத்தாரம்மன் கோயில் துணைத் தெய்வமாகக் குமரி மாவட்டத்தில் தன்னை நிலைநிறுத்திக் கொண்டாள்.

ௐ

15. பேயாடிக்கோட்டை திருவேட்டழகிய அய்யனார்

புதுக்கோட்டை, இராமநாதபுரம் ஆகிய இரு மாவட்டங்களின் எல்லையில் ஆவுடையார் கோயிலிலிருந்து சுமார் 27 கி.மீ. தெற்கில் பேயாடிக்கோட்டை எனும் கிராமம் உள்ளது.

இதன் தென்புறத்தில் ஓடும் பாம்பாறு வடகரையில் திருவேட்டழகிய அய்யனார் எழுந்தருளியுள்ளார். கிழக்கு முகமாக காட்சியளிக்கும் அவரது இருபுறமும் பூரணாதேவியும், புஷ்கலா தேவியும் வீற்றிருக்கின்றனர்.

திருவேட்டழகிய அய்யனார் கோயிலுக்கு எதிரே சிறிய தீர்த்தக் குளம் உள்ளது. இதன் மற்றொரு கரையில் உள்ள கோயிலில் கருப்பு, காளி, பேச்சி, சோனை உள்ளிட்டோருக்கான சந்நிதிகள் உள்ளன.

இங்கு திருவேட்டழகர் அவதாரமெடுத்த நேரத்தில் மதுரையை விட்டு புறப்பட்ட இந்த நான்கு தெய்வங்களும் போராடிக் கோட்டைக்கு அருகேயுள்ள தீர்த்தாண்ட தானம் கடலில் தீர்த்தமாடி விட்டுத் திரும்பினர். அவ்வாறு திரும்பிய இந்நாள் வரையில் இதே இடத்தில் திருவேட்டழகர் தங்க வைத்தருளினார்.

கருப்பர் இருக்கும் கோயில் வளாகத்துள் இருக்கும் திறந்தவெளியில் தூண் ஒன்று உள்ளது. இது பெரியண்ணசாமி என்றழைக்கப்படுகிறது.

இதற்கு அருகேயுள்ள சிறிய கருவறையுள் கம்மளாச்சி அம்மன் குடியமர்ந்துள்ளார்.

ஏழு சகோதரர்களுடன் வாழ்ந்து வந்த கம்மாளச்சியும் பெரியண்ணனும் ஒருவரையொருவர் மனதாரக் காதலித்தனர். தனது அண்ணன்களுக்குத் தெரிந்தால் தன் காதலைத் தடுத்து நிறுத்தி விடுவார்கள் என்று பயந்த கம்மாளச்சி பெரியண்ணனுடன் ஊரைவிட்டு அகன்றாள்.

இந்த விசயம் அறிந்ததும் கம்மாளச்சியின் சகோதரர்கள் காடு மேடுகள் எல்லாம் காதலர்களை தேடியலைந்தனர்.

இந்த நிலையில் தங்களைத் துரத்தி வரும் பேராபத்தை உணராத கம்மளாச்சியும் பெரியண்ணனும் திருவேட்டழகிய அய்யனார் கோயிலுக்கு அருகே இருந்த மரத்து நிழலில் படுத்து அயர்ந்து தூங்கினர்.

ஊரைவிட்டுக் கிளம்பும்போது தன்னோடு ஒரு சிறிய மணியையும் எடுத்துக் கொண்டு வந்த பெரியண்ணன் தான் தூங்கும் முன்பாக அந்த மணியை மரத்தில் கட்டித் தொங்கவிட்டனர்.

காதலர் இருவரும் கண்ணயர்ந்து தூங்கும் வேளையில் எங்கிருந்தோ பறந்து வந்த சிட்டுக்குருவி ஒன்று மரத்தில் கட்டித் தொங்கிவிடப் பட்டிருந்த மலையின் மீது அமர்ந்து சட்டெனப் பறந்து சென்றது.

இதனால் மணி வேகமாக அசைந்து ஓசையை எழுப்பியது. அந்த ஓசையைக் கேட்டதும் தம் தங்கையையும் அவளது காதலனையும் தேடிக் கொண்டு வந்த ஏழு பேர்களும் அந்த இடத்துக்கு வந்தனர்.

அயர்ந்து உறங்கிக் கொண்டிருந்த காதலர் இருவரையும் கண்டதும் வாளினை எடுத்துச் சுழற்றி முதலில் பெரியண்ணனையும், அடுத்து கம்மளாச்சியையும் வெட்டி அவர்களது தலைகளைத் துண்டாக்கி விட்டுத் திரும்பினர்.

தனது கோயில் வாசலில் பலியான காதலர் இருவரையும் தன்னுடன் ஐக்கியமாக்கிக் கொண்ட திருவேட்டழகிய அய்யனார் அவர்களுக்கும் தன் கோயிலில் இடம் கொடுத்தருளினார்.

இவர்களைப் பற்றிய கதை இப்படியிருக்க இந்த திருவேட்டழகிய அய்யனார் கோயில் உருவான வரலாறு ஒருவிதமாகக் கூறப்படுகிறது.

முற்காலத்தில் பாம்பாற்றைச் சுற்றியுள்ள பகுதிகளில் ஈச்சங்காடுகள் மண்டியிருந்தன. அச்சமயத்தில் போராடிக் கோட்டை மற்றும் அதனைச் சுற்றியுள்ள கிராமத்துப் பகுதிகளில் ஈச்சங்காடுகள் மண்டியிருந்தன.

அச்சமயத்தில் போராடிக் கோட்டை மற்றும் அதனைச் சுற்றியுள்ள கிராமத்து மாடுகளை மேய்க்கும் பண்ணையாட்கள் இந்தக் காட்டுப் பகுதிக்கு வந்து மாடுகளை மேய்ச்சலுக்கு விட்டு வந்தார்கள்.

ஒருமுறை குளத்தூர் என்ற கிராமத்தைச் சேர்ந்த தலித் பண்ணை யாள் ஒருவர் தான் ஓட்டி வந்த மாடுகளை மேய்ச்சலுக்கு விட்டு விட்டு தான் உண்பதற்காக ஈச்சங்கன்றின் குருத்தை வெட்டினார்.

அப்போது எதிர்பாராவிதமாக அவர் வெட்டிய அரிவாள் முனை தரையைக் கொத்தியது. உடனே அந்த இடத்திலிருந்து குபீரென்று இரத்தம் பெருக்கெடுத்து ஓடியது.

தனது முகத்தில் இரத்தம் தரையிலிருந்து பீய்ச்சியடித்ததைக் கண்டு பண்ணையாள் மிரண்டார். பயத்தால் அந்த இடத்திலேயே மயங்கி விழுந்தார்.

அவர் மயக்க நிலையில் இருக்கும் சமயத்திலேயே அவருக்கு காட்சி யளித்த அய்யனார், அவரிடம் "நான் திருவேட்டழகன். இதுநாள் வரை யில் பூமிக்குள் புதைந்து கிடந்த நான் இன்று உன்னால் வெளிப் பட்டுள்ளேன். இன்று முதல் நீதான் எனக்கு நித்திய பூசைகளைச் செய்ய வேண்டும். தினமும் எனக்குப் பச்சரிசி பால் பொங்கலிட்டு வணங்கு. இந்த மக்களுக்கு யாதொரு பிணியும் வராது காப்பாற்றுகிறேன்..." என்று கூறிவிட்டு மறைந்தார்.

அதன்பின் மயக்கத்திலிருந்து கண் விழித்த பண்ணையாள் தான் அய்யனாரைக் கண்ட அதிசயத்தை எவரிடமும் கூறாது ரகசியமாக வைத்துக் கொண்டார்.

ஆனால் இன்று அவர் அய்யனாருக்கு பொங்கலிட மனதில் எண்ணிய வராய் "அம்மா எனக்கு பழைய சோறு வேண்டாம். பச்சிரிசி இருந்தால் கொடுங்கள். அதை ஊறவைத்து சாப்பிட்டுக் கொள்கிறேன்" என்றார்.

அப்பெண்மணியும் பச்சிரிசி கொடுக்க பண்ணையார் மன நிறைவுடன் திருவேட்டழகிய அய்யனாருக்கு பொங்கல் வைத்து பூசை செய்தார். இதுபோல தினந்தோறும் செய்து வரலானார்.

பண்ணையார் இவரது செய்கையை ரகசியமாகப் பின் தொடர்ந்து அறிந்த மிகவும் ஆச்சர்யப்பட்டுப் போனார்.

"நாளையிலிருந்து நானே உனக்குப் பொங்கலுக்குத் தேவையான அனைத்தையும் தருகிறேன். ஊரறிய பொங்கலிட்டு நீ பூசை செய்யலாம்" என்றார் பண்ணையார்.

அதன்பின் ஊர்மக்களும் அந்தப் பூஜையில் கலந்து கொண்டனர். அந்தப் பகுதி மக்களுக்கோ அல்லது கால்நடைகளுக்கோ எந்த நோய் வந்தாலும் அந்தப் பண்ணையார் திருவேட்டழகிய அய்யனாரின் சந்நிதி யில் இருந்து மண்ணை எடுத்துப் பூசினால் உடனே குணமடைந்து வரலாயிற்று.

இச்சமயத்தில் தலித் இனத்தவரான பூசாரியின் கையிலிருந்து திருநீறு வாங்கிப் பூசிக் கொள்ள விரும்பாத மற்ற சாதிமக்கள் பண்ணை யாளுக்குப் பதில் வேளாளர் ஒருவரை பூசாரியாக அமர்த்தினர்.

இம்மாற்றத்தை ஏற்க மனமில்லாத திருவேட்டழகிய அய்யனார், அடிக்கடி அந்த வேளாளர் பூசாரியின் முன்பாக நாகப்பாம்பு வடிவெடுத்து வந்து பயமுறுத்தவே அப்பூசாரி நாகத்திற்குப் பயந்து அந்த இடத்தை விட்டே ஓடி விட்டார்.

அப்படியும் தலித் பூசாரியை விரும்பாத அவ்வூர் மக்கள் பிராமணர் ஒருவரை அழைத்து வந்து அய்யனாருக்குப் பூசையிட்டனர்.

அவரும் தனது செல்ல மகளுடன் திருவேட்டழகர் சந்நிதிக்கு வந்து முறையுடன் பூசையிட்டு செல்வதை வழக்கமாகக் கொண்டார்.

ஒருநாள் தனது மகள் கோயிலுக்குள் விளையாடிக் கொண்டிருப் பதை மறந்து அந்தணர் கோயில் நடையைச் சாத்திவிட்டு வீட்டுக்குச் சென்றார்.

அந்தணர் தன் வீட்டை அடைந்தவுடன் தனது மகளைக் கோயிலி லேயே தான் விட்டுவிட்டு வந்து விட்டதை உணர்ந்து அதிர்ந்தார்.

கோயிலுக்கு விரைந்து வந்த அந்தணர் கோயில் நடையைத் திறக்க முற்பட்டார்.

அப்போது அசரீரியாக, "அந்தணரே! பொழுது விடிந்ததும் உனது மகள் வீடு தேடி வருவாள்" என்று திருவேட்டழகிய அய்யனார் உரைத் தருளினார்.

ஆனால் அய்யனாரது கூற்றை நம்பாத அந்தணர் கோயில் கதவில் தன் தலையைப் பலமாக முட்டி மோதி இரத்தம் சிந்தி வருந்தினார்.

இதனைக் கண்டு ஆக்ரோஷம் அடைந்த திருவேட்டழகிய அய்யனார், அந்த அந்தணரது மகளைத் துண்டு துண்டுகளாக வீசியெறிந் தார். இதனைக் கண்ட அந்தணர் பெரிதும் துக்கமுற்று வருந்தினார்.

பின் அய்யனாரை நோக்கி, "அய்யனாரே! உன்னைக் கண்டு உலகுக்கு சொன்ன நீசன்தான் இனி உனது கால்களைக் கழுவுவான். இனி வேறு எவருமே உன்னைத் திரும்பி பார்க்க மாட்டார்கள் போ..." என்று சாபமிட்டு விட்டு தனது இல்லத்துக்கு திரும்பிச் சென்றார்.

அதன்பின்னர் ஊர்மக்கள் உண்மையை உணர்ந்து தலித் இனத்தைச் சேர்ந்த பூசாரி ஒருவரை அழைத்து வந்து திருவேட்டழகிய அய்யனா ருக்குத் தொடர்ந்து தினம்தோறும் பொங்கலிட்டுப் பூசை செய்ய வைத்தனர்.

அன்றைய தினத்திலிருந்து இன்றுவரை தலித் இனத்தவர்களே அய்யனார் கோயிலுக்கு பூசாரிகளாகத் தொடர்ந்து இருந்து வருகின்றனர்.

ॐ

16. பெண் சொல்லுக்குக் கட்டுண்ட தேனாட்சி அம்மன்

சிராவயல்புதூர் கிராமத்தின் எல்லைகளில் ஊரைக் காத்தருளும் தெய்வமாக தேனாட்சியம்மன் எட்டு கரங்களுடன் மகிஷனை வதம் செய்யும் கோலத்தில் ஆக்ரோஷம் கொண்டு கருவறையுள் காட்சி தருகிறாள்.

சிவகங்கை மாவட்டத்திலுள்ள பிள்ளையார்பட்டி கற்பக விநாயகப் பெருமான் கோயிலில் இருந்து சற்று தூரத்திலிருக்கிறது இந்த சிராவயல் புதூர் கிராமம். உய்யகொண்டான் சிறுவயல் என்ற கிராமம் இந்த சிராவயல் புதூரிலிருந்து எட்டு கிலோ மீட்டர் தொலைவில் உள்ளது.

தேனாறு எனும் ஒரு காட்டாறு இந்த கிராமத்தை ஒட்டி ஓடிக் கொண்டிருந்தது. உய்யகொண்டான் சிறுவயல் மற்றும் அதனைச் சுற்றி யிருக்கும் கிராமங்களுக்கு சென்று மோர் விற்கும் ஒரு இடையர் குலப் பெண்மணி ஒருநாள் மோர்ப் பானை கரண்டி, உழக்கு யாவற்றையும் இந்த தேனாற்றில் வழக்கம் போல் கழுவிக் கொண்டிருந்தார்.

அப்போது ஆற்றுநீரில் "சளக்...சளக்..." என்ற சப்தம் வந்த இடத்தில் உள்ள நீரின் மட்டத்துக்கு மேலாக மார்பளவு அம்மன் சிலை ஒன்று மெல்ல நகர்ந்து வந்தது. இதனைக் கண்டு மெய்சிலிர்த்துப் போன

அப்பெண் அம்மன் சிலையைப் பணிந்து வணங்கி, "அம்மா தாயே! நான் ஊருக்குள் போய் திரும்பி வரும் வரையில் நீ இந்த இடத்தை விட்டு நகரவே கூடாது" என்று வேண்டிக் கொண்டு ஊரை நோக்கி விரைந் தோடினாள்.

அப்பெண் ஊரிலிருந்த சிலரை அழைத்துக்கொண்டு ஆற்றுக்குத் திரும்பி வந்தார். அங்கு அப்பெண்ணின் வேண்டுதலுக்குச் செவிசாய்த்த வனாக அந்த அம்மன் அங்கேயே இருந்தாள். பெண்ணுடன் வந்தவர்கள் ஆற்றில் இறங்கி நீரிலிருந்த அம்மன் சிலையை எடுத்து வந்து கரையில் வைத்தனர்.

அச்சமயம் அங்கிருந்தவர்களில் ஒருவர் மீது அருளாக வந்திறங்கிய அம்மன் மேற்குப் பக்கமாக உள்ள ஒரு இடத்தைக் கூறி அந்த இடத்தில் தன்னை வைத்து வழிபடுமாறு கூறியருளினார்.

இவ்வாறு தேனாட்சியம்மன் சுட்டிக் காட்டிய இடத்திலேயே அவளுக்கு கோயில் எழுப்பப்பட்டது. தேனாற்று நீரிலிருந்து கண் டெடுக்கப்பட்டவள் என்பதால் தேனாற்று நாச்சி என்று பெயரிட்டனர். பின்னர் அதுவே மாறி தேனாட்சி அம்மன் என்றாயிற்று.

அங்கே அம்மன் கோயில் எழுப்பப்பட்ட பின்னர் அங்கிருந்து வேறெங்கும் செல்ல விரும்பாத இடையர் குலத்து மோர் விற்கும் பெண் மணி அம்மனின் பாதமே சரணம் என்று இருந்து விட்டாளாம்.

ஊன் உறக்கம் ஏதுமின்றி கோயிலிலேயே இருந்து அம்மனுடன் ஐக்கியமான அவளையும் தெய்வமெனக் கருதிய ஊரார் அம்மனது சந்நிதிக்கு எதிரே அவளுக்குச் சிலை ஒன்றை வைத்து வழிபடலாயினர்.

கோயில் பிரகாரத்தின் வடபுறத்து மூலையில் சனீஸ்வர பகவான் மட்டும் தனித்துக் காட்சி தந்தருளுவது இக்கோயிலுக்குரிய தனிச்சிறப் பாகும். இவரது சந்நிதிக்கு அருகே பைரவரும் மேற்குப் பிரகாரத்தில் சிவன் லிங்க வடிவிலும் விசாலாட்சியம்மன், முருகப் பெருமான், விநாயகர் ஆகியோரும் காட்சி தந்தருளுகின்றனர்.

கோயில் முன் மண்டபத் தூண்களில் கோயில் எழும்பக் காரண மாயிருந்தவர்களை சிலை வடிவில் வைத்துள்ளனர்.

ௐ

17. நடுகல் சாமியும் குலசாமியும்

சிறுதெய்வ வழிபாடானது நாட்டார் மக்களின் நம்பிக்கை அடிப்படையிலும் அவர்கள் முன்னோர்கள் கற்றுத் தந்த முறைப்படியும் நடக்கிறது.

உலகின் தொன்மையான வழிபாடு இயற்கை வழிபாடாகவும், அதற்கு அடுத்ததாக சிறுதெய்வ வழிபாடு இருப்பதாகவும் கூறப்படுகிறது.

இந்த சிறு தெய்வ வழிபாட்டில் வீட்டுத் தெய்வ வழிபாடு, குல தெய்வ வழிபாடு, இனத் தெய்வ வழிபாடு, ஊர்த் தெய்வ வழிபாடு மற்றும் வெகு ஜனத் தெய்வ வழிபாடு என பலவகைகள் காணப்படு கின்றன.

இந்தத் தெய்வ வழிபாட்டு முறையில் பொதுவான இலக்கணங் களோ வரைமுறைகளோ வகுக்கப்படவில்லை.

நாட்டுப்புற மக்கள் தங்கள் வழிகாட்டியாக வாழ்ந்து மறைந்தவர் களையோ அல்லது வீட்டில் இருந்த மூதாதையர்களையோ, விபத்தினால் இறந்த கன்னிப்பெண்களையோ வணங்கும் வழக்கத்தினைக் கொண்டி ருக்கிறார்கள். இவ்வாறு வணங்கும் முறை வீட்டுத் தெய்வ வழிபாட்டு முறையாகும்.

நடுகல் வழிபாடே காலப்போக்கில் குலதெய்வ வழிபாடாக மாறியது எனலாம். இரத்த உறவுடைய பங்காளிகள் ஒரே இனத்தைச் சேர்ந்தவர்களாகக் கருதப்படுவர்.

பல்வேறு குழுவினைச் சார்ந்தவர்கள் ஓர் இனமாக நின்று வணங்கும் முறைக்கு இனத் தெய்வ வழிபாடு என்று பெயர்.

ஊரில் உள்ள மக்களைக் காக்கும் தெய்வங்களை வணங்கும் வழக்கத்திற்கு ஊர்த் தெய்வ வழிபாடு என்று பெயர். பெரும்பாலும் காவல் தெய்வங்களே இந்த ஊர்த் தெய்வங்களாக வணங்கப்படு கிறார்கள்.

சிறு தெய்வ வழிபாட்டு முறைகள் எந்தவித மதக் கோட்பாடு களுக்கும் உள்ளடங்காமல் ஆகம விதிகளுக்கு உட்படாமல் சம்பிரதாய வழிபாட்டு முறைகளைப் பின்பற்றாமல் கிராம மக்கள் விரும்பிய வண்ணம் நிகழ்த்தப்படுகின்றன.

சிறு தெய்வ வழிபாட்டு முறைகள் தெய்வங்களுக்குத் தகுந்தவாறு மாறுபடும் ஒவ்வொரு தெய்வமும் தனக்கெனத் தனித்த வழிபாட்டு முறைகளைக் கொண்டிருக்கும்.

சிறு தெய்வ வழிபாடுகளில் தெய்வங்களை அலங்கரித்தல், பூசை செய்தல், படையல் போடுதல், நேர்த்திக் கடன் செலுத்துதல், ஆடியும் பாடியும் துதித்தல் போன்றவை வழிபாட்டு முறைகளாக அமைகின்றன.

ஊர்த் தெய்வங்களுக்கு கிராம மக்கள் எடுக்கும் திருவிழா பெரிய கும்பிடு எனப்படும் பெரிய கும்பிடை அடிப்படையாகக் கொண்டே சடங்குகளும், நேர்த்திக் கடன்களும் மேற்கொள்ளப்படுகின்றன.

கிராமங்களில் பஞ்சம், வறட்சி, நோய்த் தொற்று போன்றவை ஏற்பட்டால் பெரிய கும்பிடு நடத்தப்படுகிறது.

சிறு தெய்வங்களுக்கான வழிபாடு ஆண்டிற்கு ஒரு முறையோ, இரண்டாண்டுகளுக்கு ஒரு முறையோ நடைபெறும்.

இது பெரிய கும்பிடு, சாமி கும்பிடு, ஊர்த்திருவிழா, கொடைவிழா. பெரிய நோம்பு என்று பல பெயர்களில் குறிப்பிடப்படும். எது நடந் தாலும், அது தெய்வங்கள் மூலமே நடைபெறுகிறது என்று நம்பும் வழக்கம் கிராம மக்களிடம் மிகுதியாக இருந்து வருகிறது.

இதனால் பலவிதமான வேண்டுதலை இறைவன்முன் வைக்கின்றனர். இவ்வேண்டுதல் நிறைவேறினால் அதற்குப் பிரதிபலனாக நேர்த்திக் கடன் செலுத்துகின்றனர்.

நம்பிக்கைகளுக்கும் நேர்த்திக் கடன்களுக்கும் மிகுந்த தொடர்புண்டு. தெய்வங்களின் மீது கொண்டுள்ள நம்பிக்கைகளின் அடிப்படையிலேயே நேர்த்திக் கடன்களும் அளிக்கப்படுகின்றன.

உடலை வருத்தும் நேர்த்திக் கடன்கள், பொருளாக அளிக்கப்படும் நேர்த்திக் கடன்கள், உயிர்ப்பலியாக அளிக்கப்படும் நேர்த்திக் கடன்கள் என்றவாறு நேர்த்திக் கடன்களைப் பலவாறு பகுத்துக் காணமுடியும்.

நேர்த்திக் கடன் கால்நடை அளித்தல், பலியிடுதல், மாவிளக்கு எடுத்தல், குருதி எடுத்தல், ஆயிரக்கணக்கான பானை எடுத்தல், அங்கம் அளித்தல், அலகு குத்துதல், தீச்சட்டி எடுத்தல், அரிவாளின் மேல் நடத்தல், ஆணிச்செருப்பு அணிதல், முளைப்பாரி எடுத்தல், மார்பில் கத்தி போடுதல், பூக்குழி இறங்குதல், தொட்டில் சாட்டுதல் எனப் பலவகை உண்டு.

சக்திக் கரகமெடுத்தல், கரகத்தில் சாமியை எழச்செய்து கோயில் கொண்டு வந்து வைக்கும் சடங்கே ஆதிகாலத்தில் சிறு தெய்வங்களுக்குப் பெரும்பாலும் நிலையான தெய்வச் சிலைகளோ வேறு வகையான படிமங்களோ அமைக்கப்படுவதில்லை.

கோயில் என்ற பெயரில் மேடை மட்டுமே இருக்கும். பெரிய கும்பிடு நடக்கும் காலத்தில் சக்தி கரகம் எடுக்கப்படும்.

ௐ

18. மதுரைவீரன் சாமி

காவிரி வெள்ளம் நுங்கு நுரையுடன் கரைபுரண்டு ஓடி வருகிறது. திருச்சி மாவட்டம், அல்லூர் கிராமத்தருகே காவிரியின் மேற்கரையில் புங்கை மரத்தடியில் சொக்கட்டான் ஆடிக் கொண்டிருந்தனர். கள்ளர் இனத்தைச் சேர்ந்த ஒருவனும், வெள்ளாளர் இனத்தைச் சேர்ந்த ஒருவனும்.

இருவர் கண்களிலும் ஒரே நேரத்தில் காவிரியில் மிதந்து வந்த பேழை படுகிறது.

"இருவரும் ஒரே நேரத்தில் பார்த்ததால் பேழை இருவருக்கும் சொந்தம்".

"வேண்டாம் பேழை எனக்கு. பேழையின் உள் இருப்பது உனக்கு" இது கள்ளன்.

பேழையைத் திறந்துப் பார்த்தான் வெள்ளாளன். மதுரைவீரன் சுவடி உள்ளே இருந்தது.

சுவடியில்.... "சந்திரமதியின் சாபத்தினால் காசி மன்னர்கள் வம்சம் தழைக்காமல் போய் விடுகிறது. காசி மன்னன் துளசி மகாராஜனும் ராணி

கற்பூரவல்லியும் கங்கையில் நீராடி தவம் இருந்து பிள்ளை வரம் வேண்டுகின்றனர்.

அப்போது காட்டில் முனிவரின் மான்களை வேட்டையாட மகத நாட்டு மன்னன் பிரசண்டன் துரத்தியபோது மான் ஒன்று கால் ஒடிந்து முனிவர் காலடியில் விழுந்து உயிர்விடுகிறது.

முனிவர் கோபம் கொண்டு மானைக் கொன்ற பிரசண்டனையும் தப்பியோடிய இரு மான்களையும் சபித்தார்.

பிள்ளை வரம்வேண்டி தவம் செய்த காசி மகாராணி கற்பூரவல்லியின் வயிற்றில் கொடி சுற்றி பிள்ளையாகப் பிறக்கிறான் பிரசண்டன்.

கொடி சுற்றிப் பிறந்ததால் குடிக்கு ஆபத்து என்பதால் குழந்தையைக் கொன்று விட ஆணையிடுகிறான் காசி மன்னன். ஆனால் குழந்தையைக் கொல்ல மனமின்றி காட்டில் விட்டு விடுகிறார்கள்.

காட்டில் சக்கிலிய குலத்தைச் சேர்ந்த சின்னான் என்பவன் அக்குழந்தையை எடுத்து வளர்க்கிறான்.

முனிவரின் சாபம் பெற்ற இரண்டு மான்களில் ஒன்று கமலாபுரி மன்னன் பொம்மன்னன் மகள் பொம்மியாகவும், மற்றொரு மான் மதுரை நகர மீனாட்சி அம்மன் கோவில் பத்தினி நர்த்தகி வெள்ளையம்மாளாகவும் பிறந்து வளர்ந்து வருகிறார்கள்.

கொடூர அநீதியை அழிக்க ஒரு சொல் சாபங்களும் வாழ்வின் வசந்தத்தைக் கொண்டு வரும் புதிய வாயில்களை மலரச் செய்ய ஒரு சொல் வரங்களும் அன்றைய ஒட்டுமொத்த திட்டமிடப்பட்ட சமூக அசைவுகளாக இருந்து வந்திருக்கிறது.

புவிமண்டலக் கோபக்கனலும் அரும்பொலியின் கலவையாகவும் அன்றைய வாழ்வியலை அலங்கரிக்கச் செய்திருப்பதன் அடையாளம்தான் சின்னான் என்ற எளியவனிடம் மதுரைவீரன் வந்திருக்கும் கதை.

கானகத்தின் புதல்வனாக அவன் வீறுகொண்டு பருவம் எய்தும் வரை வீரன் என்று பெயரிடப்பட்ட அந்தக் குழந்தையை பாசத்துடன் வளர்க்க படாதபாடு பட்டார்கள் சின்னான் தம்பதி.

எவருக்கும் கட்டுப்படாத போர்க்காளையாக வளர்ந்தான் வீரன்.

நாளும் ஒரு சண்டை வம்பு வழக்கு என அவனைப் பார்க்கும் போதெல்லாம் பெற்றோருக்கு அச்சமாகிவிட்டது.

வீரனைப் பற்றிய நினைப்பில் வீட்டுத் திண்ணையில் அமர்ந்திருந்த சின்னானுக்கு அரண்மனையிலிருந்து அவசர ஓலை வந்தது.

வீரன் வம்பு ஏதும் அரண்மனைக்குப் போய்விட்டதோ என்று அஞ்சி நடுநடுங்கி சின்னான் மன்னன் பொம்மன்னன் முன்பாகப் போய் கைகட்டி நின்றான்.

''சின்னான்...சேதி தெரியுமா உனக்கு? இளவரசி பொம்மி பூப்படைந்து விடடாள். ஆனால் அவள் பூப்படைந்த வேளை மன்னனுக்கும் நாட்டுக்கும் ஆகாதாம்''.

“மகாராசா! அதுக்குப் பரிகாரம் ஏதும் இல்லீங்களா?”

“ஊருக்கு அப்பால் இருந்த தனி இடத்தில் பச்சை ஓலைக்குடில் கட்டி பொம்மியை முப்பது நாள் விரதமிருக்கச் செய்ய வேண்டுமாம். சோதிடர் சொன்னார்”.

“அப்படியா மகாராசா?”

“அந்த இடத்துக்கு நீதான் காவல். ஒரு ஈ, காக்காய் உள்ளே நுழையக் கூடாது. கண் இமைபோல் காக்க வேண்டும். பட்சி பரவாமல் பகல் மோகம் வாராமல், காட்டானை, சிங்கம், புலி, கரடி வராமல் கள்ளர், திருடர் கடுவிசயம் தீண்டாமல் ஆண்வாடை, ஏவல், பில்லி-சூன்யம் எதுவும் அண்டாமல்....”

“அப்படியே காத்து வருகிறேன் மகாராசா!”

“அசம்பாவிதம் ஏதும் நேராமல் பார்த்துக் கொள். ஏதும் நேர்ந்தால் உன் தலை துண்டிக்கப்படும். இது அரச கட்டளை!”

நடுங்கிப் போய் அரசர் ஆணையைச் சிரமேற்கொண்டு சின்னான் காவல் பணியை மேற்கொண்டான்.

ஒரு நாளா இரண்டு நாளா முப்பது நாள்; இரவு-பகலும் கண்ணிமைக் காத காவல், வெட்ட வெளியில் கொட்டும் மழையில், கொளுத்தும்

வெயிலில், பொழியும் பனியில். சாதியில் சக்கிலியர் என்பதால் மனிதத் தோல் முற்றலுமாய் மரத்துப் போகுமா என்ன...அவனுக்கும் காய்ச்சல் வந்தது.

காவல் தடைப்பட்டால் காவலனால் தலை துண்டிக்கப்படும்.

காய்ச்சலும் இருமலும் வந்து கண் மயங்கிப் போய் நின்ற சின்னான் நிலையைப் பார்த்துவிட்டு வீரன் ஓடிவந்தான்.

“தந்தையே! இன்னொரு நாள் நீங்கள் ஓய்வெடுங்கள். உங்களுக்குப் பதிலாக காவல் பணியை நான் மேற்கொள்கிறேன்”

வீரன் காவலுக்குச் சென்ற நாள் கடும் மழையும், புயலும், இடியும் மின்னலும் கூடிய கொடிய இரவாக இருந்தது.

இளவரசி பொம்மி, அடித்த பேய்க்காற்று மழையில் சின்னான் காவலில் நிற்கிறானா என்று குடிசையில் திரைவிலக்கிப் பார்த்தபோது அறிமுகம் இல்லாத அந்நியர் இருப்பதைப் பார்த்து திடுக்கிட்டாள். இருப்பினும், கட்டுக்குலையாத ஆணழகன். பார்த்த பார்வையிலேயே ஒரு கிறக்கம் தெரிந்தது.

சின்னானுக்குப் பதிலாக அவன் மகன் வீரன்தான் இவன் என்று அறிந்ததும் படபடப்பு நீங்கவில்லை.. இருவரும் ஒருவரை ஒருவர் பார்த்த பார்வையில் ஒரு ஜென்மாந்த உறவு வலை தங்களுக்குள் பின்னியது போலுணர்ந்தனர்.

“ஆபத்து ஏதுமுண்டா?” என்று குடிசைக்குள் அப்போது நுழைந்து விட்ட வீரனைப் பார்த்து, “ஆபத்து எனக்கில்லை. உனக்குத்தான் ஆபத்து வரப்போகிறது. காவல் காப்பவனுக்கு இத்தனை கள்ளமான பார்வை ஆகாது. நீ நீசன்மகன். நான் ராஜகுமாரி! உனக்கு இத்தனை ஆணவமா?” என்று இடுப்பில் இருந்த குறுங்கத்தியை உருவி அவனைக் குத்துவதற்கு ஓங்கிய அவளது கை அப்படியே நடுங்கி நின்றது.

“இளவரசி ஏன் நிறுத்தி விட்டீர்கள். பார்த்த முதல் பார்வையிலேயே என் நெஞ்சை தைத்து விட்டீர்கள். காசி மன்னர் தவமிருக்க கொடி சுற்றிப் பிறந்த காரணத்திற்காக காட்டில் விடப்பட்டு சின்னானால் எடுத்து வளர்க்கப்பட்ட பிள்ளை நான். உனக்காகவே நான் இங்கு வளர்ந்தேன்”.

பொம்மி வீரனின் நெஞ்சில் காதல் வயப்பட்டு சரிந்தாள்.

பொம்மி, வீரனின் காதல், கற்பாறையாக இறுகி எல்லோரையும் எதிர்க்கத் துணிந்தது. பொம்மியைச் சிறை எடுத்து வீரன் நாட்டை விட்டு தப்பி ஓடினான்.

காவல் காக்கத் தவறிய குற்றத்திற்கு சின்னான் தம்பதி சிறை வைக்கப் பட்டனர்.

பொம்மியைச் சிறையெடுத்து ஸ்ரீரங்கப்பட்டணம் நோக்கிச் சென்றான் வீரன். ஸ்ரீரங்கப்பட்டணத்தை ஆண்ட திப்புசுல்தான் வீரனைப் பிடித்து பல்வேறு வீர சோதனைகளுக்குப் பின் காசி மன்னன் மகன்தான் வீரன் என்ற கௌரவத்தை ஒப்புக்கொண்டு சகல மரியாதை களையும் செய்து வீரனுக்குப் படை வீரர்களையும் கொடுத்து அனுப்பி வைத்தார்.

"பொம்மி! நாம் இனி திருச்சிக்குச் செல்ல தடையேதுமில்லை. திருச்சியை ஆளும் விஜயரங்க சொக்கநாத மன்னன் மிகவும் நல்லவர். எனது திறமைக்குத் தக்க பதவி அளிப்பார். அவரை அபயம் கொள்வது தான் சிறந்தது".

வீரன் பொம்மியை அழைத்துக் கொண்டு திருச்சி செல்லும் வழியில் பொம்மியின் தந்தை கமலாபுரி மன்னன் பொம்மன்னன் படையோடு வந்து வீரனோடு சண்டையிட்டு அந்த இடத்திலேயே உயிர் இழக்கிறான். இந்தப் போர்க்காட்சியை மறைந்திருந்து பார்த்த திருச்சி அரசர் சொக்கநாதர், வீரனின் வீரம் கண்டு மெய்சிலிர்த்துப் போனார்.

வீரனைத் தக்க மரியாதையோடு வரவேற்று நாட்டுக்குச் சேனாதிபதி ஆக்குகிறார்.

இந்நிலையில் மதுரையை ஆண்ட திருமலை நாயக்கரிடமிருந்து ஓலை ஒன்று வருகிறது.

"மதுரையிலே கள்ளர் பயம் எனக்கில்லை. கொலை-கொள்ளை கட்டுக்கடங்கவில்லை. கோயிலுக்குப் போனாலும் தொல்லை. நாட்டுச் சொத்தையெல்லாம் அவர்கள் அபகரித்துச் சென்றுவிட்டார்கள். திருச்சி மன்னர்தான் காப்பாற்ற வேண்டும்".

ஓலையில் திருமலைமன்னர் கண்கலங்கி நின்ற காட்சியைப் பார்த்து விட்டு விஜயரங்க சொக்கநாத மன்னன் சேனாதிபதி வீரனை அழைத்தார்.

"அழகர்மலைக் கள்வரை அங்கம் அங்கமாக வெட்டி வைகை ஆற்றுக்கு அணைகட்டி, கள்வர் கூட்டத்தினை ஒடுக்கி நான் வருவேன் மன்னா..." என்று வீரனும் வீரசபதம் ஏற்று புறப்பட்டான்.

பொம்மியை அழைத்துக்கொண்டு கள்வர்களை ஒடுக்க கூடல் மாநகருக்கு வீரன் செல்ல, மதுரையில் அவனுக்கு மகத்தான வரவேற்பு அளிக்கப்பட்டது.

திருமலை மன்னன் வீரனுக்குத் தன் அரியாசனத்தை பங்கிட்டுக் கொடுக்கும் அளவுக்கு அன்பு சொரிந்து விருந்துபசாரம் செய்தான்.

திருமலை நாயக்கருக்கு அத்தனை சீரழிவுகள் அழகர்மலைக் கள்வரால். வீரன் எப்படியும் கள்வர்களை அடக்கியே தீருவான் என்று மலையாய் நம்பினார் மன்னர்.

அதேநேரத்தில் மதுரை மன்னர் ஆட்சியைப் பறித்து அதிகாரம் செய்ய கள்வர் தலைவன் சிவனாண்டி பெரும் கள்வர் படையுடன் கோட்டையை வளைத்து கதவைத் திறந்து கொண்டு உள்ளே நுழைந்து விட்ட சேதி கிடைத்தது.

"கள்வர் மறவர் கனத்தபாளையத்தான்" என்னை எதிர்க்க வந்து விட்டார்கள்.... எடுங்கள் என் உடைவாளை! கள்வர்களைக் கொன்று குவித்து வருவேன்" என கோபாவேசத்துடன் வீரன் வெண்புரவியில் கிளம்பிவிட்டான்.

கொள்ளையர்கள் இதுவரை சந்தித்திராத பேய்க்காற்று சூறாவளி யாய் வீரனின் தாக்குதலை சந்திக்க முடியாமல் கள்வர்கள் படை சிதறி சின்னாபின்னமாகியது. களத்திலேயே தலைவன் சிவனாண்டியை வீரன் கொன்றான்.

எஞ்சிய அழகர் மலைக்கள்வர்களைச் சுற்றி வளைத்துப் பிடித்து சங்கிலியால் கட்டி திருமலை நாயக்கர் முன் கொண்டு போய் நிறுத்தி னான் வீரன். அழகர்மலைக் கள்வர்கள் அபகரித்த திருமலை நாயக்கரின் தங்க நகைகளும் செல்வங்களும் குறைவின்றி அப்படியே திரும்பவும் கொண்டு வந்து குவிக்கப்பட்டது.

நினைத்துப் பார்க்க முடியாத வீர சாகசங்களை நிகழ்த்திய மதுரை வீரனின் புகழ் திக்கெட்டும் பரவியது. திருமலைநாயக்கர் நெஞ்சு

நெகிழ்ந்து போனார். மதுரை வீரனுக்கு ராஜமரியாதை செய்து வழிபட்டார் திருமலை நாயக்கர்.

"நன்றி மன்னவா! நான் அடைந்த வெற்றியெல்லாம் மதுரை மீனாட்சியின் வெற்றி. நான் விடைபெறுமுன் ஒரு வார்த்தை.." மதுரை வீரன் தயங்கி நிறுத்திய வார்த்தைகளைத் தலைமேல் கொள்ளும் சித்தமாய், "கூறுங்கள் மதுரை வீரரே! கூறுங்கள்! என்ன தயக்கம்" என்றார் திருமலை நாயக்கர்.

"எஞ்சிய கள்வர்கள் இனிமேல் கொள்ளை அடிப்பதில்லை என என்மேல் சத்தியம் செய்திருக்கின்றனர். இவர்கள் கொள்ளையடித்ததில் ஒரு சிறிய பகுதியை இவர்களுக்கே திரும்பவும் கொடுக்க வேண்டும்"

மதுரை வீரன் கோரிக்கை வைத்ததும் "அப்படியே ஆகட்டும்" என்று நாயக்க மன்னர் ஆணையிட்டார்.

"மதுரை சொக்கநாதர் மீது ஆணை! நாங்கள் இனிமேல் மதுரை மாநகரில் கொள்ளையடிக்க மாட்டோம். அநீதி ஏற்படாது காவல் காப்போம். மதுரை வீரன் வாழ்க. திருலை நாயக்க மன்னர் வாழ்க" என்று அழகர்மலை கள்வர்களின் வாழ்த்தொலி அப்போது கிளம்பியது.

"தளபதி சாமந்தரே! மதுரை வீரன் தனது வீடு போய்ச் சேரும்வரை விருந்தினர்களுக்குரிய மரியாதையோடு கொண்டு போய்ச் சேர்க்க வேண்டியது உம் பொறுப்பு..." எனக் கட்டளையிட்டார் நாயக்க மன்னர்.

"மதுரை வீரரே! போர் செய்த களைப்பு நீங்க இரண்டொரு நாள் கழித்து விருந்துபசாரம் பெற்று நீங்கள் ஊர் திரும்பலாம் வாருங்கள்..." என்று மதுரை வீரனை தளபதி சாமந்தர் அழைத்துச் சென்றார்.

"மதுரை வீரரே! நீங்கள் மதுரை சொக்கநாதர் ஆலயத்து நர்த்தகி வெள்ளையம்மாளின் நடனத்தைப் பார்த்திருக்கிறீர்களா? இன்று நீங்கள் அவசியம் என்னுடன் பார்க்க வேண்டும்".

சொக்கநாதர் மண்டபத்தில் வெள்ளையம்மாளின் சிருங்கார நடனம் கண்டு மதுரை வீரன் எல்லையற்ற தாபமும் மயக்கமும் கொண்டான்.

அன்று இரவு மாறுவேடத்தில் கோட்டைச் சுவர் தாண்டி மதுரை வீரன் குதித்து நேராக வெள்ளையம்மாளின் மாளிகைக்குள் நுழைந்தான்.

ரதிதேவியைப் போல வெண்பட்டுடுத்தி ஆழ்ந்த உறக்கத்திலிருந்த வெள்ளையம்மாளின் எழிலைக் கண்டு பெருமூச்சு விட்டான் மதுரை வீரன்.

''இந்தத் தங்கச் சிலையைத் தொட்டெடுப்பினால் தன்னை விரும்புவாளா? மதுரை மீனாட்சியம்மன் கோயில் பத்தினி ஆடல் நாயகி தன்னை விரும்பாது போய் தன்னைப் பார்த்தவுடன் கூக்குரலிட்டு விட்டால் என்ன செய்வது... திருமலை நாயக்கருக்குத் தீராத அவமானம் தேடித் தந்ததாகிவிடுமே!

மதுரை வீரன் தனக்குத்தானே பேசியபடி நின்றவன், மயக்க மருந்தை அவள் நாசியில் நுகரச் செய்து மயங்கச் செய்தான்.

பிறகு தன் துப்பட்டியில் அவளை மூட்டையாகச் சுற்றி தோளில் தூக்கிக் கொண்டு அரண்மனையை விட்டு நள்ளிரவில் செல்லும்போது காவலன் கண்டுபிடித்து விடுகிறான்.

வெள்ளையம்மாளைத் தூக்கி நிற்பவன் மதுரை வீரன் என்று அறியாமலேயே அவன் காது கேட்க, "மதுரை வீரனுக்கு இது தெரிந்தால் மாறுகால் மாறுகைதான்'' என்று கூறியபடி மன்னருக்குத் தகவல் அனுப்பினார்கள்.

''மதுரைக் கோயில் நடனப் பத்தினியை கள்வன் ஒருவன் கை தொட்டுத் தூக்குவதா? அவனை உடனே மாறுகால் மாறு கை வாங்கு'' என்று உத்தரவிடுகிறான் மன்னன்.

செய்த தவறுக்குப் பிராயச்சித்தமாக மதுரை வீரன் மௌனமாய் தான் யார் என்று கூறாமலேயே கழுவிலேறி மாறுகால் மாறுகை வெட்டும் வரை வேகம் கலையாது இருந்துவிட்டான்.

மாறுகால், மாறுகை வாங்கப்பட்ட நிலையில் மதுரை வீரன் மனமுடைந்து கடைசியில் வீலறிடுகிறான்.

''இத்தனை நாட்கள் இவ்வுலகில் புகழோடும் சிறப்போடும் மன்னனோடு மன்னனாக அரியாசனத்தில் இருந்த எனக்கு நேர்ந்த கதி இதுதானா?"

மதுரை வீரனின் புலம்பல் கேட்டு அவன் யார் என்ற விபரம் அறிந்த காவலர்கள் அதிர்ச்சியுற்று அரசன், பொம்மி, வெள்ளையம்மாள்

யாவருக்கும் தகவல் அறிவிக்கின்றனர்.

கொலைக்களம் ஒப்பாரிக் களமாகிறது.

எல்லோரும் தாங்க முடியாத துயரால் அழுது புலம்ப, வெள்ளை யம்மாள் மதுரை மீனாட்சியை வேண்டி பிரார்த்தனை செய்தாள்.

அவளுடைய பிரார்த்தனையின் பயனாக மதுரை வீரனுக்கு கையும், காலும் பழைய நிலைக்கு வளர்ந்து விடுகிறது.

"வெள்ளையம்மாள், இப்புவியில் இனிமேல் எனக்கு வாழ்வில்லை. வாழ்ந்தால் நீதி சாகும். எனவே மீனாட்சியின் பாதம் சேர விடை பெறுகிறேன். நீங்கள் இருவரும் என்னோடு வருவதாயிருந்தால் வைகை அருகில் உள்ள மாந்தோப்பில் தீக்குளித்து மீண்டு தாய் மீனாட்சி சந்நிதிக்கு வாருங்கள்".

முப்பிறப்பில் எமக்களித்த
மொழிப்படியே பிறந்து நான்
இப்பிறப்பில் வினைகள் எல்லாம்
ஒழித்துவிட்டேன்

என்று அவ்விருவரும் தீப்பாய்ந்து மதுரை வீரனோடு சேர்ந்தனர்.

உடுக்கு ஓசையும், பூசை மணியோசையும் முழங்க தென் மதுரை கம்பத்தடியில் அடங்கி, இன்று காவல் தெய்வமாய் காத்து வருகிறான் மதுரை வீரன் சாமி!

ௐ

19. பிணம் தின்னி பேய்க்குழந்தை

சுடலை மாட சாமி மீது பயம் கலந்த பக்தி தூத்துக்குடி, திருநெல்வேலி, கன்னியாகுமரி மாவட்ட மக்களிடையே அதிகம் உண்டு. தவறாக நடந்து கொண்டால் சுடலை மாடசாமி தண்டிப்பார் என இப்பகுதி மக்களிடையே நம்பிக்கை அதிகம் உண்டு.

மேலும் பார்ப்பதற்கு பயம் கொள்ளும் தோற்றத்தில் இருப்பதால் சுடலை மாடசாமி கதைகளைச் சொல்லி சிறு குழந்தைகளை இந்தக் கிராமப்புறங்களில் கண்டிப்புடன் வளர்க்கும் முறை அதிகம் காணப்படு கிறது.

சுடலை மாடன் சிவ பார்வதியினால் படைக்கப்பட்டு மகனாக வளர்க்கப்பட்டவர் என்கிறது புராணம். பார்வதி தேவி தாய்ப்பால் புகட்டாமல் அமிர்தத்தை ஊட்டி வளர்த்ததால் அந்தக் குழந்தை நாளடைவில் அதிகப் பசி கொண்டு அலையத் தொடங்கியது.

கைலாயத்தில் மயானத்தில் எரிந்து கொண்டிருந்த பிணங்களை அந்தக் குழந்தை தின்னத் துவங்கியது.

அதன்பிறகும் பசி அடங்காமல் போய் விலங்குகள், மரங்கள், பேய்கள் என அனைத்தையும் தின்னத் துவங்கியது அந்தக் குழந்தை.

பிணம் தின்னும் பேயாகவே அந்தக் குழந்தை மாறிவிட்டதால் அதை இனியும் தேவலோகத்தில் வசிக்கக் கூடாது என்று எண்ணிய சிவபெருமான் அதை பூலோகத்திற்குப் போய் அங்கு மக்களை காப்பாற்றுமாறு பூலோகத்திற்கு அனுப்பினார் என்கிறது புராணம்.

சுடலை மாடன் குறித்து மற்றொரு கதையும் கூறப்படுகிறது.

திருநெல்வேலியிலிருந்து பன்னிரண்டு கிலோ மீட்டர் தொலைவில் உள்ளது சீவலப்பேரி எனும் கிராமம். தன்னுடைய பிள்ளையான முருகப் பெருமான் கோபம் கொண்டு பழனிக்குச் சென்று விட்டதும் பார்வதிக்கு இன்னொரு குழந்தை வேண்டும் என்று ஆசை தோன்றியது.

அவள் தனது கணவர் சிவபெருமானிடம் அதைப் பற்றிக் கூற அவரும் அவளை மரகதக் கல்லினால் ஆன விளக்கில் தீபம் ஏற்றுமாறும் அது எரிந்து கொண்டே இருக்க வேண்டும் என்றும் கூறினார்.

விளக்கு எரிந்து திரி எரிந்துபோய் மங்கத் துவங்கியதும் சிவபெருமான் வேண்டும் என்றே அதன் திரியை பெரிதாக்கிக் கொண்டே இருந்தார். அப்போது ஒருநாள் அது பார்வதியின் தொடையில் விழுந்து விட அவள் சதை தீ காயத்தினால் வீங்கிவிட்டது.

ஆகவே, சிவபெருமான் பிரம்மாவை அழைத்ததற்கு குழந்தை உரு கொடுக்குமாறு கூற அதுவும் குழந்தையாக மாறி சுடலை என்று பெயர் பெற்றது.

அந்தக் குழந்தை தீராப் பசியுடன் பிணங்களைத் தின்பதைப் பார்த்து கைலாயத்திலிருந்து அனுப்பிவிட சிவ பார்வதி முடிவு செய்தனர்.

பார்வதி இருபத்தியோரு பிடி சமைத்த உணவைத் தந்து வனப் பேச்சியை அழைத்து சுடலை மாடனை அங்கிருந்து அழைத்துச் செல்லும் படி கூறினார்.

அந்தக் குழந்தையும் தாமிரபரணியின் அருகில் இருந்த சீவலப் பேரியை அடைந்தது. அங்கு சென்றதும் அந்த சிறுவனுக்கு பசி எடுக்க அங்கு வந்த மசானம் என்ற ஆடு மேய்ப்பவனிடம் அவன் கொண்டு வந்த ஆட்டின் பாலைக் கறந்து தருமாறு கேட்க மசானமோ அது பால் தர முடியாத மலடி ஆடு என்றான்.

சுடலை விடவில்லை. அதன் பாலைக் கறக்குமாறு கூற, மசானமும் பாலைக் கறக்கத் துவங்க மலட்டு ஆடு நிறைய பாலைத் தந்தது. அதனை அந்த சிறுவன் குடித்தபின் அங்கேயே தங்கிவிட்டான்.

சுடலை மாடனின் ஆலயங்களில் மாசிக்காரி என்ற வருடாந்திர விழா நடைபெறும். அந்த விழாவில் பல சடங்குகள் உண்டு.

அதில் ஒன்று நடு இரவில் மயானத்திற்குப் போய் பூசை செய்தல். அதனை சுடலை மாடசாமி வேட்டைக்குப் போதல் என்பார்கள். அதில் கோமரத்தாண்டிகள் எனப்படுபவர்கள் கலந்து கொண்டு தீப்பந்தங்களை ஏந்திக் கொண்டு வினோதமான முறையில் உடையணிந்து கொண்டு நள்ளிரவில் மயானபூஜைக்கு செல்வார்கள்.

அவர்களை வழி நடத்திச் செல்பவர் கனியான் என்றழைப்பர். கனியான் வழி முழுவதும் இருபுறமும் முட்டைகளை வீசிக் கொண்டே செல்வர். அதை பலி தருதல் என்பார்கள்.

அது சுடலை மாடனின் எல்லையைக் குறிக்குமாம். அதைக் கடந்து எந்தத் தீய ஆவிகளும் வந்து கோமரத்தாண்டிகளுக்கு இடையூறு செய்ய மாட்டார்களாம்.

அதன்பின் மயானத்துக்குச் சென்று சாமி ஆடியதும் அவர்களை வழி நடத்திச் செல்லும் கனியான் சாமியாடிகளுடன் அங்கு வாழை இலையைப் போட்டு அதில் உணவுகளை வைத்தபின், சில சடங்குகளை செய்துவிட்டு அந்த உணவை உருண்டையாகப் பிடித்து நான்கு பக்கமும் வீசுவார்.

அதற்கு முன்னர் அவர் தனது கையை கீறிக் கொண்டு அதில் இருந்து வரும் ரத்தத்தை அங்கு ஒரு பாத்திரத்தில் பிடித்து வைக்கப்பட்டுள்ள மிருகங்களின் ரத்தத்துடன் கலந்து அதை சுடலை மாடனுக்கு படைப்பார்.

தன் ரத்தத்தை இலையில் வைக்கப்பட்டுள்ள உணவுடன் கலந்து அதற்குப் பிறகுதான் நான்கு பக்கமும் வீசுவார். அந்த உணவுகள் பூமியில் விழாது என்றும் அவற்றை அங்குச் சுற்றித் திரியும் பேய் பிசாசுகள் அப்படியே அவற்றை பூமிக்கு மேலேயே பிடித்துக் கொண்டு போய்விடும் என்றும் நம்புகிறார்கள்.

ஆகவேதான் சுடலை மாடனை பேய் பிசாசுகளின் அதிபதி என்றும், அவரால் மட்டுமே அவற்றைக் கட்டுப்படுத்தி வைக்க முடியும் என்றும் நம்புகிறார்கள்.

சுடலை மாடன் அன்னை பகவதியின் காவலனாகவும் ஏவலனாகவும் பணிபுரிந்து வருகிறார்.

சுடலை மாடசாமி கோவில்களில் அசைவ உணவு வகைகள் படைக்கப்படுவதால் புரோகிதர்கள் மூலம் பூசைகள் செய்யப்படுவ தில்லை. அந்த கோயில்களை நடத்திவரும் சமூகத்தைச் சார்ந்தவர்களே பெரும்பாலும் பூசாரிகளாக இருப்பது வழக்கமாக உள்ளது.

சுடலை மாடன் சந்நிதியில் பொய்ச் சத்தியம் செய்பவர்களுக்கும் அவர்கள் குடும்பத்தின் தலைமுறையும் பூண்டற்றுப் போய்விடும் என அசைக்க முடியாத நம்பிக்கை இன்னும் மக்களிடம் ஆழமாக வேரூன்றி உள்ளது.

ૐ

20. காட்டு மல்லாண்டார் எனும் காவல் தெய்வம்

மல்லாண்டார் என்பது தமிழ்நாட்டில் மள்ளர், வன்னியர் ஆகிய சாதி மக்களால் பல்வேறு ஊர்களில் வழிபடப்படும் குலதெய்வம் ஆகும்.

திருச்சி மாவட்டம் தொட்டியம் தாலுக்கா நாகையநல்லூரில் வாழும் மன்னர்களாகிய பள்ளர்கள், மல்லாண்டார் (மல்லர் ஆண்டவர்) சாமியை தங்களது குலதெய்வமாக வழிபட்டு வருகிறார்கள்.

இவர்கள் மூன்றாண்டுகளுக்கு ஒரு முறை முப்பூசை என்ற திருவிழா வையும் மூன்றாண்டுகளுக்கு ஒருமுறை மாப்பூசை என்ற திருவிழாவையும் நடத்தி வழிபட்டு வருகிறார்கள்.

இதில் முப்பூசை என்பது பலியிட்டு வழிபடுவது ஆகும். மாப்பூசை என்பது சைவ வழிபாடாகும்.

கரூர் மாவட்டம் அரவக்குறிச்சி தாலுக்காவைச் சேர்ந்த அரவக் குறிச்சி, மற்றும் பள்ளப்பட்டி, திருச்சி மாவட்டம் தொட்டியம் தாலுக்காவைச் சேர்ந்த எம்.களத்தூர் கரூர் மாவட்டம், கிருஷ்ணராயபுரம் தாலுக்காவைச் சேர்ந்த கட்டளை ஆகிய ஊர்களில் வாழும் மன்னர் களாகிய பள்ளர்களும், மல்லாண்டார் சாமியை தங்களது குலதெய்வமாக வழிபட்டு வருகிறார்கள்.

அதேபோல சேலம் மாவட்டம் ஆட்டையாம்பட்டி அருகில் உள்ள நைனாம்பட்டி என்ற ஊரில் ஒரு மல்லாண்டார் கோயில் உள்ளது.

இக்கோயில் தெய்வத்தை வன்னியர் சாதியின் ஒரு பிரிவினர் குல தெய்வமாக வழிபடுகின்றனர். இக் குலதெய்வத்தை வழிபடும் பங்காளிகள் இத்தெய்வத்திற்கு ஐந்தாண்டுகளுக்கு ஒருமுறை தெவம் என்ற திருவிழாவை நடத்தி ஆட்டுக் கிடாய்களையும், சேவல்களையும் பலியிட்டு வழிபடுவது வழக்கம்.

மல்லாண்டார் சாமியை குலதெய்வமாக வழிபடும் பங்காளிகள் தவிர மற்ற இடங்களில் சுத்த சைவ பூஜை தான்வழக்கமாக நடைபெறு கிறது.

சேர, சோழ மண்டலங்களான திருச்சி, கரூர், தஞ்சாவூர், நாமக்கல், சேலம் ஆகிய மாவட்டங்களில் மருதநில பகுதியில் வாழும் மள்ளர் களாகிய பள்ளர்கள் வாழும் எல்லா ஊர்களிலும் மல்லாண்டார் கோவில் உள்ளது.

இக்கோவில்களில் சைவ வழிபாடு வழக்கமாக நடைபெறுகிறது. மள்ளர்களாகிய பள்ளர்கள் மட்டுமே மல்லாண்டார்சாமியை வழிபடுகின்றனர்.

அதே ஊர்களில் வாழும் மற்ற வகுப்பினர் யாரும் மல்லாண்டார் சாமியை வழிபடுவதில்லை. மள்ளர்களாகிய பள்ளர்கள் வீடுகளில் எந்த சுப நிகழ்ச்சியானாலும் மிக பழமை வாய்ந்த மல்லாண்டார்சாமியை முதலில் வழிபட்டு விட்டுதான் சுப நிகழ்ச்சியை தொடங்கும் வழக்கம் இன்றுவரை நடைமுறையில் உள்ளது.

கடந்த 20 ஆண்டுகளுக்குள்ளாக வடமொழிமயமாதலின் விளை வாக மல்லாண்டார் என்ற பெயருக்கு மாற்றாக மல்லாண்டேஸ்வரர், மல்லேஸ்வரன், மல்லீஸ்வரன் ஆகிய பெயர்கள் புகுத்தப்பட்டுள்ளன.

எனினும் முதியவர்கள் மல்லாண்டார் என்ற பெயரிலேயே இத் தெய்வத்தை குறிப்பிடுகின்றனர்.

மல்லன் என்னும் முற்காலத்தவருக்கு ஆண்டவன் என்ற அடை மொழியிட்டு அவரை மல்ல ஆண்டவன் என்ற பெயரில் வழிபட்டு பிற்காலத்தில் அதுவே மல்லாண்டவன் என்றாகி விட்டது.

சேர சோழ மண்டலங்களில் வாழும் பள்ளர்கள் மல்லர் எனும் தன் இனத்தை நினைவுபடுத்தும் வகையிலும் மல்லாண்டார்சாமியை குலதெய்வமாக வழிபடும் ஆண்களில் சிலரும் மல்லன், மல்லப்பன், மல்லையப்பன், மல்லீஸ்வரன் என்னும் பெயர்களைக் கொண்டவர்களாக உள்ளனர்.

சில இடங்களில் விளைநிலத்தின் ஒரு பகுதியில் மரத்தடியில் நடப்பட்ட கல்லை காட்டு மல்லாண்டார் என்ற பெயரில் விளை நிலங்களின் காவல் தெய்வமாகவும் இத் தெய்வத்தை வணங்குகின்றனர்.

ௐ

21. பொன்னியம்மன்

“மவராசா... கொடிக்குளம் காட்டுக்குள்ளாற மொக்கை வாயிக் கள்ளன் இம்சை தாங்கலை. சேதுபதி மவராசா சீமையில இந்தக் கொடுமை நடக்கலாமா....? பொண்ணு பொரசு? போவ ஏவலை. திடும்னு இடி விழுந்தாப்பல மரத்துமேல இருந்து போறவர்ற சனங்க மேல விழுந்து வழிப்பறிக் கொள்ளை சாஸ்தியாயிடுச்சு...”

“சத்திரக்குடி சந்தைக்குப் போயி திரும்பறப்போ வெறுங்கூடை கூட மிஞ்சுதில்ல. காது மூக்கில கெடக்கத அத்துப் போடறதுமில்லாம அநுமனேரி கொசவூட்டு பொண்டு பொரசுக மேலயும் கைய வச்சிட்டான். நம்ம கோட்ட கொத்தளம் சிப்பாயிங்க பயம் இருந்துச்சின்னா அப்படிச் செய்வானா... இராசேசுவரி அம்பா இந்தக் கொடுமையலாம் பார்த்துக்கிட்டு சும்மா கெடக்கலாமா?

இடுப்பில் கட்டிய துண்டோடு கண்ணீரும் கம்பலையுமாய் கொடிக்குளம், சேமனூர், அநுமனேரி, உரத்தூர் காட்டுஜனங்கள் ஆணும் பெண்ணுமாய் ஒரே கூட்டமாய் இராமநாதபுரம் சேதுபதி கோட்டை வாசலில் முறையிட்டனர்.

அவர்கள் ஓலமிட்டுக் கூறியதைக் கேட்ட மாத்திரத்தில் சுரீரென

நெருப்பை அள்ளிக் கொட்டியது போலிருந்தது சேதுபதிக்கு. 'இராமநாத சகாயம்' எனும் பேரில் நல்லாட்சி நடத்தி வரும் சேதுபதி ஆட்சியை அவர்கள் குறை கூறியிருந்தால் கூட பொறுத்துக் கொண்டிருக்கலாம். ஆனால் தங்களின் குலதெய்வமான இராஜ இராஜேஸ்வரி அம்பாளின் சக்தியை எள்ளி நகையாடுவதுபோல அவர்கள் இயல்பாகப் பேசி விட்டது தாங்க முடியவில்லை.

சேதுபதிக்குள்ளிருந்து பீறிட்ட அந்தக் குமுறலை இன்னும் சப்த மாகக் காட்டுவதுபோல அம்பிகை கோயில் மணியோசை கேட்டது.

சாதாரண மணியோசையா அது... இரகுநாத சேதுபதி எனும் திருமலை சேதுபதி மன்னருக்கு மைசூர் போர்க்களத்தின் வெற்றி வாகைக்குக் கிடைத்த வீரப்பரிசல்லவா இந்த மணியும், ஸ்ரீராஜ ராஜேஸ்வரி அம்பிகை பொற்சிலையும்.

குடிமக்களின் குத்தல் மொழியினால் முதலில் சேதுபதி வலி உணர்ந்த போதிலும் சீக்கிரமே தன்னை சாந்தப்படுத்தி நிலைப்படுத்திக் கொண் டார். துயரத்தை சந்தித்தவர்களுக்கு வலியும் குமுறலும் இருக்கத்தான் செய்யும் என்று நினைத்துக் கொண்டார்.

இராமநாதபுரம் கோட்டையின் தெற்கே மூலக்கொத்தளம் அமைந் திருக்கும் போகலூர்ச் சாலையிலிருந்து இப்படி ஒரு துயரக் கூக்குரல் அகில்கோட்டை வாசலுக்குக் கொண்டு வரப்பட்டது, மிகவும் அவமான மாகத் தோன்றியது சேதுபதி மன்னருக்கு. "பிரதானி அவர்களே... கொடிக்குளம் அருமனேரி வேளாளர் மக்கள் ஒரு புழு பூச்சிக்குக் கூட தீங்கு நினைக்கிற குலத்தவர்கள் அல்ல. அவர்களுக்கு இப்படி ஒரு துயரம் சம்பவிக்கும்போது இங்கே நமக்கு இப்படி ஒரு கோட்டை கொத்தளம் தேவையில்லை. இன்று சாமத்திற்குள் கொடிக்குளம் காட்டிற்குள் எங்கிருந்தாலும் அந்தக் கள்ளன் மொக்கையனைப் பிடித்து கொடிக்குளம் காட்டு வீரப்பெருமாள அய்யனார் கோயில் முன் உள்ள புளிய மரத்தில் இரும்புச் சங்கிலியால் கட்டப்பட வேண்டும். இத்தனை நாள் வழிப்பறி செய்து மற்றவர்களின் வயிறெரியச் செய்தவன் வயிறு பட்டினியால் சாக வேண்டும் அணுஅணுவாக. காட்டில் போவோர் வருவோரை இம்சை செய்தவன் அவர்களின் எச்சிலால் தினமும் கறைப்பட வேண்டும்.

இராமீசுரத்திற்கு தீர்த்த யாத்திரைக்கு வரும் வடநாட்டு

யாத்திரீகர்களை வழிப்பறியிலிருந்து காப்பாற்றவதற்காகவே சேது காவலன் என்று எனது மூதாதையருக்கு இந்த சேதுநாடு கிடைத்தது. இப்போது எனது சீமையில் உள்ளவருக்கே பாதுகாப்பு இல்லை யென்றால்... பிரதானி அவர்களே, புளிய மரத்தில் சங்கிலியால் கட்டி, போவோர் வருவோரால் கல்லால் எறியப்பட்டு குற்றுயிரும் குலையுயிரு மாக அவன் கொல்லப்பட வேண்டும் இது என் கட்டளை..."

சேதுபதி மன்னரின் முகத்தில் கோபம் கொப்புளிக்க அந்தக் குரூர தண்டனைக்கான உத்தரவு பிறந்ததும் சேதுபதியின் குதிரைப்படை போகலூர்ச் சாலையில் சிட்டாகப் பறந்தது.

சத்திரக்குடியிலிருந்து சேமனூர் கொடிக்குளம் அநுமனேரிக் காடுகளை சல்லடை போட்டுக் களைத்துப் போன சேதுபதியின் குதிரைப் படை வீரர்கள் சந்தைக்குப் போய்விட்டு மாலை நேரத்தில் திரும்பிக் கொண்டிருந்த ஜனங்களைப் பார்த்தபடி சாலை ஓரமாய் நின்று கொண்டிருந்தார்கள். குதிரைகள் ஓரத்தில் இருந்த புல்லை கடித்துக் கொண்டிருந்தன.

வேலை முடிந்து வீடு திரும்பும் நேரம் என்பதால் கேலியும், கிண்டலும், நக்கலும், நையாண்டியும் கிராமத்து பெண்களிடம் குறை வில்லாமல் இருந்தது.

அநுமனேரியிலிருந்து சத்திரக்குடிச் சந்தைக்கு வந்து திரும்பிக் கொண்டிருந்த மோர்க்காரி பொன்னிதான் அன்று எல்லோருக்கும் அகப்பட்டது போலத் தெரிந்தது.

"ஆத்திலேதான் பொன்னியம்மா
அடுக்கரளி அடுக்கரளி
அடுக்கடுக்கா பொன்னியம்மா
பூத்திருக்கு பூத்திருக்கு
கொத்துக் கொத்தா பொன்னியம்மா
கொத்தரளி கொத்தரளி
கொண்டையிலே பொன்னியம்மா
பூத்திருக்கு பூத்திருக்கு..."

வேளாளர் குலத்து சமைந்த பெண்கள் மாட்டு வண்டியிலிருந்த படியே பொன்னியம்மாளை சீண்டியபடி பாட்டுப் பாடி கேலி செய்து வந்து கொண்டிருந்தனர்.

'ஏண்டி பொன்னியம்மா நீ உக்காந்ததும் தெரியலை, உண்டானதும் தெரியலை. எல்லாம் மின்னல்தானா?'

கர்ப்பவதியான பொன்னியம்மாவை தோழிகள் கேலித் தூண்டிலில் ஊஞ்சலாட்டிக் கொண்டே வந்தனர்.

அப்போது மொக்கை வாய் கள்ளனைத் தேடிக் களைத்து கிறுகிறுத்து நின்று கொண்டிருந்த குதிரை வீரன் அவர்களை நிறுத்தினான்.

'ஏ குட்டிகளா, சந்தையில பெரியகம்மாய் வெள்ளரிக்கா சீசீன்னு கெடந்ததே வாரியள்ளி வண்டில போட்டுரிக்கீங்களா.. தாகம் எடுத்து தலை கிறுகிறுக்குது...' சீமைச் சிப்பாயிகளுக்கு சாயுங்கால தாகம் அடங்க வெள்ளரிக்காயுலாம் போதுமா?

பனையிங் கருத்திருக்கும்
பனை வட்டுஞ்சிவந்திருக்கும்
எறக்கி பட்டை புடிச்சா
எல்லார் தலையும் நல்லா கிறுகிறுக்கும்

"அங்க போவீங்களா.... அத விட்டுட்டு பொண்டுகிட்ட வந்து காயி கேட்கிறீங்களே..."

கொடிக்களம் கொமருகளுக்கு கொண்டையெல்லாம் எகத்தாளம் தான். அது சரி; இந்தப் பக்கிட்டு மொக்கவாயிக் கள்ளனை யாராவது பார்த்தீங்களா?

அவன் எப்ப மாராப்ப இழுப்பான்னு பார்த்துக்கிட்டு நாங்க ஏங்குறதுக்கு அவன் என்ன மாப்புள்ளையா? சனியன் எங்கியும் கண்ணுல பட்டுடப் போவுதுன்னு நெருப்பக் கட்டிக்கிட்டு நாங்களே வந்துக் கிட்டிருக்கோம்.

ரொம்பத்தான் தெனாவெட்டு என்று முணுங்கியபடி குதிரை வீரர்கள் அதற்கு மேலும் அந்தப் பெண்களிடம் வம்பிழுக்க நேரமின்றி குதிரையேறி விரைந்தனர்.

கொடிக்குளம் வீரப் பெருமாள் அய்யனார் கோயிலில் உரத்தூர் கிராமத்திலுள்ள வேளாளர் குடும்பத்தைச் சேர்ந்த பூசாரி ஏற்றி விட்டுச் சென்ற எண்ணெய் விளக்கு மினுக்மினுக்கென்னு அந்த சாமவேளையில் சன்னமாய் விழித்துக் கொண்டிருந்தது.

ஆயிரம் வருஷங்களுக்கு மேலாக கோரமுனிகளும் அடங்காப் பிசாசு களும் குடியிருந்ததற்கான அடையாளமாய் கோயிலுக்கு முன்னாலிருந்த ராட்க்ஷச புளியமரம் பேய்த்தனமாய் அசைந்தாடியது.

இலங்கைக்குச் செல்லும் வழியில் தாகம் ஏற்பட்டு குளம் தோண்டிய அநுமன், நீரூற்று எடுத்து குடித்த அநுமனேரிக் காட்டில் கள்ளுண்ட மயக்கத்தில் கிடந்த மொக்கை வாய்க் கள்ளனை சேதுபதிச் சீமை சிப்பாய்கள் கோழி அமுக்குவது போல அமுக்கி கொண்டு வந்து மன்னர் கட்டளையின்படியே அந்த கோர புளியமரத்தில் சங்கிலி போட்டு கட்டிவிட்டுச் சென்று விட்டனர்.

ஒரு வாரமாக இரவு பகலாக அலறி அலறி பட்டினியால் கதறி, சங்கிலி உடம்பெல்லாம் அறுத்து சதை சதையாய்த் தொங்க இது மொக்கை வாய்க்கள்ளனுக்கு வீரப்பெருமாள் அய்யனார் கொடுத்த தீர்ப்பல்லாது வேறு என்ன!

யாரும் பச்சைத் தண்ணீர் கூட கொடுக்கக் கூடாது என்று சிப்பாய் களின் உத்தரவுக்கு கட்டுப்பட்டு வருவோர் போவோர் எல்லாம் அவன் மீது காறி உமிழ்ந்தனர். கல்லெறிந்தனர். சேதுபதி மன்னர் சிந்தித்து தான் இந்த தண்டனை வழங்கியிருக்கிறார்.

நிறைமாதக் காரியாக மோர்ப்பானை தூக்கிக் கொண்டு இந்த வழியே வரும்போதும் போகும்போதும் தண்ணீர் தண்ணீர் என்று கதறும் பொக்கைவாய் கள்ளனைப் பார்த்து பொன்னியம்மா நிஜமாகவே உடைந்து போயிருந்தாள்.

அன்றும் அப்படித்தான் அநுமனேரியிலிருந்து மோர்ப் பானையுடன் வந்து கொண்டிருந்த பொன்னியம்மாளுக்கு தூரத்திலேயே பொக்கை வாய்க் கள்ளனுடைய ஈனஸ்வரம் கேட்கத் துவங்கி விட்டது. புளிய மரத்தை நெருங்கும்போதெல்லாம் கால்களில் ஒரு தள்ளாட்டம் ஏற்பட்டது. வயிற்றுக்குள் சிசு புரண்டது போலிருந்தது. மனித உயிர், 'நல்லபடியாக பெத்துப்பிழைக்கணும்' இதற்கு பதிலாகத்தான் ஒரு உயிர் கண் முன்னே பிரிந்து போன ஈனஸ்வரத்தில் துடிக்கிறதோ?

'தண்ணீர் தண்ணீர்..'

பொன்னியம்மாவுக்குள் தாய்மையின் விழிப்பு தாக்கி, உடம் பெல்லாம் ஒரு நிமிடம் ஜிவுஜிவுத்துப் போய் விட்டது.

அக்கம் பக்கம் திரும்பிப் பார்த்தாள். கண்ணுக்கெட்டிய தூரம் வரை யாரும் இல்லை வீரப்பெருமாளைத் தவிர.

தலைச்சுருமாட்டுக்கு மேலிருந்த மானாமதுரை மண்பானை விளிம்பு வரை நுரைகட்டிக் கிடந்த மோரை இறக்காமலேயே மூடித்தட்டுக்கு மேலிருந்த இரும்பு ஆழாக்கை எடுத்து மோர்ப்பானைக்குள் முக்கி சிந்தச் சிந்த மொண்டு எடுத்தாள்.

கண்கள் செருக மயங்கியும் விழித்தும் இருந்து கொண்டிருந்த மொக்கை வாய்க்கள்ளனை நோக்கி மோர் வழியும் ஆழாக்கை நீட்டினாள் பொன்னியம்மா.

எந்த அசைவுமின்றி கள்ளன் அவளைப் பார்த்தான். அவனால் கை நீட்டி மோரை வாங்கிக் குடிக்க முடியாதபடி சங்கிலி பிணைக்கப் பட்டிருந்தது. நினைவுக்கு வந்தவளாய் ஆபத்துக்குப் பாவமில்லையென ஆழாக்கு மோரை அவனை வாய் திறக்கச் சொல்லி ஊற்றினாள்.

ஊற்ற ஊற்ற தாகம் அடங்காதவனாய் ஒரு பானை மோரையும் ஊற்றினாள.

கடைசியாய் மோர் பருகிக் கொண்டிருந்த நிலையில் படக்கென்று ஆழாக்கின் ஒரு விளிம்பைப் பற்களால் கவ்விப் பிடித்துக் கொண்டான்.

பொன்னியம்மா அவனுடைய அந்த செய்கைக்குக் காரணம் புரியாது மிரண்ட நிலையில் அவனைப் பார்த்தாள். மொக்கை வாய்க் கள்ளன் பற்களில் கவ்விய ஆழாக்கை அசுரத்தனமாய் தலையோடு விசிறித் திருப்பி எறிந்த வேகத்தில் அந்த இரும்பு ஆழாக்கு மிருகத்தனமாய் பொன்னி யம்மாவின் கர்ப்ப மேட்டில் ஓங்கி வந்து அறைந்தது.

புளிய மரம் சடாரென பிளந்தது போல பொன்னியம்மாவுக் குள்ளிருந்து ஒரு அலறல் பீறிட்டு அந்த மரத்தடியிலேயே சரிந்தாள். கைகளும், கால்களும் வெட்டி இழுக்க அய்யனார் புரவிகளின் கண் பார்வையில் பொன்னியம்மா ஒரு சணத்தில் மாண்டு போனாள்.

அந்த உச்சி வேளையில் பானை நிறைந்த மோர் குடித்து அந்தப் பொல்லாத தீவினை செய்த மொக்கை வாய்க்கள்ளனுக்குள் என்ன நேர்ந்ததோ தெரியவில்லை. இரண்டு புரவிகளின் ஆவேசமான கருங்கல் பாதங்கள் நெஞ்சில் பாய்ந்து உதைபட்டது போல ஒரு வீறல் அவனுக்

குள்ளிருந்து கிளம்பி அடங்கத் தலை தொங்கி விட்டது.

பொன்னியம்மாவின் தாய்மை உணர்வுக்குப் பரிசாக மரணத்தை அளித்த அந்த மண்ணை திரும்பவும் பார்க்க மனமின்றி ரத்தம் கசிந்து ஊறிய வாயுடன் மல்லாந்து வானம் பார்த்து உச்சி வெயிலில் காய்ந்தது பொன்னியம்மாவின் பிணம்.

அப்போது வடநாட்டிலிருந்து தை அமாவாசை இராமேஸ்வரம் தீர்த்தம் ஆடுவதற்காக பாத யாத்திரையாக வந்து கொண்டிருந்த ஏழு ரிஷிகள் போகனூர்ச் சாலையிலிருந்து பிரிந்து அருமனேரியில் ஆஞ்சநேயர் மிதித்த மண்ணை தரிசிக்க வந்தவர்கள் கொடிக்குளம் வீரப்பெருமாள் கோயில் முன்பாக அகோரமான பிணமாக கர்ப்பிணிப் பெண்ணும் புளிய மரத்தில் அருவருக்கத்தக்க கோலத்தில் மொக்கை வாய்க்கள்ளன் பிணத்தையும் பார்த்து அதிர்ந்து போனார்கள்.

இராமேஸ்வரம் தீர்த்தம் ஆடி முக்தி பெற நினைத்த அந்த சப்த ரிஷிகளும், இந்த மாபாதகச் சாவுகளைப் பார்த்த தங்களுக்கு இனி மோக்ஷபிராப்தி இல்லை என்று முடிவுக்கு வந்து மனம் நொந்து போய் அந்த இடத்திலேயே தற்கொலை செய்து கொண்டு பிணமாகச் சரிந்தனர்.

அந்தப் பாழும் உச்சி வேளையில் வீரப்பெருமாள் கோயில் முன்பாக ஒரு சில சணங்களில் அடுத்தடுத்து நிகழ்ந்து போன கொடூரச் சம்பவங்கள் அந்தப் பகுதி மக்கள் எல்லோரையும் பீதி கொள்ளச் செய்து விட்டது.

அந்தப் பாதை வழியே செல்வதற்கும் வீரப்பெருமாள் கோயில் வழிபாடு செய்வதற்கும் சுற்று வட்டார மக்கள் எல்லோரும் பயந்தனர்.

சப்த ரிஷிகளின் சாபமும் நிறை மாதக் கர்ப்பிணியான பொன்னியின் சாபமும் இந்த மண்ணை விஷமாக்கி விட்டது போல தோட்டக் காடு களில் விளையும் காய்கறிகள் எல்லாம் கசந்தன. புல் மேய்ந்த ஆடுகள் மாடுகள் மாண்டன.

இறந்து போனவர்களுக்கு உரிய முறையில் வழிபாடு செய்தால்தான் இதற்கான பரிகாரம் என்று முடிவு செய்து வீரப்பெருமாள் அய்யனார் கோயிலுக்கருகிலேயே பொன்னியம்மனுக்கு மண்டபம் எழுப்பி அருகி லேயே சப்த ரிஷிகளுக்கும் பீடம் அமைத்து வழிபட ஆரம்பித்தனர்.

ௐ

22. சீதேவி பெண் காவல் அம்மன்

ஈரோடு மாவட்டம், காஞ்சிக் கோயில் கிராமத்தில் அமைந்திருக்கிறது ஸ்ரீசீதேவி அம்மன் ஆலயம். சுமார் 500 ஆண்டுகள் பழமையான இந்தக் கோயிலில் பெண்கள் கண் கண்ட தெய்வமாக திகழ்கிறாள் ஸ்ரீ சீதேவி அம்மன்.

இந்த அம்மனின் தங்கை என்று சொல்லப்படும் பாரியூர் கொண்டத்துக்காளியம்மனை மாந்திரீகன் ஒருவன் மந்திரத்தால் அடிமைப்படுத்தி வைத்திருந்தான். அவனைக் கொன்று தன் தங்கையை விடுவித்த சீதேவி அன்று முதல் பெண்களின் காவல் தெய்வமாகவும் திகழ்கிறாள்.

இந்தக் கோவிலில் ஒவ்வொரு வெள்ளிக்கிழமையும் அதிகாலை 4 மணி முதல் 5.30 மணி வரையிலும், சீதேவி அம்மனின் திருவுள்ளக் குறிப்பு அறியும் நிகழ்ச்சி நடைபெறுகின்றது.

பக்தர்கள் தாங்கள் ஏதேனும் ஒரு காரியத்தை மனதில் நினைத்துக் கொண்டு பூசாரியிடம் செவ்வரளிப் பூவைக் கொடுக்கின்றனர்.

அவர் பூவை அம்மனின் திருமுடியில் வைப்பார். ஐந்து நிமிடத்துக் குள்ளாக அந்தப் பூ அம்மனின் வலப்புறம் விழுந்தால் காரிய சித்தி என்றும்

இடப்புறம் விழுந்தால் காரியம் சற்று தாமதமாக நடக்கும் என்றும் பூ விழாமல் இருந்தால் காரியம் நடக்காது என்றும் நம்பிக்கை நிலவுகிறது.

மேலும் குழந்தைப் பேறு இல்லாதவர்கள், அம்மனுக்கு மாவிளக்கு ஏற்றி வைத்தும், திருமணம் ஆகாத கன்னிப் பெண்கள் அம்மனுக்கு முளைப்பாரி வைத்தும் வேண்டிக் கொள்கிறார்கள்.

இந்தக் கோயிலின் ஆனிமாத தீ மிதித் திருவிழாவும் தேர்த்திருவிழா வும் பிரசித்த பெற்றவை. இந்த தீ மிதித் திருவிழாவின்போது ஊரில் உள்ள கால்நடைகளுக்கு எந்த நோய் நொடிகளும் வராமல் இருக்க ஒரு வெள்ளை குதிரை தீ மிதிப்பது சிறப்பாக கருதப்படுகிறது.

இதனை நினைவுப்படுத்தும் வகையில் ஒரு குதிரையின் சிற்பம் கோயிலுக்கு முன்பாக வைக்கப்பட்டுள்ளது. ஆடி மாதத்திலும் பக்தர்கள் வந்து அம்மனை வழிபட்டு வரம் பெற்றுச் செல்கிறார்கள்.

ௐ

23. மக்களுக்காக மதகு காத்த அம்மன்

வேலூர் மாவட்டம் நெமிலி தாலுகா மகேந்திரவாடியில் இருக்கும் மதகு காத்த அம்மனை ஒவ்வொரு அமாவாசை அன்றும், இப்பகுதி பதினெட்டுப்பட்டி மக்களும் வேண்டிக் கொண்டு மொட்டை அடித்தும், ஊஞ்சல் சேவை செய்தும், பொங்கல் வைத்தும், அன்னதானம் செய்தும் வணங்கி தங்கள் நன்றிகளை காணிக்கையாகச் செலுத்தி வருகின்றனர்.

இந்த அம்மனை பற்றிய வரலாற்றைப் பார்ப்போம். பல்லவர்கள் சாம்ராஜ்ஜியத்தில் மகேந்திரவாடி புகழ் வாய்ந்தது.

ஒரே பாறையில் குடைந்து செதுக்கிய குடைவரைக் கோயில் இங்கு மிகப் பிரபலம். அது இந்தியத் தொல் பொருள் ஆய்வுக்கழக கட்டுப் பாட்டில் இருக்கிறது. அதேபோல மகேந்திரவர்மன் வெட்டிய மிகப் பெரிய ஏரிகளில் மகேந்திரவாடி ஏரியும் ஒன்று. ஐந்து சதுர கிலோ மீட்டருக்கு மேல் விஸ்தீரணமுள்ளது.

பாலாற்றிலிருந்து காவேரிப்பாக்கம் ஏரிக்கால்வாய் மூலம் வரும் நீர் அங்கிருந்து இன்னொரு கால்வாய் மூலம் இந்த ஏரிக்கு வரும். இந்த ஏரி நிரம்பியிருக்கும்போது பார்த்தால் கடல் போல் காட்சியளிக்கும். பல ஆண்டுகளுக்கு முன்பு அப்படி கடல் போல காட்சியளித்த ஒரு

அமாவாசை மழை நாளில் வானம் இருண்டு இடியும் மின்னலுமாக மழை கொட்டிக் கொண்டிருந்தது.

அப்போது இந்தப் பெரிய ஏரியின் மதகு லேசாக விரிசலடைந்திருந்தது. ஆனால் விரிசல் பெரிதாகி ஏரி உடைந்திருந்ததால் பல கிராமங்கள் மண்ணோடு மண்ணாகிப் போயிருக்கும். அப்பொழுது இந்தப் பகுதியிலிருந்து மாடு மேய்ச்சல் போன இந்த கிராமப் பெண்ணொருத்தி விரிசலடைந்த மதகைப் பார்த்து கத்திக் கூச்சலிட்டு அழுதிருக்கிறாள்.

சில மைல்களுக்கு அப்பால் இருந்த கிராமத்து மக்களுக்கு அந்த மழை நேரத்தில் அந்த அலறல் கேட்கவில்லை. அப்பொழுது அந்தப் பெண்ணே கல்லையும் மண்ணையும் வாரி விரிசலை அடைக்க முயற்சி செய்திருக்கிறாள். அப்போது கடைசியாக அந்தப் பெண் அந்த மதகு விரிசலை நோக்கிப் பாய்ந்திருக்கிறாள்.

அந்தப் பெண்ணின் உடல் அந்த விரிசல் உள்ள இடத்தில் சிக்கி நீர் கசிவது நின்றிருக்கிறது. இது மழை விட்டு சில நாட்களுக்குப் பின்தான் ஊராருக்குத் தெரிய வந்தது. அதன் பிறகு மதகு சரி செய்யப்பட்டு பல நூற்றாண்டுகள் கடந்து விட்டது.

இந்தப் பகுதி பசுமையாக செழிப்பாக உள்ளது. இதற்குக் காரணம் அந்த மதகு காத்த அம்மனின் தியாகம்தான். அதனால் அந்த மதகுக்குப் பக்கத்திலேயே அந்தப் பெண்ணுக்கு நினைவுக்கல் வைத்து வணங்கி வருகிறார்கள்.

பிற்காலத்தில் அந்த மதகையே அடித்தளமாகக் கொண்டு கோயில் கட்டினார்கள். இன்றளவும் இந்தப் பகுதி மக்களுக்கு அந்தப் பெண், கிராம தேவதையாக மக்களின் பிரார்த்தனைகளையும் கோரிக்கைகளையும் நிறைவேற்றிக் கொண்டிருக்கிறார்.

அந்த அம்மனுக்கு இந்த ஏரி நீரிலிருந்து தினமும் அபிஷேகமும் ஆராதனையும் நடக்கின்றன. அமாவாசை அன்று ஊஞ்சல் சேவை மற்றும் வேண்டுதல் நிறைவேற்றியவர்கள் அன்னதானமும் செய்கிறார்கள்.

பலர் நிச்சயதார்த்தம், திருமணம், காது குத்து, மொட்டை அடித்தல் என எல்லா பிரார்த்தனைகளையும் இங்கிருந்தே செய்கிறார்கள்.

ௐ

24. காத்தவராயன் சாமி

அரன் சித்திரகுப்தரை மீண்டும் அழைத்தார். 'தீர்த்தமாடி மாத்துடுத்தித் திருச்சடையைப் பின் போட்டாலும் இந்தத் தாய்க்கு பிள்ளை பாக்கியம் இல்லை என்றே கூறுகிறாயா? பட்டயம் பார்த்து வாசித்துத்தான் கூறுகிறாயா சித்திரகுப்தா?'

ஆம் சுவாமி...

குறையில்லாத கொற்றவர் வாழும் நாட்டிலிருந்து இந்தக் கோரிக்கை வந்திருக்கிறது. இந்தக் காட்டுக்கு காவல் தளபதி சேப்பிளையான் மனைவி யின் கதறல் ஒலியை இரவு நேரங்களில் கேட்டிருக்கிறாயா நீ?

பிள்ளையில்லா வாசலிலே பெரியோர்கள் யோசிப்பார்களோ... மலடியென்றும் இருஷியென்றும் உலகம்தான் ஏசிடுமே என்ற கதறலை இரவு நேரங்களில் கேட்காதவர் யார் சுவாமி... ஆனாலும் என் பட்ட யத்தில் இவளுக்கான பிள்ளைப்பதிவு ஏதுமில்லையே சுவாமி!

நானே அவளுக்கு குழவியாய்ப் பிறந்தால் எவ்வயது வரை என் வாழ்வு... படித்துச் சொல்.

'பதினெட்டு'

'அப்படியே செய்..'

திடுக்கிட்டு கண் விழித்தான் பறையர் குலத்தலைவனும் காடு காவல் அதிகாரியுமான சேப்பிளையான்.

மூர்க்கமிருகங்கள் திடுமென எதிர்த்து நின்றால் கூட இந்தப் படபடப்பு அவன் நெஞ்சில் ஒரு நாளும் ஏற்பட்டதில்லை.

"ஏ புள்ள.. ஏ புள்ள எந்திரி புள்ள..." அருகில் படுத்துக்கிடந்த மனைவியை உசுப்பினான். தான் கண்ட கனவை அப்படியே அவளுடன் பகிர்ந்து கொண்டான்.

அழகு நம்பி வாசலிலே அக்கினிக்குண்டம் வெட்டி
அக்கினிக்குண்டத்தில் ஆயிரமுழக் கம்பம் நாட்டி
ஆயிர முழக்கம்ப மேலே ஆமை நல்ல பலகை போட்டு
ஆமை நல்ல பலகை மேலே அழகு செப்புக்குடம் கவிழ்த்தி
செப்பு நல்ல குடமதிலே தேங்காய் இலுமிச்சம் பழத்தை வைத்தான்
கொட்டைப்பாக்கு நாவிலையும் கருமையுள்ள ஊசி நாட்டி
ஊசி முனை மேலே பெருவிரலும் உச்சந்தலை கீழும்
தலைகீழும் கால் மேலும் தவம்புரிந்தானே சேப்பிளையான்

பறையர் இனத்தை ஒன்று கூட்டி காட்டில சேப்பிளையான் இருந்த கடுந்தவம் மனைவியின் கருப்பையில் விதை போடவில்லை என்ற தளர்ச்சியில் மனம் வாடி இருந்தபோதுதான் காட்டில் ஓர் அதிசயம் நிகழ்ந்தது. காட்டுக்குருவிகளின் இனிய சத்தத்தோடு ஒரு குழவியின் அழுகுரல்.

குரல் எழுந்த திசை நோக்கி நடக்க வில்வமரம் ஒன்றின் கீழ் தங்கத் தாமரை மலர்ந்து கிடந்ததுபோல ஒரு அழகிய குழந்தை கால்களை உதைத்தபடி கைகள் இரண்டையும் நெஞ்சுக்கு மேலே கூடு போல பின்னியது.

அந்தத் தோற்றத்தையே இவன் காடுகாக்கப் பிறந்தவன் என்ற அடை யாளக் குறியீடாக உணர்ந்து காத்தவராயன் என்று பெயரிட்டு உச்சி மோந்து வாரித் தூக்கினர்.

சேப்பிளையான் தம்பதியினர் அடைந்த ஆனந்தத்திற்கு அளவில்லை. காத்தவராயனோ காட்டுக்குப் பிறந்தவன் போல காடு முழுவதும் கட்டுப்பாடற்ற பறவையாய் பறந்து திரிந்தான். நட்பும் சுற்றமும் சூழ

கட்டிளங்காளையாய் வளர்ந்து விட்டான்.

பரிமணம் என்ற செல்லப் பிள்ளையாய் தாயின் மடியிருந்த காத்தவராயன் பெரியவனான நாளிலிருந்து அன்றாடம் அரண்மனை வம்பு வழக்கு என்று திரிந்தது, தாய்க்கு அடிவயிற்றில் நெருப்பு கட்டியது.

நாணும் வில்லும் கட்டிளங்காளைக்கு எத்தனை நாளைக்குப் பொழுது போக்கும். நாணம் சூழ ஒரு பெரும் படையே ஒற்றைப் பெண் ணாய் உருமாறி போருக்குத் தன்னை வழிமறித்தது போல ஒரு நாள் ஒரு இளம் பெண் காத்தவராயன் எதிரே வந்து நின்றாள்.

அவள்தான் ஆரியமாலை. அறம்புரி அந்தணர் குலத்தில் பிறந்தவள். அந்தச் சிருங்கார ராகத்தின் வரிகளை வரிவரியாய்ப் படிக்க வாழ்ந்தால் போதாது. இலக்கு நோக்கியவனுக்கு இலக்கணம் எதற்கு? சௌந்தர் யங்கள் ஒன்று சேரத் தீர்மானித்தபின் குலக்கோடுகளின் இலக்கணத் தடை என்ன செய்யும். இருவரும் நெருங்கினார்கள். பறைக் கொட்டும், வேத கோஷமும் படுக்கையறைச் சங்கீதமாய் காத்தவராயனும் ஆர்ய மாலையும் ஏற்கத் தலைப்பட்டு விட்டனர்.

ஒவ்வொருவர் வாழ்வும் ஒரு தேவ கணக்கரால் ஒவ்வொரு நாளும் கவனமாகக் கீழ் நோக்கி எழுதப்பட்டு வருகிறது.

ஓரிரவு ஆரியமாலையை ஏந்திக் கொண்டு ஊராரின் கண் மறைக்க காட்டுக்குள் மறைந்து போனான் காத்தவராயன். காத்தவராயன் பெற் றோருக்கு காடு முழுவதும் நிலம் கீறிக் கவிழ்ந்து போனது போல கவலை ஏற்பட்டது.

செல்ல மகனின் சில்மிஷ விளையாட்டுகளை அவன் தாயார் ஏற்கனவே அறிந்துதான் அதிர்ந்து போயிருந்தாள்.

பாப்பாரப் பெண்ணடாது மகனே பெண்ணடாது
பாவம் வரும் தோஷம் வரும் மகனே தோஷம் வரும்

என்று கட்டிய கணவன் அறியாது மனம் பதைபதைத்து கண்டித்து மிருந்தாள். ஆனாலும் காமக் கரையடைக்க யாரால் முடியும்? அதற்காக வரம்பு மீறிய காமம் கண்டு சாத்திரம் அறிந்த பார்ப்பனர் மட்டும் சாந்தம் கொண்டிருப்பாரோ? ஊர் திரட்டினர். மன்னனிடம் நேருக்கு நேராய் சென்று நியாயம் கேட்டு கொதித்தெழுந்தனர்.

அரண்மனை அல்லோகலப்பட்டுக் கொண்டிருந்தபொழுதுகளில் காத்தவராயனும் ஆரியமாலையும் கானகத்தின் நடுமச்சம் காணப் புறப்பட்டவர் போல கை கோர்த்து உள்ளே ஓடிச் சென்றனர்.

காத்தவராயன் கழுத்தில் மோகன சர்ப்பமாய் ஆரியமாலை கிடந்தாலும் வழிநெடுகிலும் விதவிதமான சர்ப்பங்கண்டு அலறவே செய்தாள்.

மார் மேல் நாகம்மா மடி மேல் புரண்டிட
தோள் மேல் நாகம்மா தொடை மேல் புரண்டிட

என்று காத்தவராயனும் சிறிய நங்கை, பெரிய நங்கை, சர்ப்பகந்தி மூலிகை வேர்களெடுத்து அந்த சர்ப்பங்களோடும் சரசம் புரிந்தான்.

ஊமையாக்கும் நாட்டு மக்களைத் தாண்டி உயிர்ப்பித்து பேசும் காட்டு மரங்களின் ஆனந்த ரகசியங்களை ஆரியமாலைக்கு எடுத்துச் சொல்லிக் கொண்டிருந்தான்.

அப்பொழுது காத்தவராயனின் ஆருயிர்த் தோழன் சாம்பன் அவர்களிருக்கும் இடத்தை எப்படியோ கண்டறிந்து ஓடி வந்தான்.

'காத்தவராயா! மோசம் போனாய் காத்தவராயா.. பாப்பாரக் காதல் எங்கே கொண்டு போய் விட்டது பார்த்தாயா?' என்று ஓவென ஒப்பாரி வைத்தான்.

'சாம்பா! என்ன தகவல். ஒப்பாரி வைத்து அழுவதை நிறுத்திவிட்டு நடந்ததைக் கூறு...'

'பாப்பாரப் பொண்ணை நீ இழுத்திட்டு பரதேசம் போயிட்டேன்னு ராச்சியமே கொந்தளிச்சுப் போயிக்கெடக்கு. உங்கப்பாவையும் அம்மா வையும் பிடிச்சுக் கழுவிலேத்தினால் எப்படியும் நீ வந்து காப்பாத்திடு வேன்னு அவங்களைப் பிடிச்சுக் கொண்டு போயிட்டாங்க காத்தவ ராயா... அப்பாவுக்கு இருந்த மருவாதையெல்லாம் போச்சு...'

ஆர்யமாலையின் கரத்தை இறுகப் பற்றியிருந்த காத்தவராயன் கரம் நழுவியதும் ஆர்யமாலை அதிர்ந்து அவனை நிமிர்ந்தாள். காத்தவராயன் விழியோரமும் கசிந்திருந்தது.

நேரம் வந்து விட்டது. எல்லாவற்றுக்கும் நேரம் வந்து விட்டது. படிக்க வேண்டிய சில வரிகளே ஓலையில் பாக்கி.

காத்தவராயன் முணுமுணுத்து இருவருக்கும் புரியவில்லை.

'வாருங்கள் போவோம்' என்று அழுத்தமான அவனது தீர்மானக் குரலைப் பின் தொடர்ந்து ஆர்யமாலையும் சாம்பனும் அரண்மனை கழுமரக்களம் நோக்கி நடந்தனர்.

மூவரும் கழுமரக்களம் வந்தபோது காத்தவராயன் தந்தை சேப்பிளையும் அவன் தாயும் கழுமரத்தில் கழுத்தில் வெட்டறுவாள் விழுவதற்கு வசதியாகக் கவிழ்ந்து கிடந்தனர். பெற்ற பிள்ளை காத்தவராயன் எப்படியும் வந்து விடக் கூடாது என்பதுதானே அவர்களின் பிரார்த்தனை.

காத்தவராயனைக் கொண்டு போய் காவலன் முன் நிறுத்தினர்.

'இப்படி ஒரு பாவச் செயலை எப்படிச் செய்யத் துணிந்தாய்?'

'எது பாவம் அரசே?'

'தாழ்ந்த சாதியினைச் சார்ந்த ஆண் உயர்ந்த சாதியைச் சார்ந்த பெண்ணோடு உறவு கொள்வது குற்றம் என்று மனுதர்மம் கூறுவது தெரியாதா உனக்கு?'

ஈசன் வரத்தால் பிராமணக் குழந்தையாக அவதரித்து பறையர் இனத்தாயிடம் வளர்ந்தேன். இதுதான் என் முற்பிறப்பு ரகசியம். ஆர்ய மாலையை நான் காதலித்தது எப்படிக் குற்றமாகும்?

'ஆம், ஆம். காத்தவராயன் எங்கள் குழந்தையில்லை எங்கள் குழந்தையில்லை' என்று அவனது பெற்றோரும் எப்படியாவது அவன் உயிர் பிழைத்தால் போதும் என்ற துடிதுடிப்பில் கூவினர்.

குழம்பிப் போன அரசன் காத்தவராயன் பெற்றோரையும் காத்தவராயனையும் விடுவிக்கச் சொன்னான்.

அரசே! ஈசன் வரம் இன்றோடு எனக்கு இந்தக் கழுமரத்தில் முடிய வேண்டும். அதுவே சாபம். பிழையில்லாது கழுமரத் தண்டனையை நிறைவேற்றுங்கள்.

காத்தவராயன் தெய்வ சாபம் குறித்து தீர்மானமாகக் கூறிய மாத்திரத்தில் கழுமரத் தண்டனை நிறைவேற்றப்பட்து.

காத்தவராயன் தலை துண்டித்து கழுமரத்தில் உயிர் பிரிந்த

மாத்திரத்தில் ஆரியமாலையும் காத்தவராயனின் உயிரற்ற சடலத்தின் மீது விழுந்து உயிர் துறந்தாள்.

காதலுணர்வு சாதிமத வேறுபாடுகளைக் கடந்தது. செய்த தவறுக்காக அரசனால் தண்டிக்கப்பட்டு கழுவேற்றப்பட்டு விட்டான் காத்தவராயன். காத்தவராயன் கூறிய முற்பிறப்பு கதையினை அவர்கள் யாரும் நம்பத் தயாராயில்லை. ஒரு கலாச்சார மீறலுக்கு விதிக்கப்பட்ட தண்டனையாக அந்த நிகழ்வு ஆக்கப்பட்டு விடக் கூடாதே என்பதை உணர்த்த அவன் இட்டுக் கட்டியது போலவே நம்பினர். பறையர் குலத்து ஆடவர் பிராமணப் பெண்ணை மணந்து நாடு விட்டு நாடு கடத்தி வாழ்ந்து விட்ட உதாரணம் பரவி விட்டால் சாதிய முறைக் கட்டுப்பாடு குலைந்து விடும். சாதிய அமைப்பை அடிப்படையாகக் கொண்ட நிலவுடைமை முறையும் சீர்குலைந்து போகும். இதுவே அன்றைய உண்மையின் காந்தலாயிருந் திருக்கிறது.

எது எப்படியோ கூடி நின்ற பறையர் இனக் கூட்டம் தங்கள் குலை நடுங்க, காத்தவராயன் காதல் மீறலுக்காக கழுவேற்றி கழுத்தறுப்பட்டு இரத்தக் களரியான காட்சியைப் பார்த்து மனம் பீதியடைந்து போய் விட்டார்கள்.

கொல்லவரம் வெல்லவரம் குடிமுடிக்க வரம் வேணும் என்று ஈசனிடம் வெட்டுண்டு இறந்து போன காத்தவராயன் பழிவாங்க திரும்பவும் வரம் வாங்காமலா இருப்பான் என்று பயந்தார்கள். கொலை யுண்டோர் எல்லாம் கொடுங்கடவுள்தானே எளியவர் வேறு என்ன செய்வர் பயங்கொள்வதைத் தவிர.

ஊர் முழுக்க பயம், பீதி அலறல் கதறல் காத்தவராயன் வெட்டுண்டு மாண்ட பின் நிகழ்ந்து கொண்டிருந்த விபரீத சாவுகள் எல்லாம் காத்தவராயன் வரமாயிருக்குமோ என அஞ்சினர்.

'நிலையம் போட்டு சூடமிட்டு நீதியுடன் குடை கொடுத்தால்
அல்லறை சில்லறை விலகுமய்யா அடாதுடி நீங்குமய்யா'
என்று கோடாங்கியும் குறி சொல்லியது.

மரித்தலும் உயிர்த்தெழுந்து தெய்வமாதலும் காத்தவராயன் வழிபாட்டுக்கும் காரணமாக ஆங்காங்கே பறையர் இனக் குழுக்களில் கொண்டாடப்பட்டது.

தொல் நெடுங்கால வழிபாட்டு மரபு அநாகரீகமானதாக ஒதுக்கப்பட வேண்டிய ஒன்றல்ல. அது பண்பாட்டின் சின்னம். சிறு தெய்வ வழிபாடு மூட நம்பிக்கையின் கூறுபாடும் அல்ல. பண்பாடாக மாறி வளர்ந்து வருகின்ற ஒரு புராதன வரலாற்றின் ரசாயன மாற்றமே அது.

அச்சம், போராட்டம், தயவு, எதிர்பார்ப்பு என்ற உணர்வு அலைகளின் அடிப்படையிலேயே தேவாரம் பாடிய அப்பரடிகள் கூட 'சென்று நாம் சிறு தெய்வம் சேர்வோம் அல்லோம்' என்ற சொல்லைப் பயன் படுத்துகிறார்.

'அறங்கண்டதை புறஞ்சொல்லாதே' என்ற தயக்க உணர்வின் காரணமாகப் பல உயரிய சிறு தெய்வ வழிபாட்டுச் சின்னங்களை நாம் இழந்திருப்பதும் வருந்துதற்குரிய உண்மையே!

சாத்திர தோத்திரங்களும் பண்பாட்டுப் பெருங்கடவுளரும் இருந்து வந்த மரபை எதிர்த்து அதற்குச் சரி நிகராக வெறித்தனமான ? பக்குவமற்ற தெய்வ வழிபாட்டு மரபுகளை முன்வைத்து, கொல்லப்பட்டவர்களைத் தெய்வமாகக் கொண்டு வழிபடும் மரபும் நிலைத்திருப்பதை எவரும் மறுப்பதற்கில்லை.

'சாட்டு நீட்டு ஓலை தன்னை நாக்கு மூக்கு ஒடியாமலாக்கி
எழுதச் சொன்னேன் சிவனே அய்யா'

என்று துவங்கும் வில்லுப்பாட்டு கதாநாயகனாகிய காத்தவராயன் சாமியும் இறைத்தன்மை சாற்றி இந்த வகையிலே சிறு தெய்வ வழிபாடாகத் தமிழகத்தில் பல இடங்களிலும் நினைவு கூறப்படுகிறான்.

ௐ

25. ஆலமரத்தடி ஆள்தாரை இசக்கி அம்மன்

இசக்கி அம்மன் என்பவர் நாட்டார் பெண் தெய்வமாவார். இவர் பெரும்பாலும் இந்து சமயக் கோயில்களில் கையில் குழந்தையுடன் காட்சி தருகிறார்.

இந்த தெய்வத்தை பழைனூர் நீலியின் வடிவம் என்ற கருத்து உள்ளது. குழந்தைப் பேறில்லாத பெண்கள் இவரை வழிபட்டால் குழந்தைப் பிறக்கும் என்பதும், மாதவிடாய் பிரச்சனை உள்ளவர்கள் இவரை வழிபட்டால் தீரும் என்பதும் நம்பிக்கையாகும்.

இந்து சமய பெண் தெய்வ கோயில்களில் பிரதானமாக இவருடைய சன்னதி அமைந்துள்ளது. தமிழகத்தில் இசக்கியம்மன் வழிபாடு அதிகம் இருந்தது. இருப்பினும் தற்போது தமிழகம் முழுவதும் இசக்கியம்மன் வழிபாடு காணப்படுகிறது.

இயக்க என்ற சொல்லின் மருவிய வடிவம்தன் இசக்கி என்பதாகும். இயக்குபவள் என்ற அர்த்தத்தில் எண்ணற்ற பெண் யட்ஷினிகளை அழைக்கின்றனர்.

சமண சமயத்தில் தீர்த்தங்கரர்கள் பலரின் காவல் தெய்வங்களாக இந்த இயக்கிகள் இருந்துள்ளார்கள்.

இயக்கியம்மன் சிவப்பு சீலை அணிந்தும் இடது கையில் குழந்தையை தூக்கி இடுப்பில் வைத்தவாறும், வலது கையை ஓங்கியபடி சூலத்தையோ, கத்தியையோ ஏந்தியவாறும் உள்ளார்.

சில இடங்களில் சிவப்பு சீலையின்றி வெறும் கச்சையுடன் இருக்கும் சிலைகளும் கையில் குழந்தையின்றி இருக்கும் சிலைகளும் உள்ளன.

இசக்கியம்மனை அவர் இருக்கும் இருப்பிடத்தின் பெயரோடு அழைக்கின்றனர்.

இசக்கியம்மன் பள்ளர், கோனார், நாடார், வேளாளர், பிள்ளைமார் ஆகிய சாதிச் சமூகங்களில் குல தெய்வமாக உள்ளார்.

இந்த காவல் தெய்வத்துக்கு தொட்டில் பிள்ளை, சீலைப் பிள்ளை நேர்த்திக் கடன்களாக வைக்கப்படுகின்றன.

கன்னியாகுமரி, திருநெல்வேலிப் பகுதிகளில் இசக்கி அம்மன் கோயில்கள் காவல் தெய்வ கோயில்களாக பெரும்பாலும் வழிபடப்படு கின்றன.

கன்னியாகுமரி பெருமாள் புரத்தில் வெட்டி முறிச்சான் இசக்கி அம்மன் கோயில், நெல்லையில் சுப்பிரமணியபுரம் இசக்கி அம்மன் கோயில், குறவன்மடம் இசக்கி அம்மன் கோயில், திருச்செந்தூர், ஆத்தூர் கல்லுப்பாலம் இசக்கி அம்மன் கோயில், வாலத்து இசக்கி அம்மன் கோயில், வண்டி குடியிருப்பு கன்னியாகுமரி, ஈயான்குலம் இசக்கி அம்மன் கோயில், மலையன்குளம் இசக்கி அம்மன் கோயில், முப்பந்தல் இசக்கி அம்மன் கோயில், கன்னியாகுமரி, கடங்கநேரி அருள்மிகு பூ இசக்கி அம்மன் என பல்வேறு இடங்களிலும் இசக்கி அம்மன் காவல் தெய்வமாக வீற்றிருக்கிறாள்.

இசக்கி அம்மனை மாரியம்மன் ஒரு அம்சமாகவே கருதுகிறார்கள். இரண்டு அம்மன்களும் பார்வதியின் ஒரு ரூபமே என்பதும் ஏற்றுக் கொள்ளப்பட்ட உண்மை.

இசக்கி அம்மனை ரத்தத்தைக் குடிக்கும் நீலி என்ற யட்க்ஷினியின் சகோதரி என்றும் கூறுகிறார்கள்.

அந்த நீலி என்பவள் காளியின் யுத்த தேவதைகளில் ஒருவள். காளி யும் பார்வதியின் அவதாரமே என்பதால் இசக்கியம்மனும் பார்வதியை

சேர்ந்த ஒரு தேவதையே எனக் கருதுவதில் தவறில்லை.

இசக்கி அம்மன் ஆலயத்தைச் சுற்றி உள்ள பால்கள்ளு என்ற பெயரில் உள்ள சில செடிகளை கிள்ளினால் வெள்ளை நிறத்தில் பால் போன்ற திரவம் வடியும். அதுவே அந்த இடங்களில் இசக்கி அம்மன் உள்ளாள் என்பதன் அடையாளம் என்று கூறுவார்கள்.

காரணம் குழந்தைகளுக்கு பால் ஊட்டி வளர்க்கும் ஒரு தாயைப் போன்றவள் இசக்கி அம்மன் என்பதை அந்த சிறு செடி காட்டுகிறதாம்.

இசக்கி அம்மன் மானிட உருவு எடுத்து பூமிக்கு வந்தபோது அவளை வஞ்சித்துக் கொன்றுவிட்ட ஒரு செட்டியாரை பழிவாங்கும் விதத்தில் ஏழு ஜென்மத்திலும் பிறப்பு எடுத்து தானே அவனை அழிக்க வேண்டும் என சிவபெருமானிடம் வரம் கேட்டாள்.

அவள் கேட்ட வரத்தை தந்தாலும் ஒரு நிபந்தனை போட்டார் சிவபெருமான். ஒவ்வொரு ஜென்மத்திலும் அவள் தன்னை சந்தித்து தனது ஆசிகளைப் பெற்றுக் கொண்ட பின்னர்தான் அவனை அழிக்க வேண்டும் என்பதே அந்த நிபந்தனை. அதனை ஏற்றுக் கொண்டாள் இசக்கி.

அடுத்த ஆறு ஜென்மங்களிலும் அவளும் செட்டியாரும் பிறப்பு எடுத்தார்கள். அந்த ஆறு ஜென்மத்திலும் அவளே அவரை பல வழிகளில் கொன்று பழி தீர்த்தாள்.

இனி மிஞ்சி இருந்தது ஏழாவது ஜென்மம்.

மீண்டும் இருவரும் பிறப்பு எடுத்தார்கள். இசக்கி அம்மன் சிவபெருமானை தேடிய வண்ணம் காட்டில் அலைந்து கொண்டு இருந்தாள். அப்போது ஒருநாள் அவள் காட்டு வழியே சென்று கொண்டு இருந்த போது அவள் ஒரு சித்தரைக் கண்டாள்.

அந்த சித்தருக்கு அவள் மனிதப் பிறப்பு எடுத்து வந்துள்ளதின் காரணம் தெரியும் என்பதால் அவளை சந்தித்தவர் அவளுக்கு சிவபெருமானும் பார்வதியும் இருந்த இடத்தைக் காட்டினார்.

அதன்படியே இசக்கி அம்மன் சிவசக்தியை அவர்கள் உட்கார்ந்து இருந்த இடத்துக்கு சென்று பார்த்து தனக்கு வேண்டிய வரத்தைப் பெற்றுக் கொண்டாள்.

அப்போது பார்வதி அவளுக்கு துணையாக இருக்க ஆவலுடன் நாகராஜரையும் அனுப்பி வைத்தாள்.

நாகராஜன் இசக்கியம்மனும் காடு வழியே சென்று கொண்டிருந்த போது அந்த வழியே ஒருவன் சென்று கொண்டு இருந்ததைக் கண்டார்கள்.

அவனைப் பார்த்த நாகராஜர் இசக்கி அம்மனிடம் அவன்தான் அந்த செட்டியார் என அடையாளம் காட்டினார்.

ஆகவே இசக்கி அம்மன் அந்த வழிப்போக்கரிடம் சென்று தான் ஒரு வேலை தேடுவதாகவும் அவர் வீட்டு வேலை செய்ய தன்னை வைத்துக் கொள்ளுமாறும் கேட்டுக் கொண்டாள்.

அந்த வழிப்போக்கனும் தனது மனைவி நிறைமாத கர்ப்பிணியாக இருப்பதினால் அவளுக்கு உதவி செய்ய ஒரு பெண் கிடைத்தால் நன்றாக இருக்குமே என்று எண்ணியவாறு அவளை தன் வீட்டில் வேலைக்கு அமர்த்திக் கொண்டாள்.

அவன் வீட்டில் வேலை செய்யத் துவங்கினாள் இசக்கியம்மன்.

ஒருநாள் அவன் வெளியில் சென்றபோது நாகராஜரை அனுப்பி கொன்று விட்டாள்.

அந்த செட்டியாரின் மனைவிக்கு வந்துள்ள இசக்கியம்மன் ஒரு சாதாரண பெண்ணாக இருக்க முடியாது. ஏதோ தெய்வப் பெண்ணாக இருக்க வேண்டும் எனத் தோன்றியது.

தன் கணவன் இறந்த பின் தானும் உயிர் வாழக் கூடாது என எண்ணி யவள் இசக்கியம்மனிடம் தன் வயிற்றில் ஒரு குழந்தை வளர்கின்றது என்றும் அதை வெளியில் எடுத்து விட்டு தன் குடலையும் வெளியில் எடுத்து விட்டு தனக்கு மரணம் கிடைக்க அருளுமாறு கேட்டுக் கொண்ட பின் மயங்கி விழுந்து விட்டாள்.

அவள் வேண்டுகோளை நிறைவேற்றும் வண்ணம் இசக்கியம்மன் அவள் வயிற்றில் இருந்த குழந்தையை வெளியில் எடுத்து தன்னிடம் வைத்துக் கொண்டு அவள் குடலை மாலையாக்கி தன் கழுத்தில் அணிந்து கொண்டாள்.

அவளே ஆள்தாரை இசக்கி அம்மன் என்ற பெயருடன் ஊரின் ஒரு ஆலமரத்தடியில் எழுந்தருளி தன்னை நாடி வரும் பக்தர்களுக்கு அருள்பாலித்து வருகின்றாள்.

இந்த ஆலயம் ஆள்தாரை இசக்கியம்மன் செட்டித் தெரு, பறக்கை நாகர்கோயில் என்ற இடத்தில் உள்ளது.

ௐ

26. மழை தரும் சொரிமுத்து அய்யனார்

முருகப் பெருமானுக்கு ஆறுபடை வீடுகுள் இருப்பதைப் போல அய்யப்பனுக்கும் சொரிமுத்து அய்யனார் கோயில், அச்சன் கோயில், ஆரியங்காவு, குளத்துப்புழை, பந்தளம், சபரிமலை என அறுபடை வீடு இருப்பதாகக் கூறுவர்.

சபரிமலையிலேயே அய்யப்பன் முதலில் அமர்ந்தார் என்பர். ஆனால் சொரிமுத்து அய்யனார் கோயிலில் அதற்கு முன்னதாகவே சாஸ்தா அமர்ந்தாராம்.

இங்கு மூலவராக சொரிமுத்து அய்யனார் மகாலிங்கம் உள்ளனர். இக்கோவிலின் தலவிருட்சம் இலுப்பை மரம். தீர்த்தம் பாண தீர்த்தம்.

இக்கோயில் திருநெல்வேலி மாவட்டம் காரையார் என்ற இடத்தில் உள்ளது. இக்கோயிலில் ஆடி மாதம், தை மாத அமாவாசைகள், கடைசி வெள்ளிக்கிழமை மற்றும் பங்குனி உத்திரம் விசேஷமாக கொண்டாடப் படுகிறது.

பொதிகை மலையில் விழும் மிகப் பெரிய அருவியே பாண தீர்த்தம். கோடை காலத்திலும் வற்றாத அருவியது. இந்தப் புண்ணிய அருவியில் ‘ஆடி அமாவாசை’ அன்று நீராடினால் பாவங்கள் விலகும்.

தாமிரவருணி ஆறு பொதிகையிலிருந்து ஓடி வரும்போது 122 அடி உயரத்தில் இருந்து அருவியாக விழுகிறது. இத்தீர்த்தம் உடலின் அழுக்கினை மட்டுமல்ல, நமது உள்ளத்து மாசுகளையும் போக்குகிறது.

பொதிகை மலையிலேயே காரையார் உள்ளது. பாண தீர்த்தத்தின் அருகே சொரிமுத்து அய்யனார் கோயில் இருக்கிறது.

இங்குள்ள சாஸ்தா இடது காலை மட்டும் குத்துக்காலிட்டு வலது காலைத் தொங்கவிட்டபடி சற்றே இடப்புறமாக திரும்பி இருக்கிறார்.

இவருக்கு எதிரே ஒரே பீடத்தில் நந்தி, யானை, குதிரை வாகனங்கள் உள்ளன. இவரது சந்நிதியில் சப்த கன்னியர்கள் உள்ளனர். இவருக்கு முன்னால் உள்ள மண்டபத்தில் நாய் வாகனத்தோடு பைரவர் இருக்கிறார்.

இக்கோயிலில் காவல் தெய்வங்களாக சங்கிலி பூதத்தார், பிரம்ம ராட்சசி, தளவாய் மாடன், தூசி மாடன், பட்டவராயன், அகத்தியன், பேச்சியம்மன், சுடலை மாடன், இருளப்பன், இருளம்மன், கரடி மாட சாமி, மொட்டையர், பாதாள கண்டிகை, கும்பாமணி ஆகிய காவல் தெய்வங்கள் உள்ளன.

இக்கோவிலில் பிரார்த்தனைக்காக வரும் பக்தர்கள் இங்குள்ள இலுப்பை மரத்தில் மணியைக் கட்டுகின்றனர். அந்த மரம் மணியை விழுங்கி விடுவதைப் போல மரத்தினுள்ளேயே மணிகள் பதிந்து விடு கின்றன.

எனவே இதனை 'மணி விழுங்கி மரம்' என்கின்றனர். பொதிகை மலையில் உள்ள இக்கோயிலில் ஆடி அமாவாசை விழா மிகவும் விசேஷ மானது.

இங்கு சாஸ்தா சொரிமுத்து அய்யனார் என்ற பெயரில் பூரணா, புஷ்கலா தேவியருடன் அருள் செய்கிறார்.

சாஸ்தாவின் அவதாரமே அய்யப்பன் என்பதால் சபரிமலை அய்யப்பன் கோயிலுக்கு முந்தியது இக்கோயில்.

சபரிமலை செல்பவர்கள் சாஸ்தான் முதல் கோவிலான இங்கு வந்து மாலை அணிகின்றனர்.

இப்பகுதியில் வசித்த பிராமணரான முத்துப்பட்டன் என்பவர் தாழ்த்தப்பட்ட குலத்தில் வந்த இரு பெண்களைக் காதல் திருமணம் செய்து கொண்டாராம்.

இவர் பசுக்களைப் பாதுகாக்கும் ஒரு போரில் பங்கேற்று மரண மடைந்தாராம். அவரே பட்டவராயர் என இந்த கோயிலின் ஒரு பகுதியில் சந்நிதியில் வீற்றிருக்கிறார்.

பொம்மக்கா, திம்மக்கா என்ற தம் இரு மனைவியருடன் பட்டவராயர் சாமி வீற்றிருக்கிறார். இவரது சந்நிதியில் பக்தர்கள் செருப்பைக் காணிக்கையாகக் கட்டுகின்றனர்.

முதலாண்டில் கட்டப்படும் செருப்பு மறு ஆண்டு பார்க்கும்போது அது தேய்ந்திருக்குமாம். இரவில் பட்டவராயர் இந்த செருப்புகளை அணிந்து கொண்டு ஊர்வலம் செல்கிறார் என்பது மக்களின் நம்பிக்கை.

இது வனப்பகுதி என்பதால் இங்கே வெளியாட்கள் அதிகம் வருவதில்லை. இறைவனுக்கு காணிக்கை ஆகியிருக்கும் செருப்புகளை யாரும் தொடுவதில்லை. அப்படி இருந்தும் செருப்புகள் தேய்வது இறைவனின் அதிசயமாக கருதப்படுகிறது.

கைலாயத்தில் சிவபெருமான் பார்வதி தேவியின் திருமணத்தின் போது பூமியைச் சமன்படுத்த அகத்திய மாமுனிவரைப் பொதிகை மலைக்கு அனுப்பினார் சிவபெருமான்.

அகத்தியர் பொதிகையில் தங்கியிருந்த வேளையில் சிவலிங்கப் பூஜை செய்தார். காலப் போக்கில் அந்த சிவலிங்கம் மண்ணால் மூடப்பட்டது. பிற்காலத்தில் மாடு மேய்ப்பவர்கள் மாடுகளை ஓட்டிச் செல்லும்போது தொடர்ந்து இந்த இடத்தில் பசுக்கள் தானே பாலைச் சொரிந்தன. எனவே அங்கே மக்கள் தோண்டிப் பார்த்தபோது அதனுள் சிவலிங்கம் இருப்பதை கண்டெடுத்து கோயில் எழுப்பினர்.

இத்தலத்திலேயே தர்மசாஸ்தாவின் சந்நிதி கட்டப்பட்டுள்ளது. சாஸ்தாவை கிராமப் புறங்களில் அய்யனார் என்பர்.

அய்யன் என்றால் தலைவன் என்று பொருள். மரியாதை விகுதி சேர்த்து அய்யனார் என்கின்றனர் பக்தர்கள்.

மழை பொழிவதைப் போல பக்தர்களுக்கு கணக்கின்றி அருள் புரிபவர் என்பதும் இவரை வழிபட்டால் சொரியும் முத்தென மழை பொழியும் என்பதாலும் இவர் சொரி முத்து அய்யனார என‌ப்பட்டார்.

காலத்தே மழை பெய்ய வேண்டுமென இவரை மக்கள் வேண்டு கின்றனர். இதனால் கிராம மக்களின் வருகை இங்கு அதிகமாக இருக் கிறது. மழை இல்லாத காலங்களில் இந்த அய்யனாருக்கு பூஜை செய்தால் மழை பொழியும் என்பது மக்களின் நம்பிக்கை.

ஒரு நாள் அகத்தியர் தாமிரபரணியின் கரையில் தவம் செய்து கொண்டிருந்தபோது அசரீரி ஒன்று, 'இப்போது வானில் ஒரு ஜோதி தோன்றும். அதைக் கவனி' என்றது.

அகத்தியரும் கண் விழித்துப் பார்த்தார். அப்பொழுது சிவபெரு மானுக்கும் பார்வதி தேவிக்கும் விநாயகர், முருகன், தர்மசாஸ்தா (சொரிமுத்து அய்யனார்) ஆகியோர் பூஜை செய்த காட்சி அகத்தியருக்குத் தெரிந்தது. அப்படித் தெரிந்த நாளே ஆடி அமாவாசை நாளாகும்.

புறத்தே இருட்டாக இருந்தாலும் மனம் வெளிச்சமாக இருந்தால் புற இருள் பெரிதாக தெரியாது. இந்த அரிய தத்துவத்தை விளக்கும் வகை யிலேயே சொரிமுத்து அய்யனார் கோவிலில் அமாவாசை நாளான இருட்டு நாளில் ஒளி விழா நடக்கிறது.

அவர் கண்ட காட்சி வெளியேயும் உள்ளேயும் எங்கும் ஒளிமயமாக தெரிந்தது. இதனால் மகிழ்ச்சியடைந்த அகத்தியர் இந்த தலத்தில் ஆடி அமாவாசையன்று யார் வந்து பாண தீர்த்தத்தில் நீராடி இங்கிருக்கும் சொரிமுத்து அய்யனாரை வழிபடுகிறார்களோ, அவர்களுக்கு சகல நலங் களும் கிட்டும் என்று ஆசீர்வதித்தார்.

எனவே ஆடி அமாவாசையான இருட்டு நாளில் இங்கே ஒளி விழாவாக பக்தர்கள் கொண்டாடுகின்றனர்.

ௐ

27. மாசாணி

மயான தேவதையாக பதினேழு அடி நீளத்தில் படுத்துக் கிடக்கும் கோலத்தில் இருக்கும் மாசாணியம்மனின் துடியான பயங்கரத் தோற்றத்தைப் பார்த்தால் யாருக்குப் பொய் சொல்ல வாய் வரும்? வஞ்சகம் நினைக்க யாருக்கு நெஞ்சு துணியும்?

மயானத்தில் சயனித்துக் கிடக்கும் நீதி மறுக்கப்பட்ட இப்பெண் தெய்வ வரலாற்றை நினைவுபடுத்துவதற்காகவோ என்னவோ கோயிலில் 'நீதிக்கல்' ஒன்று நின்றிருக்கிறது.

கைகள் இரண்டும் கும்பிட்டவண்ணம், முகம் சப்பையாக, இடுப் பிற்குக் கீழே வால் போன்று இருக்கும் இந்த நீதிக்கல்லின் மீது அரைத்த மிளகாயைப் பூசி அபிஷேக மூர்த்திக்கு எண்ணெய் காப்பு செய்து குளிர்ச்சியாக்கி பக்தர்கள் வழிபடுகிறார்கள். இவர்களின் முறையீட்டில் நீதி இருந்தால் எதிர் தரப்பினர் தொண்ணூறு நாட்களுக்குள் தண்டிக்கப் பட்டு விடுகின்றார்களாம்.

முறையீடு செய்யும் பக்தர்கள் முழுத் தேங்காய் கொடுத்து பிரசாதம் வாங்காமல் செல்கிறார்கள். பிரார்த்தனை நிறைவேறிய பின்தான் பிரசாதம். அதுவரை மூச்!

நீலகிரிமலைக்கு தெற்கே சுமார் நூறு கி.மீ. தூரத்திலுள்ள சகயாத்ரி மலைத் தொடரின் ஒரு பகுதிதான் ஆனைமலைத் தொடர். இந்த மலையடிவாரத்திலுள்ள ஊர்தான் ஆனைமலை. இங்குதான் ஆழியாறு தெற்கு வடக்காக ஓடுகிறது.

ஆழியாற்றின் உபநதியாகிய உப்பாற்றின் வடகரையில்தான் மாசாணி அம்மன் மயானக் கூரையின்கீழ் பல நூற்றாண்டுகளுக்கு மேலாக நீதிபரிபாலனம் செய்கிறாள்.

தை அமாவாசையன்று பச்சை மூங்கில் கொடிமரம் ஆனைமலையின் முக்கிய வீதியெல்லாம் வலம் வந்து உப்பாறும் ஆழியாறும் சேரும் இடத்தில் ஒவ்வொரு வருடமும் கழுவப்படுகிறது. அதில் சிங்க உருவம் எழுதிய கொடி கட்டி அருளோடு அதனை சாமியாடி தூக்கிச் சென்று கோயிலில் கொடி நடுகிறார்கள். கோயில் கொடிமர பூஜை முடிந்த பதினான்காம் நாள்தான் சக்தி பெருக்கத்துக்கான மயான பூஜை மாசாணி அம்மனுக்கு.

முறைதாரர்கள் எல்லோரும் மயானத்திற்குச் சென்று பிணத்தை எரிக்கும் இடத்தில் மண்ணையும், மனிதச் சாம்பலையும் எலும்புகளையும் சேகரம் செய்து, மயானத்தில் பிணம் எரிக்கும் மேடையில் அம்மனைப் போல படுத்த நிலையில் பெரிய உருவம் அமைக்கிறார்கள்.

அடுத்து மயானத்திலிருந்து அம்மனை அழைத்து வரும் சடங்கு. அன்று நள்ளிரவில் மேளதாளத்துடன் பூசாரியும் மற்றவர்களும் சேலை, மாலை, பொட்டு, சக்திவேல் சகிதமாய் கோயிலிலிருந்து அந்த மயானம் வருகின்றனர்.

முறைதாரர் அமைத்திருக்கும் மயான தேவதை முன் பூசாரி பட்டுத் துணியை விரித்து சக்திவேலை நடுகின்றார். சாமியாடி மீது அம்மன் வந்து இறங்கி உத்தரவு கொடுக்க நட்டு வைத்த சக்திவேலை பூசாரி பிடுங்கு கிறார். ஆவேசம் வருவதற்கு பாட்டும் மேளதாளமும் ஒலிக்க சக்திவேலை பிடுங்கி அம்மன் உருவத்திலிருந்த மண், எலும்பு இவற்றை எடுத்து பட்டுத்துணியில் போட்டு மூட்டையாகக் கட்டி தோளில் வைத்து பூசாரி புறப்படுகிறார்.

தோள் சுமையோடு பூசாரியை மயானத்திலிருந்து உப்பாற்றங் கரைக்கு அழைத்து வருகிறார்கள். உப்பாற்றங்கரையில் பூசாரி கொண்டு

வந்த பட்டுத்துணி மூட்டைக்குள்ளிருந்து மாசாணி அம்மன் மண்ணும் எலும்பும் எடுத்து சக்திக் கலசத்தில் வைத்து ஆவாகனப்படுத்தி கலசத்தை நீராட்டுகின்றனர்.

கலசத்துக்குள் மாசாணி அம்மன் இருப்பதாகவும் அவளைக் குளிப்பாட்டுவதாகவும் இந்த ஐதீகம்.

பிறகு கோயிலுக்குள் அம்மன் அழைப்பு. அம்மன் அருள் வாக்கை சாமியாடிகள் உத்தரவாகப் பிறப்பிக்கின்றனர். மறுநாள் நடக்கவிருக்கும் குண்டத் திருவிழாவுக்கு உத்தரவு பெற்று அக்னிகுண்டம் இறங்கு பவர்கள் கங்கணம் கட்டிக் கொள்கின்றனர். அதன்பின் சக்திக்கலசம் கோயிலுக்குக் கொண்டு வரப்பட்டு அதற்கும் பூஜை நடத்தப்படுகிறது.

குண்டம் கட்டும் முறைதாரர்களின் மண்வெட்டி கடப்பாறைக்கு முதல் பூஜை. நாற்பதுக்கு இருபது என்ற கணக்கில் இரண்டடி உயரத்துக்கு இருபுறச் சுவர்கள் எழுப்பி நேர்த்தி விறகுகளை குண்டத்தில் அடுக்கி வைத்து தீ மூட்டுகிறார்கள். திகுதிகுவென விண்ணைத் தொட்டு ஜாஜ்வல்யமாய் தீ. அம்மன் அருளாடி அக்கினி குண்டத்தினுள் உருட்டி விட்ட பூச்செண்டு தீயில் கருகாது எடுக்கின்றனர். அம்மன் உத்தரவு கிடைத்ததாக அக்கினி குண்டத்தில் வரிசை வரிசையாகத் தீமிதி திருவிழா முடிகிறது.

மயான பூஜை செய்து ஆற்றுமேட்டில் ஆவாகனம் செய்த கலசத்தை அன்று நள்ளிரவில் திருக்கோயில் கருவறையில் இருந்து எடுத்து வநது கோயிலுக்கருகில் உள்ள உப்பாற்றில் அம்மனைக் கரைத்து விடுகின்றனர். அம்மன் மீண்டும் மயானத்திற்குத் திரும்பிவிட்டதாக நம்பிக்கை.

நீதி கேட்டு மயானச் சாம்பல் மண்ணில் அதற்காகவே கால் நீட்டி அங்கவடிவமாய் படுத்துக் கிடக்கும் மாசாணியம்மன் வரலாறு. ஆனை மலை காட்டில் இலைவாடாது பசுமையாய் சொல்லிக் கொண்டே இருக்கிறது.

ஆனைமலைக் காட்டில் தோழியர் புடைசூழ மாசாணி நீராடிக் கொண்டிருந்தாள்.

'மாசாணி... மாசாணி! அங்கே மாந்தோப்பு போக வேண்டாம். ஆழம் அதிகம் போக வேண்டாம்.'

கயல்மீனாய் நீந்திக்களிப்புறும் வயது. தோழியர் குரல் நீந்திச் சென்றவள் காதில் விழவில்லை. கரையிலிருந்த கோசர் குலத்துப் பெண்கள் ஒட்டு மொத்தமாகக் கூக்குரலிட்டனர்.

ஆனைமலையில் அப்போது இரண்டாம் நன்னன் என்ற மன்னன் ஆண்டு வந்தான்.

படையெடுப்பின்போது மன்னனுக்குப் போரில் துணைபுரிந்து அடிமை சேவகம் செய்வது கோசர்களது வேலை.

மாசாணியுடன் ஆழியாற்றுக்கு இன்று நீராட வந்ததே தவறு என்ற பதைபதைப்புடன் அந்த கோசர்குலப் பெண்கள் கைகளைப் பிசைந்து கொண்டு நின்றனர்.

ஆழியாற்றில் இப்படி சர்வ சுதந்திரமாய் கோசர் குலப் பெண்கள் குளிப்பதே அதிகபட்ச தண்டனைக்குரியது. இதில் மாந்தோப்பு அருகே போய் மாசாணி நீந்துவது என்றால்...

மாமரம் மன்னன் நன்னனின் காவல் மரம். ஆழியாற்றங்கரையில் கடுங்காவலில் பச்சைப் பசேலென இலையும் பூவும் பிஞ்சுமாய் மாந்தோப்பு. அக்காலத்தில் ஒவ்வொரு மன்னனுக்கும் ஒரு காவல்மர அடையாளம். நன்னனுக்கு மாமரம்.

காவல் மரமாகிய மாமரத்தின் எந்தப் பகுதியையும் யாரும் சிதைக்கக் கூடாது. அதிலிருந்து காய்கனிகளைப் பறித்து தின்னக் கூடாது. மாமரத்தின்மீது பட்டு வரும் காற்றை ஒருவன் சுதந்திரமாக சுவாசித்தால் கூட அவன் அந்த நாட்டு மன்னனாகிய நன்னன் மீது போருக்குத் தயாராகும் அறிவிப்பாகக் கருதப்பட்டது.

சிந்தனையின்றி புவி மறந்த ஜலசயனமாய் மாசாணி மாந்தோப்புக் கருகில் படகுபோல மிதந்து வந்தாள்.

எல்லையில்லா சௌந்தர்யம் வாரியிறைத்தது போன்ற எழிற்காட்சி யாய் மாந்தோப்பின் மந்தகாசத் தோற்றம் மாசாணியை மயக்கியது. மாந்தோப்பில் உதிர்ந்த மாங்காய் ஒன்று மிதந்து வந்து கொண்டிருந் ததைக் கண்டதும் மாசாணிக்கு எச்சில் ஊறியது.

கரையோரம் நீந்திச்சென்று படக்கென அந்த மாங்கனியை எடுத்து ஒரு கடிதான் கடித்தாள் அந்த பேதை மங்கை.

எங்கிருந்து கவனித்து குதித்தானோ அந்தக் காவல்காரன். ஆழியாற்றி னுள் இறங்கி மாசாணியின் கூந்தலை எட்டிப் பற்றி விட்டான்.

மாசாணியின் கூந்தலைப் பற்றி கரைக்கு இழுத்து வந்தான் காவல்காரன்.

அணில் கடித்ததுபோல முன்பல் பதிந்த மாங்காயை அப்படியே அவள் கையிலிருந்து பறித்தான்.

'அய்யா இது நான் மரமேறி பறித்த மாங்காயல்ல. ஆற்றில் மிதந்து வந்த மாங்காய்தான்.. இதற்குப் போய்...'

'ஓ, நீ மரமேறி வேறு பறித்து மன்னன் காவல்மரத்துக்கு களங்கம் ஏற்படுத்தும் துணிச்சல் உள்ளவளா?'

மாசாணி விழித்தாள். என்ன சொல்லியும் எடுபடவில்லை.

செய்தி கேட்டு அங்கே வந்துவிட்ட கொடுங்கோல் மன்னன் நன்னனின் தேகமெல்லாம் தீயாகக் காந்தியது. 'கோசர்குலப் பெண் ணொருத்தி தன் கொற்றத்துக்கே உலை வைக்க வந்து விட்டாளா? ஊர் சிரிக்காதா? அண்டை ராஜ்ஜியத்தினர் காறி உமிழ மாட்டார்களா? எப்படி இனி ஆனைமலைக்கு ராஜா என்று நெஞ்சுயர்த்தி சொல்ல முடியும்? காவல் மரத்தை கேவலம் ஒரு சேலை உடுத்திய பெண்ணிடம் காவு கொடுத்து விட்டான் நன்னன் என்று காலம் தன்னை தூற்றாதா?'

நொந்து நூலாகிப் போனான் நன்னன்.

'அரசே! தங்களை அண்டிப் பிழைக்கும் கோசர்களுக்கு அந்தரங்கத் தில் ஒரு போட்டி மனப்பான்மை உருவாகியிருக்கிறது. அதன் அடையாளம்தான் மறைமுகமான இந்தப் போர் அழைப்பு. இந்தப் பெண்ணை முன்னிறுத்தி இந்தக் காரியத்தில் இறங்கியிருக்கிறார்கள்.'

சமயம் பார்த்து காவல்காரன் மன்னனின் நெஞ்சைத் திறந்து நெருப்பை ஊதினான்.

"அரசே! உண்மையைக் கேளுங்கள். நான் ஒரு அப்பாவி. ஆழி யாற்றில் நீந்திக் கொண்டிருந்தேன். அருகில் ஒரு மாங்காய் நீரில் மிதந்து வந்தது. அதைத்தான் எடுத்துக் கடித்தேன். மரத்திலேறி நான் பிடுங்க வில்லை."

நடந்து கொண்டிருக்கும் விபரீதம் உணர்ந்து மாசாணி மன்னனிடம் எவ்வளவோ மன்றாடிப் பார்த்தாள்.

"நீ பிடுங்காத மாங்காயாகட்டும். அது காவல் மரத்து மாங்காயென்று உனக்குத் தெரியாதா? நீ எப்படி அதை எடுத்துக் கடித்து எச்சில் படுத்தலாம்? காவலா இவளை இழுத்துச் சென்று பிங்கொனாம் பாறை யில் வைத்து வெட்டிக் கொலை செய்து விட்டு எனக்கு உடன் தகவல் தெரிவிக்க வேண்டும். இது என் ஆணை!"

அதிர்ந்து போனாள் மாசாணி.

"அரசே இது மிகக் கொடூர தண்டனை. செய்யாத பிழைக்கு தண்டனையா? உதிர்ந்த மாங்காயை எடுத்துக் கடித்ததற்கு மரண தண்டனையா? அடுக்காது அரசே!"

காவல் மரத்து மாங்காயினைத் தின்றதால் மாசாணிக்கு மரண தண்டனை விதித்த செய்தி அறிந்து மாசாணியின் பெற்றோர் ஓடோடி வந்தனர் மன்னனிடம்.

அறியாது என் மகள் செய்த பிழையை மன்னர் பொறுத்தருள வேண்டும்.

மாமரம் நன்னன் நாட்டின் காவல் மரம் என்ற அடையாளம் அறியாத ஒரு பிரஜை கொலை செய்யப்படுவது தவறில்லை.

அரசே! அந்தப் பெண்ணின் எடைக்கு எடை பொன்னாலாகிய பாவை செய்து தருகிறேன். மேலும் என்னிடத்திலுள்ள எண்பத்தோரு யானைகளையும் தருகிறேன். அறியாத இச்சிறுமியை மட்டும் விட்டு விடுங்கள்.

ஓ... நீ செல்வச் சீமானல்லவா! அதுதான் இந்த அகங்காரம். உன் செல்வமும் எனக்குள்தான் அடக்கம். அது தெரியுமா உனக்கு? யாரங்கே? இவனது செல்வங்களை சூறையாடிக் கொண்டு வாருங்கள். குற்ற வாளியைப் பெற்ற குற்றத்திற்கு இவனையும் சிறையில் தள்ளுங்கள்.

பிங்கொனாம்பாறைக்கு மாசாணியை நன்னனின் ஆட்கள் மான பங்கப்படுத்தி இழுத்துச் சென்றனர். மாங்காயைத் தின்ற குற்றத்திற்கு ஒரு மங்கையின் வாழ்க்கையை பறிக்க பிங்கொனாம்பாறை வெட்ட வெயிலில் மினுங்கிக் கொண்டிருந்தது.

ஆனைமலைக் காட்டில் அந்தப் பேதைப் பெண்ணின் அநியாயக் கொலைக்கு மௌன சாட்சியாக. ஊரே திரண்டு பிங்கொனாம்பாறைக்கு வந்தது.

கொடுங்கோல் மன்னன் நன்னனை யார் தடுக்க முடியும்? தன் மாபெரும் கௌரவத்திற்கு தீங்கு நேர்ந்ததாய் குமுறும் கொடுங்கோலன் தீர்ப்பை மாற்றுவதாய் இல்லை.

பிங்கொனாம்பாறை இரத்த வழுக்கலாய் வெட்டறுவாளின் வீச்சுக்கு மாசாணி அன்றே பலியானாள்.

மாசாணி கொலை நிகழ்வுக்குப் பின் கோசர்கள் வெகுண்டெழுந்து கொடுங்கோல் மன்னன் நன்னனை எதிர்த்து கலகம் செய்து நாட்டை விட்டே அவனைத் துரத்தினர்.

தமிழ்ப் பண்பாட்டிற்கே களங்கமாகிப் போன இந்தப் பெண் கொலை நற்றிணை, குறுந்தொகை போன்ற அன்றைய இலக்கியம் பூராவும் ஒரு இரங்கல் செய்தியாக புலவர்களால் இரத்தம் தோயத்தோய எழுதப்பட்டதன் அடையாளமாக ஆனைமலையில் மாசாணி அம்மன் நிர்துளியாய் நின்று இன்னும் ஆட்சி புரிகிறாள்.

ௐ

28. சிங்கமுடைய அய்யனார் சாமி

நள்ளி சிங்கமுடைய அய்யனார் கோயில் தமிழ்நாட்டில் விருதுநகர் மாவட்டத்தில் சாத்தூரில் இருந்து கோவில்பட்டி செல்லும் வழியில் உள்ள நள்ளி கிராமத்தில் கண்மாய் அருகில் அமைந்துள்ளது.

மிக பிரசித்தி பெற்ற இந்த கோவிலானது தமிழ்நாட்டின் தென் மாவட்டங்களில் வசிக்கும் கணிசமான மக்களின் குல தெய்வமாக இருக்கிறது.

இக்கோயிலில் சிங்கமடை அய்யனார், நொண்டிக் கருப்பசாமி, பதினெட்டாம்படி கருப்பசாமி பேச்சியம்மன் போன்ற கடவுளர்களுக்கு சன்னதிகள் உள்ளன.

விநாயகர், சப்த கன்னியர், கருப்பசாமி, பேச்சியம்மன், முனிவர், பாம்பு, லிங்கம், வைரசாமி நந்தி, நாகர், வீரபத்திரர், வில்லடி கருப்பசாமி, முத்துக்கருப்பன், லாடசன்னியாசி, வல்லாட முத்து உள்ளிட்ட தெய்வங்கள் உள்ளன.

இங்கு மாசி மாதம் சிவராத்திரி அன்று திருவிழா நடைபெறும். அப்பொழுது நடைபெறும் பாரிவேட்டை நிகழ்ச்சி புகழ் பெற்றது.

இக்கோயிலை குலதெய்வமாகக் கொண்ட மக்கள் தமிழகத்தின் பல்வேறு மாவட்டங்களில் உள்ளனர். அவர்கள் திருவிழாவில் தவறாது கலந்து கொள்கின்றனர்.

ராக்கச்சி, மாடன், மாடத்தி, பாதாள கண்டிகை ஆகிய வீட்டில் பிறந்தபெண் குழந்தைகள் பிரார்த்திக்கின்ற தெய்வங்களும் உள்ளன.

ௐ

29. பாவாடைராயன் சாமி

பாவாடைராயன் தமிழ் மக்களின் காவல் தெய்வங்களில் முக்கிய மான ஆண் காவல் தெய்வம் ஆகும்.

தமிழகக் கிராமப்புறங்களில் மிகவும் கொண்டாடப்படும் தெய்வங் களில் குறிப்பிடத்தக்கவர். பார்வதியின் அவதாரமான அங்காள பரமேஸ்வரியின் மகனாக போற்றப்படும் தெய்வமும் இவராவார்.

தமிழ்நாட்டில் உள்ள பெரும்பாலான அங்காளபரமேஸ்வரி ஆலயங் களில் அன்னையின் மடியில் அமர்ந்திருக்கும் சிறப்பு பெற்ற காவல் தெய்வம் பாவாடைராயன் மட்டுமே.

புராணகாலத்தில் உலகை ஆளும் சக்தி தேவி பார்வதியாக அவதாரம் எடுத்தார். அப்போது சிவபெருமானைப் போலவே படைப்புக் கடவுளான பிரம்மனுக்கும் ஐந்து தலைகள் இருந்தன.

அதனால் குழம்பிய பார்வதிதேவி, தமது கணவன் சிவபெருமான் என்று நினைத்து பிரம்மன் பாதங்களில் விழுந்து வணங்கினார்.

பின்னர் உண்மையறிந்து வருந்திய பார்வதி, பிரம்மனுக்கும் ஐந்து தலைகள் இருப்பதனால்தானே இந்த குழப்பம் என்று எண்ணி சிவனை

வணங்கி பிரம்மனின் ஐந்தாவது தலையை துண்டித்து வருமாறு வேண்டினார். அதனையேற்று பிரம்மனின் ஐந்தாவது தலையை சிவபெருமான் துண்டித்து விட்டார்.

பிரம்மன் ஒரு பிராமணன் என்பதால் சிவனுக்கு பிரம்மஹத்தி தோஷம் ஏற்பட்டு விட்டது.

மேலும் பிரம்மன் தன்னுடைய ஐந்தாவது தலை சிவன் கைகளிலேயே ஒட்டிக் கொள்ளட்டும் என்று, பரதேசி கோலத்தில் ஊர் ஊராக திரிந்து பிச்சை எடுத்து உண்ண வேண்டும் என்றும் சாபம் அளித்தார்.

இந்த சாபத்தினால் சிவன் பரதேசி கோலத்தில் ஊர் ஊராக சுற்றித் திரிந்து பிச்சை எடுத்து உண்டார். எனினும் அவருக்கு கிடைக்கும் பிச்சை உணவில் பாதியை அவர் கையில் ஒட்டியிருந்த பிரம்மனின் தலையான கபாலம் உட்கொண்டுவிடும்.

இதனால் கடும்பசியுடனும், கையில் ஒட்டிக் கொண்ட கபாலத் துடனும் ஊர் ஊராகச் சுற்றித் திரிந்து சுடுகாடு முழுவதும் அலைந்து திரிந்து சாம்பலில் பத்து உறங்கினார்.

அந்த காலகட்டத்தில் கல்விக்காடு என்ற தலத்தின் தலைவனாக இருந்தவன் பெத்தாண்டவன். பல இடங்களுக்கும் சென்று கொள்ளை யடித்து, குடிகளைச் சாய்த்து அதன் மூலம் கிடைக்கும் பொருட்களை தமது குடிமக்களுக்கு வழங்கி ஆட்சிபுரிந்து வந்தான்.

எல்லாச் செல்வங்களையும் பெற்றிருந்த பெத்தாண்டவனுக்கு தனது குலம் தழைக்க ஒரு குழந்தையில்லையே என்ற ஏக்கம் நீண்ட காலமாக இருந்து வந்தது.

ஆகவே அவனும் அவனது மனைவி பெத்தாண்டச்சியும் தங்களுக்குக் குழந்தை வேண்டி தினமும் சிவனை வணங்கி வந்தனர்.

ஒருநாள் பரதேசி கோலத்தில் திரிந்து கொண்டிருந்த சிவன் வாசலில் வந்து நின்று பிச்சை வேண்டினார்.

வந்திருப்பவர் சிவன் என்று பெத்தாண்டச்சிக்கு தெரியவில்லை. ஆனாலும் பரதேசி வடிவத்தில் இருந்த சாமியார் முகத்தில் இருந்த சிவகலையைக் கண்டாள்.

உடனே தங்கள் குலம் தழைக்க குழந்தைப்பேறு வேண்டுமென அவரிடம் வேண்டினாள்.

அந்த வேண்டுதலுக்கு செவிசாய்த்து விபூதியை வழங்கிய சிவன், அதை உண்டால் அவர்கள் குலம் தழைக்க ஒரு புத்திரன் பிறப்பான், அவனால் வம்சம் புகழ் அடையும், அவனுக்கும் உலகப்புகழ் பெற்றவனாக விளங்குவான் என்றும் ஆசிரவதித்துச் சென்றார்.

சிவனின் வாக்குப்படி, சிறிது காலம் கழித்து பெத்தாண்டவன் தம்பதியருக்கு அழகான ஆண் குழந்தை பிறந்தது. அவனுக்கு கல்விக்காத்தான் என்று பெயரிட்டு வளர்த்து வந்தனர்.

கல்விக்காத்தான் தந்தையிடமிருந்து பிரிந்து கால் போன போக்கில் ஓடினான்.

அடர்ந்த வனப்பகுதிக்குள் அவன் வந்தபோது கண்ணைப் பறிக்கும் ஜோதியைக் கண்டான்.

கொள்ளிவாய்ப் பிசாசாக இருக்குமோ என அவன் அஞ்சியபோது, ஒரு பெண் குரல் “மகனே! அஞ்சாதே...! நான்தான் ஆதிசக்தியான அங்காள பரமேஸ்வரி! உங்களுக்கு நான் துணை புரிவேன்’’ என்றொலித்தது.

“இரவு முடிவதற்குள் எனக்கு ஒரு ஆலயம் எழுப்பி கும்பாபிஷேகம் நடத்துவாயாக’’ என்று அங்காளபரஸேஸ்வரி அவனுக்கு உத்தரவு பிறப்பித்தது.

அன்னையின் ஆசியுடன் அந்த வேண்டுதலை கல்விக்காத்தான் நிறைவேற்றி எழுப்பிய ஆலயமே மேல்மலையனூர் அங்காளபரமேஸ்வரி ஆலயமாக விளங்குகிறது.

இதனால் உள்ளம் மகிழ்ந்த அன்னை அங்காளபரமேஸ்வரி, அவனிடம் மேலும் ஒரு சோதனை வைத்தாள்.

அதையும் ஏற்ற கல்விக்காத்தான் தன்னுடைய குடலையும் உள் நாக்கையும் பிடுங்கி அன்னை தனது கரத்தால் தொட்டுவைத்த பாவாடையில் சமர்ப்பித்தான். அம்மன் அவனைத் தனது மகனாக ஏற்றுத் தூக்கி முத்தமிட அவனுக்கு அம்மனின் ஆங்கார சக்தி உடல் முழுவதும் பரவி தெய்வ அம்சம் கிடைக்கப் பெற்றான்.

அம்மன் அவனுக்கு பாவாடைராயன் என்றும் பெயர் சூட்டினார்.

அங்காள பரமேஸ்வரி தனது கோயில்களில் எல்லாம் பாவாடை ராயனுக்கும் சன்னதி இருக்கும். பக்தர்கள் ஆடு, கோழி, பன்றி போன்ற வற்றை பலியிட்டு வழிபடுவார்கள்.

அவன் பாமர மக்கள் பலருக்கும் குலதெய்வமாக விளங்குவான் என்று பாவாடைராயனுக்கு வரம் அளித்தாள்.

மேல்மலையனூர் அங்காளபரமேஸ்வரி ஆலயத்தின் உள்பிரகாரத் தில் அம்மனுக்கு அருகிலேயே அமர்ந்து பாவாடைராயன் பக்தர்களுக்கு அருள்தருகிறார்.

மேலும் கோயிலுக்கு வெளியே அம்மனுக்கு எதிரே தமது மனைவி யரான முத்துநாச்சியார் மற்றும் அரியநாச்சியாருடன் காவல் புரிகிறார்.

பாவாடைராயன் ஒருமுறை சிவனை சிறை வைத்ததாகவும் ஒரு கதை கூறப்படுகிறது.

பரதேசி கோலத்தில் ஊர் ஊராகத் திரிந்து அடுத்துள்ள வல்லம்படுகை என்ற ஊருக்கு வந்துள்ளார்.

அப்போது அங்கே காவல் செய்து கொண்டிருந்த பாவாடைராயன், சிவனை வேற்று நாட்டு உளவாளி என்று நினைத்து சிறையில் அடைத்து விடுகிறார். மறுநாள் விசாரணையில் சிறையில் தனது சுயரூபத்தில் இருந்த சிவனைக் கண்டு திகைத்துப் போனார் பாவாடைராயன்.

பின்னர் மனம் வருந்தி மன்னிப்பு கோரினார். சிவனும் மன்னிப்பு அளித்தார்.

பாவாடைராயனின் மனம் அமைதியடையும் வகையில், இந்தத் தலத்தில் தனக்கு காவல்தெய்வமாக இருக்கும் வரம் அளித்தார்.

அன்று முதல் அங்கு பரதேசியப்பராக சிவனும், அவருக்கு காவல் தெய்வமாக பாவாடைராயனும் வணங்குபவர்களுக்கு அருள் தருகின்றனர்.

காவல் தெய்வங்களிலேயே பாவாடைராயனுக்கு யாருக்கும் இல்லாத சிறப்பு உண்டு. பொதுவாக காவல் தெய்வங்கள் அனைத்தும் கோவில் பிரகாரங்கள் மற்றும் வெளிப்புறங்களில் மட்டுமே அமைக்கப்

பட்டிருக்கும். ஆனால் பாவாடைராயனுக்கு மட்டுமே அங்காள பரமேஸ்வரியின் மடியில் குழந்தையாக அமர்ந்திருக்கும் சிறப்பு உண்டு.

மேலும் அங்காளபரமேஸ்வரி தனது மகனாகவே பாவாடைராயனை ஏற்றுக்கொண்டு தனது மடியில் இடம் கொடுத்துள்ளார்.

நடுகல் மற்றும் மரங்களையே பாவாடைராயனாக வழிபடும் வழக்கம் தமிழ்நாட்டின் பெரும்பாலான இடங்களில் உள்ளது. ஒருசில இடங்களில் மட்டுமே பாவாடைராயனுக்குத் தனியாக ஆலயங்கள் உள்ளன.

பாவாடைராயன் எழுந்தருளியுள்ள ஆலயங்கள் :

1. அருள்மிகு மேல்மலையனூர் அங்காளபரமேஸ்வரி அம்மன் கோயில், விழுப்புரம்

2. அருள்மிகு ஸ்ரீ பருதேசியப்பர் பாவாடைராயர் ஆலயம், வல்லம்படுகை, சிதம்பரம், கடலூர் மாவட்டம்.

3. அருள்மிகு அங்காள பரமேஸ்வரி அம்மன் திருக்கோயில், புட்லூர், திருவள்ளூர் மாவட்டம்,

4. அருள்மிகு அங்காள பரமேஸ்வரி அம்மன் திருக்கோயில், சூளை, சென்னை.

5. அருள்மிகு ஸ்ரீ பாவாடைராயன் ஆலயம், மதுராந்தக நல்லூர், சிதம்பரம்.

6. அருள்மிகு ஸ்ரீ பாவாடைராயன் ஆலயம், எரிமேடு, பூதங்குடி, கடலூர் மாவட்டம்.

7. அருள்மிகு அங்காள பரமேஸ்வரி அம்மன் திருக்கோயில், அச்சுதம்பேட்டை, திருவாரூர்.

8. அருள்மிகு அங்காள பரமேஸ்வரி அம்மன் திருக்கோயில், வைத்தீஸ்வரன் கோயில், சீர்காழி.

9. ஓம் மஹா பாவாடைராயன் ஆலயம், கோலாசெலங்கோர், மலேசியா

10. அங்காளபரமேஸ்வரி அம்மன் திருக்கோயில், கோலா செலங்கோர், மலேசியா.

ௐ

30. பொன்னாடும் செல்வி

ஆற்று வழியாக நாளை வருவோம் எனக் கூறி மறைந்தவள் கூற்றை நம்பி ஆயர் குலம் முழுவதும் கூட்டம் கூட்டமாய் மறுநாள் காத்துக் கிடந்தது.

நிச்சயம் அவள் வருவாளா...
வற்றாத பாலும் மாறாதப் பசுக்கிடையும்
ஆடும் இருகாலி அத்தனையும் வேண்டியதெல்லாம்
செல்வம் குறையாமல் சிறப்பாக வைத்திருப்பேன்

என்று விண்ணும் மண்ணும் சாட்சியாக அவள் சொல்லிச் சென்றாளே..

அந்த பிரம்மகுல மங்கை சொல்லியபடி எதுவும் தராது போனால் கூட பரவாயில்லை. வராது போய்விடக் கூடாது என்று ஒரு பதைபதைப் பில் அவளைத் திரும்பவும் பார்த்து விட வேண்டும் என்ற பாசமும் அந்த யாதவகுல மக்கள் அனைவர் மனதிலும் கசிந்து ஓடியது.

மூன்று நாள் முன்பு குறத்தியாக வந்து அந்தக் கீதாரி மக்களிடம் குறி சொல்லி மனதைக் கவர்ந்து விருந்து உண்டு காணாமல் போனவள் அல்லவா அவள்!

மறுநாள் கம்பளத்தாள்போல வந்து விருந்துண்டு, 'என் வயிற்றுப் பசி போக்கிய உங்கள் மனக்கவலை நீங்கும்' என்று கூறி மனதை பேதலிக்கச் செய்து மறைந்தவள்தானே அவள்.

பேய் பிசாசு உருமாறி வந்து, தங்கள் இன மக்களை அலைக்கழிக் கிறதோ என வருந்தியபோதுதான் பிரம்மகுலப் பெண் உருவில் நேற்று வந்தாள்.

வந்தவள் பசித்துன்பம் மனத்துயரமும் கொண்டவளாகக் கண் கலங்கி நின்ற தோற்றம் கீதாரி மக்களை உலுக்கி விட்டது.

'அய்யா! என்னுடன் பிறந்தவர் எழுவர். எழுவரில் இளையவள் நான். என் பெயர் பொன்னாடும் செல்வி. நாங்கள் தேவர்குலம், பிரம்ம குலம் கொடுத்த வாக்குறுதி தவறியதால் பூவுலக மங்கையாக எனக்கு ஒரு சாபம். என் பசிப்பிணி போக்குங்கள்!'

பொன்னாடும் செல்வியின் பூர்வீக வரலாறு கேட்டு அதிர்ந்து போன இவர்கள், 'அம்மா ஆடு மேய்க்கும் எங்கள் வீட்டில் நீங்கள் விரும்பும் உணவு ஏதும் இல்லையே' என்று புலம்பியபோது,

பச்சரி குத்திப் புதுப்பாண்டத்தில் பால்விட்டு
பொங்கிப் படைத்தால் புசித்திடுவோம்

என்று பொன்னாடும் செல்வி கூறினாள்.

அதன்பின் அந்த ஆயர்குடியில் ஆறமர அமர்ந்து பாற்சோறு சாப்பிட்டு 'நாளை வருவேன்' என்று மீண்டும் மறைந்தபோதுதான் எல்லோர் மனதுக்குள்ளும் ஒரு மீளாத ஏக்கம் சூழ்ந்ததுபோல உணர்ந்தார்கள்.

பொன்னாடும் செல்விக்கு எப்படி முப்பிறப்போ அதுபோலவே தங்களுக்கும் அவளுக்கும் ஏதோ ஒரு ஜென்மாந்த பந்தம் இருக்க வேண்டும் என எண்ணினார்கள்.

நிலம் கீறிப் பிறந்து வளர்ந்த சீதை நீண்ட காவியமாக வாழ்ந்து கடைசியில் மண்ணுக்குள் புதையுண்டபோது எப்படி காவிய காலத்து மக்கள் கதறினார்களோ, அப்படி ஒரு கதறல் எல்லோருக்குள்ளும் அந்த நேரத்தில் இருந்தது.

ஆற்றங்கரையில் அவளுக்காகவே விடிய விடிய காத்துக் கிடந்தனர். பொன்னாடும் செல்வி வரவில்லை. இரவு வர மனம் தளர சோர்ந்து போய் ஆற்றங்கரை மரக்கிளைகளில் அப்படியே காத்துக் கிடந்தபோது அந்தக் காவிரியாற்றில் நள்ளிரவில் பளீரென ஒரு சுடரொளி படுத்துக் கிடந்த கீதாரிகளின் முகத்தல் பாய்ச்சியதுபோல உணர்ந்து கண் விழித்தனர்.

ஆற்றின் கரையோரமாய் ஒரு பேழை மிதந்து வந்தது. தங்கள் கையில் இருந்த ஆடு விரட்டும் கம்பினால் அந்தப் பேழையை கரையோரமாய் அணைத்து கரை சேர்த்தனர்.

அந்தப் பேழையைத் திறந்துப் பார்த்தால் அழகு கொலுவீற்றிருப்பது போல பொன்னாடும் செல்வி, கோதை அம்மாள், பொய்த தாமரைச் செல்வி, பொன்னம்மாள், முத்தழகி, பாலி, பூலேச்சி என ஏழு அம்மன் விக்ரகங்கள்.

ஏழு கீதாரிகளும் ஏழு விக்ரகங்களை பங்கிட்டுக் கொண்டனர். நெய் வாசல் எனப்படும் கல்வாச நாட்டு குறும்பக் கோனுக்குப் பொன்னாடும் செல்வி தெய்வமானாள்.

குறத்தியாகவும் கம்பளத்தாளாகவும் பிரம்மகுலப் பெண்ணாகவும் தோன்றி நல்வாக்குச் சொன்ன பொன்னாடும் செல்வி நா பிறழாமல் நெய்வாசலில் ஆநிரைச் செல்வமும் பயிர்ச் செல்வமும் குலச்செல்வமும் தழைக்கச் செய்தாள்.

வெள்ளிதோறும் குறும்பக்கோள் பேழையிலிருந்து பொன்னாடும் செல்வியை வெளியே எடுத்து பாற்சோறு படைத்து பின் பேழைக்குள் வைத்து பூட்டி விடுவான். பொன்னாடும் செல்வியின் வாக்கு மகிமையால் செல்வம் பொங்கிய நெய்வாசல் ஊரார் மூன்றாண்டுக்கு ஒருமுறை களரிவிழா எடுத்தனர்.

குறும்பக்கோன் அம்மன் அருளால் புகழும் செல்வமும் அனைத்து வீர்யமும் சிறக்க வாழ்ந்தபோது நாட்டை ஆண்ட மன்னன் சவுந்தர பாண்டியனுக்கு ஒரு சிக்கல் ஏற்பட்டது.

பக்கத்து நாடான கானாட்டாரும் கோனாட்டாரும் மன்னன் மீது போர் தொடுக்க ஆயத்தமாயிருந்த நிலையில் குறும்பக்கோனும் அவனைச் சார்ந்த ஆயர் குலத்தவர் உதவியும் மன்னனுக்குத் தேவைப் பட்டது.

குறும்பக்கோன் ஏழுகரை ஆயர்களையும் திரட்டி எதிர்த்துப் போரிட்டு எல்லோர் தலைகளையும் சிதறடித்த வீரத்துக்கு வெகுமதியாக நெய்வாசல் ஊர் நிலங்காணி எல்லாம் முறி எழுதிக் கொடுத்தான் மன்னன்.

நாறுகரையில் வாழ்ந்தவர்களும் எங்கள் பெயரை வைத்து வளர்க என்று வாழ்த்தினான் மன்னன்.

அதுமட்டுமின்றி தன் பாட்டன் வீரபாண்டிய மன்னனின் பெயரை இணைத்து குறும்பக்கோன் வீரபாண்டியக்கோன் என்று சிறப்புப் பெயரிட்டு அழைக்கச் செய்தான்.

வீரபாண்டியக்கோன் செல்வாக்கு எட்டுத் திசைக்கும் பரவியது. சூரக்குடியை ஆண்ட வன்னிய ராஜனுக்கும் எட்டியது. உடனே அவனோடு எப்படியாவது சம்பந்தம் செய்து கொள்ள வேண்டும் என்ற ஆவலில் ஆயர்குடியில் பெண் கேட்டு விட்டான் வன்னியராஜன். அவனது கொடுமனம் அறிந்ததால் பெண் கொடுக்க மறுக்கப்பட்டது.

பெண் கொடுத்தால் பிரபலமாய் வைத்திருப்பேன்
பெண் கொடாவிட்டால் பிடித்து உங்கள் கண்ணைப்
பிடுங்கி நாய்க்குப் போட்டிடுவேன்

என்று ஆவேசத்தின் உச்சியில் கோபத்தில் மிரட்டினான் வன்னியராஜன்.

கொடுங்கோல் மன்னனின் மிரட்டல் கேட்டு ஆயர்குடி அலறியது. என்ன செய்வது... அவனை எதிர்த்து எங்கே உயிர்வாழ்வது? ஊர் பெயர்ந்து புறந்தம்பட்டி எனும் ஊருக்கு ஆயர்குலம் ஓடி விடுவது என முடிவெடுத்தது. ஆயர்குலம் வன்னியராஜனை தந்திரமாக வரவழைத்தது.

வன்னியராஜனுக்கு ஆயர்குலப் பெண்ணுக்கு பதிலாகத் திருமணம் செய்து கொள்ள ஒரு நாயை வீட்டு முற்றத்தில் கட்டி வைத்து விட்டு எல்லோரும் புறத்தம்பட்டி ஓடிச் சென்றனர்.

ஊர் ஊராகக் குடிபெயர்ந்து செல்லும் நிலையில் இருந்த ஆயர்குலம் ஆற்றிலிருந்து பெற்ற தெய்வப் பேழையையும் தூக்கிக் கொண்டு சென்றால் அதன் புனிதம் கெட வாய்ப்பாகும் என்று கருதினர்.

தங்களின் வாழ்க்கைச் சூறாவளி யாவும், ஓய்ந்து நிம்மதியான பின் பேழையை வைத்து வழிபடலாம் என முடிவு செய்து திருக்கோஷ்டியூரில்

உள்ள செளமிய மாதவன் கோயிலில் பேழையை விட்டுச் சென்றனர்.

பல்வேறு ஊர்களுக்கும் சென்று ஆயர்கள் தங்கள் குலம் செழிக்க வாழ்ந்து வருகையில் அஞ்சான்கோன் என்பவனின் பங்காளி பெரிய கருப்பக்கோன் என்பவன் வார்ப்பட்டியில் மிக்க செல்வாக்கோடு இருந்து வந்தான். அவனது மகள் மங்கை என்பவளை வள்ளியப்பக்கோன் திருமணம் முடித்தான்.

இந்நிலையில் திருக்கோஷ்டியூரில் வசித்து வந்த மணியக்காரர் செளமியமாதவன் கோயிலுக்குப் பால் அபிஷேகம் செய்து வந்தார். அவருக்கு பால் கறக்கும் கபிலைப்பசு ஒன்று தேவைப்பட்டதால் மங்கை யிடம் கேட்டார்.

“மணியக்காரரே! உங்கள் செளமியமாதவன் சந்நிதியில் பெயர் எழுதி வைத்துள்ள பொன்னாடும் செல்வி பேழையும் நல்வாக்கும் எனக்கு எடுத்துக் கொடுங்கள். நான் கன்றும் பசுவும் கொண்டு வந்து கட்டுகிறேன்” என்றாள் மங்கை.

மணியக்காரர் ஒன்றுக்கு இருமுறை யோசித்தார். ஆயர்குலத்தில் முன்னொரு காலத்தில் அவர்கள் விட்டுச் சென்ற அந்தப் பேழையை அவர் களிடம் சேர்ப்பிப்பதில் தவறில்லை என்று முடிவு செய்தார்.

“தாயே! நீங்க தாராளமாய் மாதவன் கோயிலுக்கு வாருங்கள். அந்த தெய்வப் பேழை உங்கள் வம்சாவழிச் சொத்து. அதனை நீங்கள் கேட்கும் போது உங்களிடம் அதனை ஒப்படைப்பதுதான் முறை.”

சொல்லியபடியே மங்கை, பசுவும் கன்றும் கொண்டு போய் சேர்க்க மணியக்காரர்,

‘பெட்டிதனை வைத்து பூஜித்து வருபவர் மாறாத செல்வமுடன் வாழ்ந்திருப்பார்’ என்று வாக்குச் சொல்லி பேழையைக் கொடுத்தார். மங்கை வார்ப்பட்டியில் உள்ள தன்னுடைய தந்தை பெரிய கருப்பக் கோனிடம் பேழையைக் கொடுக்க அவன் வீட்டில் செல்வம் பொழிந்தது.

மங்கையின் கணவன் வள்ளிக்கருப்பன் தானும் செல்வந்தன் ஆக வேண்டும் என்ற கனவில் பேழையை பெரிய கருப்பக்கோனிடம் கேட்டான். ஆனாலும் அவனுக்கு அந்தப் பேழை மீது உள்ளூர அவ நம்பிக்கை இருந்தது. அந்த எண்ணத்தோடு பேழையைத் திறக்க இவன்

வீட்டு ஆடு, மாடு அத்தனையும் ஊனமானது.

இதனைக் கண்டு மிரண்டு போன வள்ளிக்கருப்பன் குறி கேட்க பெரிய கருப்பக்கோன் மீது பொன்னாடும் செல்வி வந்து இறங்கி ஆவேச மாக ஆடினாள்.

'நீ கோடாங்கியிடம் வந்து குறி சொல்வது உண்மையானால் என் கையில் இருப்பதைக் கூறு' என்று வள்ளிக்கருப்பன் பொன்னாடும் செல்விக்கு சோதனை வைக்க அவள் இன்னும் எரிமலையானாள்.

சோதனை பார்க்க வந்தாயா... சொல்கிறேன். கையிலிருப்பது மாங்கனிமுத்து - போவெனவே இந்த இடத்தை விட்டு....

யார் யாரைச் சோதித்துப் பார்ப்பது? அவள் சோதித்தால் தாங்கு வானா?

வள்ளியப்பக்கோன் மனம் வருந்தி இறைவியிடம் மன்னித்தருள வேண்டி பின்னர் அவளை வழிபட்டான்.

பொன்னாடும் செல்வியின் அருளும் அன்பும் கண்டு ஆயர்கள் வணங்கினர். குடும்பப் பெருக்கமும் இட நெருக்கடிகளும் ஆயர்களை நெய்வாசலிலிருந்து பொன்னமராவதி, கட்டுக்குடிப்பட்டி, வேங்கைப் பட்டி, சோளப்பட்டி, பட்டமதூர், பாகனேரி என்று பதினாறு கரைப்பங்காளிகள் என்று பெயர் பெற்றனர். அனைத்துக் குடும்பமும் பொன்னாடும் செல்வியை வழிப்பட்டனர்.

பதினாறுகரைப் பங்காளிகள் குடி சிறக்க வாழ்ந்த ஆயர்குல வழித்தோன்றல் அழகப்பகோன் பொன்னாடும் செல்வியின்பால் மாறாக் காதல் கொண்டு வாழ்ந்து வந்தார். அஞ்சம்மை என்ற பெண்ணைத் திருமணம் செய்து இல்லறம் நடத்தி வரும் நாளில் மகப்பேறின்றி மனம் கலங்கினார்.

அன்று இரவுதான் அந்த அதிசயம் நிகழ்ந்தது. அவரது கனவில் பொன்னாடும் செல்வி தோன்றினாள்.

"மகனே! பிரம்ம குலப் பெண்ணாக நான் பல நூற்றாண்டாகப் பேழையில் அடைபட்டு ஆயர்குலம் வழிவழி சிறக்க சிறையிருந்து வாழு கிறேன். எனக்குப் பொன்னமராவதியில் உன்னால் ஒரு வீடு பேறு அமைய வேண்டும். கட்டிக் கொடுப்பாயா?"

கனவு உறக்க நிலையில் அழகப்பகோனுக்கு கண்ணீர் கடலாய்ப் பொங்கி வழிந்தது.

'தாயே! இதனைக் காட்டிலும் எனக்கு வேறு ஒரு நற்பெயரும் உண்டோ' என்று கனவில் இருந்து விடுபட்டு தனக்குப் பிறவிப்பயன் எய்தியதாக உணர்ந்து பொன்னமராவதியில் பொன்னாடும் செல்வி அம்மனுக்குப் புதிதாக கோயில் வீடு கட்டி இராசலிங்க மரக்கன்று ஒன்றினையும் தலவிருக்ஷமாக வளர்த்தான்.

பரம்பரை பரம்பரையாக யாதவர் இல்லங்களில் பேழையில் இருந்த படி மக்களை காத்து வந்த பிரம்மகுலப் பெண் பொன்னாடும் செல்வி கோயில் கருவறையில் எழுந்தருளி காட்சியளிக்கலானாள்.

பொன்னாடும் செல்வி அம்மனின் துணைத் தெய்வமாக பெரிய கறுப்பரும் அருகிலேயே எழுந்தருளினார். ஆற்றில் வந்த பேழையில் பொன்னாடும் செல்வி அம்மனோடு மான் ஒன்றும் இருந்தது. அதுவே அம்மனின் ஊர்தியானது.

ஆற்றிலிருந்து வந்த பொன்னாடும் செல்வி அம்மன் பேழையினை ஆயர்கள் இடப்பெயர்வின்போது ஒவ்வொரு ஊருக்கும் எடுத்துச் செல்ல இயலாது என்ற காரணத்தால் திருக்கோஷ்டியூரில் உள்ள சௌமிய மாதவன் கோயிலில் பத்திரமாக பலகாலமாகக் காத்து வந்ததற்கு நன்றிக் கடனாக ஒவ்வொரு நாள் பூஜைக்கும் யாதவர் கொடுத்தனுப்பும் துளசி மாலையை பெருமாளுக்குச் சாற்றி வருகின்றனர்.

ஆண்டுதோறும் இந்தப் பொன்னாடும் செல்வி அம்மனுக்கு களரி விழா கொண்டாடப்படுகிறது. முதலில் பச்சை ஓலைக்குடிசை கட்டுவர். அம்மன் எழுந்தருளுவதற்கு வசதியாக களிமண்ணால் சதுரவடிவில் ஒரு மேடை அமைத்து மேடையின் மேற்பரப்பில் பச்சையம்மனை ஓலையில் முக்கோண அமைப்பில் கூரை வேய்கின்றனர். அம்மன் குளிர்ச்சியாக அமர்ந்து அருள்மழை பொழிய வேண்டும் என்ற நோக்கமே இதன் காரணம்.

பச்சரிசி கத்திப் பண்டத்தில் பாற்சோறுதான் முக்கியமான படையல்.

களரிவிழா ஏழுநாள் நடக்கிறது. சாமியாடி அம்மன் அருள் கேட்டு ஆயர்குலத்தவர் மகிழ்கின்றனர்.

பெரிய கறுப்பர் கோயிலில் உயிர்ப்பலி இடுதல் உண்டு. இறைவனுக்குப் பலியிடப்பெறும் குருதி கலந்த சோறு எறிசோறு என்று அழைக்கிறார்கள்.

நெய்வாசல் கறுப்பர் கோயிலில் பொங்கிய நாகபானைப் பொங்கற்சோறில் கறுப்பர் தெய்வமாடி வெட்டிய ஆட்டின் குருதி கலந்து நான்கு திசைகளிலும் கோயில் பூசாரியால் இந்த எறிசோறு எறியப்படும்.

அவதாரம் என்பது கீழ் இறங்கி வருதல் என்று பொருள்படுகிறது. அவதாரத்தில் மானிடமும் மானிடத்தில் அவதாரமும் வணக்கம் பெறுகிறது.

தெய்வம் மனித நிலைக்கு இறங்கி வரும்போது தன் புகழாலும் செல்வத்தாலும் அழகாலும் அறிவாலும் ஆகிய அதீத கவர்ச்சி நிலையில் மனிதருக்குள் தெய்வமாக மதிக்கப்படுகின்றது.

ௐ

31. மறுபிறப்பெடுத்த பாண்டிமுனி

பாண்டிமுனி கோயில் என்பது மதுரை நகரின் மேலமடையில் அமைந்துள்ள தொன்மையான கோயில் ஆகும்.

இக்கோயிலின் மூலவராக பாண்டி முனீசுவரர் வழிபடப்படுகிறார்.

பாண்டி முனீசுவரர் என்பவர் பாண்டிய மன்னர்களுள் ஒருவரான பாண்டியன் நெடுஞ்செழிய மன்னரே இங்கு குடி கொண்டிருப்பருப்பதாக நம்பப்படுகிறது.

இருநூறு ஆண்டுகளுக்கு முன்பு வள்ளியம்மாள் - பெரியசாமி என்ற தம்பதியர் கரூரிலிருந்து மதுரைக்கு குடிபெயர்ந்து வந்தனர்.

மதுரைக்கு வரும் வழியில் இருட்டி விட்டதால் தற்போதைய மாட்டு தாவணிக்கு அருகேயுள்ள மேலமடையில் தங்க முடிவெடுத்து அங்கேயே உறங்கினர்.

இரவு, வள்ளியம்மாளின் கனவில் நீண்ட தாடியுடைய முனிவர் ஒருவர் வந்து தான் மதுரையை ஆண்ட பாண்டியன் நெடுஞ்செழியன் எனவும், கண்ணகியின் கணவன் கோவலனுக்கு அநீதி இழைத்த பாவத்திற்காக மறுபிறப்பெடுத்து பாவத்தின் நிவர்த்தியாக இதே

இடத்தில் ஈசனை நோக்கி எட்டடி மண்ணுக்குள் தியானம் செய்வதாக வும், தன்னை மீட்டெடுத்து வழிபட்டால் அவர்கள் குடும்பத்தை வாழ வைப்பதாகவும் கூறியுள்ளார்.

திடுக்கிட்டெழுந்த வள்ளியம்மாள் நடந்தவற்றை கணவனிடம் கூற எட்டடி மண்ணுக்குள் புதையுண்ட சிலையை எடுத்தனர்.

அதன்பின் பாண்டி முனீசுவரராக வழிபடத் தொடங்கி இங்கேயே ஒரு கோயிலையும் எழுப்பினர்.

வள்ளியம்மாளின் சமூகமே இந்தக் கோயிலை இன்றுவரை பூசை செய்தும் பராமரித்தும் வருகின்றனர்.

உலகின் பிற காவல் தெய்வங்களைப் போல் அல்லாமல் பத்மாசன மிட்டு யோக நிலையில் கிழக்கு நோக்கி அமர்ந்துள்ளார் பாண்டி முனீஸ்வரர். இக்கோவிலின் உபதெய்வமாக சமய சருப்பசாமியை வழிபடுகின்றனர்.

ஒருமுறை வேட்டைக்குச் செல்லும் ஆங்கிலேயர் ஒருவர் இக்கோயி லில் உள்ள சமய கருப்பசாமியிடம் வந்து தான் இன்றைக்கு எத்தனை மிருகங்களை வேட்டையாடப் போகிறேன் என்று குறி கேட்டுள்ளார்.

அதற்கு சமய கருப்பாமியிடமிருந்து எந்த ஒரு பதிலும் வரவில்லை யாம். அதேபோல அந்த ஆங்கிலேயரும் அன்று ஒரு மிருகத்தைக் கூட வேட்டையாட முடியவில்லை.

அதே கோபத்தில் சாமியின் கரம் மற்றும் சிரத்தைத் துண்டித்தார். பின்னர் தனது இருப்பிடத்திற்குச் சென்று கொண்டிருந்த அந்த ஆங்கிலேயர் கிராம எல்லையைத் தாண்டும் முன்பே அவரும் அவரது குதிரையும் கல்லாயினர்.

இதன் காரணமாகவே சமய கருப்பசாமி இன்று வரை கரம் மற்றும் சிரமின்றி காணப்படுகின்றனர்.

இக்கோயிலில் பாண்டி முனீஸ்வரர் மூல கடவுளாக வழிபடப்படு கிறார். மேலும் விநாயகர், சமய கருப்பசாமி, ஆண்டிச்சாமி, சுப்பிர மணியர் ஆகியோர் உப கடவுள்களாக அமைந்துள்ளனர்.

கோவிலுக்கு வருபவர்கள் முதலில் விநாயகரை வழிபட்டு பின்னர் பாண்டி முனீஸ்வரரை வழிபடுகின்றனர்.

இங்குள்ள பாண்டி முனீஸ்வரர் புலால் உண்ணாதவர். ஆகையால் அவருக்கு வெண்ணாடை சார்த்தி, பால், மணமிகு தைலம், சந்தனம், ஜவ்வாது, சர்க்கரையில்லா பொங்கல், பழங்கள் மற்றும் தேங்காய் போன்றவைகளைக் கொண்டு வழிபட்டு வருகின்றனர்.

மேலும் இங்குள்ள சமய கருப்பசாமிக்கு ஆடு மற்றும் கோழிகளைப் பலியிட்டும் சாராயம், சுருட்டு போன்றவைகளைப் படைத்தும் வழிபடு கின்றனர்.

மதுரை மாட்டுத் தாவணியிலிருந்து இராமேசுவரம், சிவகங்கை, மானாமதுரை, தூத்துக்குடி, திருநெல்வேலி, ராஜபாளையம் நோக்கி செல்லும் அனைத்து அரசு மற்றும் தனியார் புறநகர் பேருந்துகளும் பாண்டி கோயில் வாசலில் நின்று செல்லும்.

ௐ

32. குடிப்பழக்கத்தை நிறுத்தும் குன்னிமரக் கருப்பண்ணசாமி

குன்னி மரக்கருப்பண்ணசாமி கோயில் நாமக்கல் - திருச்சி சாலையில் 12 கி.மீ. தொலைவில் நாமக்கல் மாவட்ட எல்லையருகில் அமைந்துள்ள வலையப்பட்டி எனும் கிராமத்தில் உள்ளது. இது படர்ந்த வெளியில் அமைந்துள்ள ஒரு சமுதாயக் கோயில் ஆகும்.

குறைந்தபட்சம் 500 முதல் 600 வருடங்கள் பழைமையானது. கோவில் மூலவர் கருப்பண்ணசாமி ஒரு காலத்தில் குன்னிமரத்தடியில் சுயம்புவாகத் தோன்றியதாக நம்பப்படுகிறது.

சுமார் 150 அல்லது 200 வருடங்களுக்கு முன்பு வலையப்பட்டி பகுதியில் வாழ்ந்த உழவர்கள் தங்கள் நிலத்தில் விளைந்த நெற்கதிர்களை அடித்துப் பிரிப்பதற்காக அங்கிருந்த பயனற்ற நிலம் ஒன்றை விவசாய வேலை செய்வதற்கு சுத்தப்படுத்தினார்கள்.

சுற்றி நட்டிருந்த மரங்களை வெட்டுவதற்கு முயன்றபோது குன்னி மரம் ஒன்றிலிருந்து இரத்தம் பீறிட்டு வருவது கண்டு அதிர்ந்தார்கள்.

அவர்கள் முன்பு கருப்பண்ணசாமி தெய்வம் தோன்றி தனக்கு கோயில் கட்டி வழிபட்டால் அவர்கள் வளம் பெற்று திகழ வேண்டியது வழங்குவேன் எனக் கூறி மறைந்தார்.

அவ்வூர் பொது மக்கள் ஒன்றுகூடி கருப்பண்ணசாமிக்கு கோயில் எழுப்பினார்கள். குன்னிமரத்தடியிலிருந்து தோன்றிய சுயம்பு மூர்த்தி என்பதால் குன்னிமரக் கருப்பண்ணசாமி என்று மூலவருக்கு பெயர் வழங்கலாயிற்று. தற்போது இக்கோயிலில் மூலவருக்கு தினசரி மூன்று கால பூசை நடைபெறுகிறது.

இக்கோயிலில் நேர்த்திக் கடன்கள் செலுத்துவது மற்ற கோவில்களை விட வேறுபட்டது. கோழிகளை உயிருடன் தலைகீழாகக் கட்டித் தொங்க விடுவது அதிலொன்றாகும்.

வெண்கல மணிகள் கட்டுவது, வேல் சூலங்களை நடுவது எனப் பல நேர்த்திக் கடன்கள் உண்டு.

கருப்பண்ணசாமி குடிப்பழக்கத்திற்கு அடிமையானவர்களை இக்கொடிய பழக்கத்திலிருந்து விடுவிப்பதாக நம்பப்படுகிறது.

கையில் கருப்பண்ணசாமிக் கயிறைக் கட்டிக் கொண்டவர் மது அருந்துவதில்லை எனும் நம்பிக்கை உள்ளது.

செல்லாண்டி அம்மன் இங்கு துணை தெய்வமாக வழிபடப்படு கிறாள். ஆடி மாதம் இக்கோயிலில் திருவிழா களை கட்டுகிறது.

ௐ

33. பொன்னர் சங்கரின் தங்கை அருக்காணி

"வல்லவர் என்றால் வயது பதினாறு. வஞ்சகர் என்றால் ஆயுள் நூற்றியாறு இவற்றில் எது வேண்டும்?"

மலடி என்ற பெயர் நீங்க மடியேந்தி நின்ற தாமரை அரியாநாச்சி சிவபெருமான் கேட்ட நிபந்தனையில் விக்கித்துப் போனாள்.

அதுவும் ஒரு வினாடிதான்! "வயசு கொறஞ்சாலும் வல்லவனான பிள்ளையே போதும் சாமி."

அப்படிப் பிறந்தவர்கள்தான் பொன்னர் - சங்கர். இவர்களின் தங்கை யாக பார்வதியின் அருள் பெற்று பிறந்தவள் அருக்காணி தங்காள்.

திருக்காம்புலியூரில் தாமரை அரியாநாச்சி குன்னுடையான் தம்பதியினர் சீரோடும் சிறப்போடும் இருந்த வாழ்க்கையை கருவறுக்கத் திட்டமிட்டவன் பங்காளித் துரோகி செல்லத்தான் என்ற அமைச்சன் தான்.

திருக்காம்புலியூரை அப்போது ஆண்ட மன்னன் தலைக்காளியின் உதவியோடு செல்லத்தான் குன்னுடையான் தம்பதியினருக்குச் சொல்லொணா கொடுமை பல செய்து அவர்களிருவரையும் நெல்லிவள நாட்டுக்குத் துரத்தினான்.

நெல்லி வளநாட்டிற்கு நிராதரவாய் வந்த குன்னுடையான் தம்பதி யினரை ஊர் மக்கள் ஆதரித்து குபேரர்களாக்கினார்கள். கூடவே சிவனருளால் கர்ப்பவதியானாள் தாமரை அரியாநாச்சி.

இந்தச் செய்தி திருக்காம்புலியூரை ஆண்ட தலைக்காளிக்கும் செல்லத்தானுக்கும் இதயம் தாக்கும் பேரிடியானது.

"தாமரை அரியாநாச்சிக்கு மகப்பேறா... கூடவே கூடாது. திருக்காம்புலியூரில் அரப்பு விற்கும் அந்தக் கிழவியைக் கூப்பிடுங்கள். நெல்லிவள நாட்டுக்கு மருத்துவச்சியாக அவள் செல்லட்டும். தாமரை அரியாநாச்சிக்கு ஆண் குழந்தை பிறந்தால் கழுத்தை முறுக்கி குப்பையில் புதைத்து விடட்டும். பிறகு நாம் குன்னுடையானை பிடித்து வந்து திருக்காம்புலியூரில் சிறையில் அடைத்து விடலாம்" என்றான் தலைக்காளி.

நெல்லிவள நாட்டில் தலைக்காளி மன்னனின் திட்டம் அரப்பு விற்கும் கிழவியால் கச்சிதமாக முடிக்கப்பட்டது. சிவன் வரம்பெற்ற ஆண் குழந்தைகளின் கழுத்து நெறிக்கப்பட்டு இறந்து பிறந்தன என்ற மருத்துவச்சியின் பொய்த்தகவலுடன் புதைகுழியில் வீசப்பட்டன.

ஆனால் வரம் தந்த பரமன் பார்த்துக் கொண்டு சும்மா இருப்பாரா? புதைகுழியின் மீது புனித நீரைத் தெளித்து பொன்னர்?சங்கர் இருவரை யும் உயிர்ப்பித்தார்.

இவர்கள் சகல வித்தைகளையும் கற்று வீரர்களாக வளர்ந்து திகழ சிவபெருமான் வரம் பெற்ற வீரபோகன் என்ற உறவினன் ரகசியமாக சகல உதவிகளையும் செய்து வளர்த்து ஆளாக்கி நெல்லிவள நாட்டில் அவர்களின் தாய் மற்றும் தங்கை அருகாணி முன் கொண்டு போய் நிறுத்தினான்.

சகல நிஜங்களும் அறிந்த அதிர்ச்சியில் உறைந்து போய் நின்றாள் தாய் தாமரை அரியாநாச்சி.

"ஆம் தாயே, புதைத்த இடத்தில் புற்றுக்குள் வளர்ந்தோம். கருநாகம், கன்னிநாகம், மாநாகம், மண்டலிநாகம், அரசநாகம், கோபுரநாகம், அந்தணநாகம் யாவும் எங்கள் தலையில் பாருங்கள். நாக சர்ப்பக் கிரீடங்கள் உள்ளன."

உச்சிமோந்தாள் தாய். பார்வதியின் அருளால் பிறந்த அருக்காணித்

தங்காளோ அண்ணன்மார் பிழைத்து வந்த சந்தோஷத்தில் உலகத்தையே மறந்தாள்.

பொன்னர்-சங்கர் இருவரும் தாயின் ஆணையை சிரமேற் கொண்டு திருக்காம்புலியூரில் சிறைப்பட்டுக் கிடக்கும் தந்தை குன்னுடையானை செல்லத்தானுடன் சண்டையிட்டு மீட்டுக் கொண்டு வந்தனர்.

தோல்வியடைந்த தலையூர்க்காளி மன்னனும் செல்லத்தானும் அடுத்த திட்டம் தீட்டினர்.

“நான் பிறந்த நாளில் பிறந்த வேங்கையும், அதே நாளில் பிறந்த செங் கமலப் பன்றியினையும் வெள்ளாங்குளத்தூரில் அடைத்து வைத்திருக் கிறேன். அவற்றைத் திறந்து விட்டு நெல்லிவள நாட்டை நாசமாக்குங்கள்” என்றான் தலைக்காளி.

கொடூர குணமும் அளப்பரிய வலிமையும் கொண்ட அந்த விலங்கு கள் நெல்லிவள நாட்டை துவம்சம் செய்தன. ஆனால் அதனைக் காட்டி லும் வல்லமை பெற்ற பொன்னர் - சங்கர் அவைகளை அழித்தனர்.

கோட்டை கொத்தளங்கள் அமைத்து கொற்றவர்களைப் போல வீற்றிருந்த அண்ணன்மார் பொன்னர் - சங்கருக்கு அருக்காணித்தங்காள் மணம் பேச முற்பட்டாள்.

அத்தை மகள் முத்தாயி, பவளாயி இருவரையும் கருருக்கு அருகில் உள்ள செருப்புத்தட்டி மேட்டில் தடபுடலாய் திருமணம் செய்து வைத்தனர்.

நெல்லி வளநாட்டில் பொன்னர் - சங்கருக்கு ஏழு சுற்றுக் கோட்டை கள். ஆண் காற்று வீசாதபடி குயில்களும் நந்தவனமுமாய் அருக்காணித் தங்காளுக்கும் அப்படியே ஒரு கோட்டை.

பொசுங்கிப் போனான் தலையூர்க்காளி. பொன்னரும் சங்கரும் சேர்ந்திருந்தால் இருபதினாயிரம் யானை பலம். இருவரையும் எப்படியும் பிரித்தால்தான் நெல்லிவள நாட்டு கோட்டையைத் தகர்க்க முடியும்.

“மன்னா, பொன்னர்-சங்கர் யானை பலமிக்கவர்கள். அவர்களை வஞ்சத்தால் பிரிக்க வேண்டும். அதற்கு திருக்கன ஊர் தட்டான் செம்பவள ஆச்சாரி மூலமாக ஒரு திட்டம் வைத்துள்ளேன்” என்றான் செல்லத்தான்.

"என்ன திட்டம்?"

மன்னரிடம் திட்டம் குறித்து செல்லத்தான் கூறத் தொடங்கினான். அதே நேரம் சங்கரும், வீரபோகரும் பொன்னரைக் கோட்டைக் காவலுக்கு விட்டு விட்டு, தலையூர்க்காளி மீது போருக்குக் கிளம்பிக் கொண்டிருந்தார்கள்.

நெல்லிவள நாட்டிற்கு செம்பவளத்தட்டான் ஒரு மரக்காவை எடுத்துக் கொண்டு பொன்னர் - சங்கர் கோட்டைக்குள் அன்று இரவு மிகுந்த களைப்போடு வியர்க்க விறுவிறுக்க நுழைந்தான்.

தட்டான் மனசு பூராவும் ஆசைக் கனவு.

திட்டம் பலித்தால்... திருக்கனம் ஊரில் பாதியை எல்லைக்கல் போட்டுத் தானம் தருவதாக தலையூர்க்காளி மன்னன் ஒப்புக் கொண் டுள்ளான். அது மட்டுமா? ஆயிரங்களத்தானியம், ஆயிரம் ஆட்டுக்குட்டி.

தட்டானுக்கு முகம் வியர்க்கவும், வட்ட தலைப்பாகையும் நெற்றிப் பொட்டுமாய் கோட்டை வாசலில் நிற்க பொன்னர் அவன் முன் நிற்பதற்கும் சரியாயிருந்தது.

"அய்யா பொன்னாண்டவரே... உறையூரில் இருக்கும் கரிகாற் சோழனுக்குப் பொன் அளப்பதற்காக இந்த மரக்காவை செய்து கொண்டு திருக்கனத்தூரிலிருந்து நடந்தே வருகிறேன். இரவாகி விட்டது. வழியில் திருடர் எவரும் மரக்காவை பிடுங்கிக் கொண்டால் என்னால் மன்னருக்குப் பதில் சொல்ல முடியாது. எனவே தங்கள் அரண்மனையில் இன்றிரவு தங்க அனுமதிக்க வேண்டும். இந்த மரக்காவை வைத்திருந்து காலையில் தாருங்கள்."

தர்மத்திற்கு அஞ்சிய பொன்னர் தங்கமுலாம் பூசிய மரக்காவை தராசில் எடை போட்டார்.

"ஒன்னரை வீசை, மூணே முக்காலரைக்காலே மூன்று வீசமும் பத்து தோலாவும் எடை இருக்கிறது இந்த தங்கமுலாம் பூசிய மரக்கா. சரிதானே தட்டாரே?"

"பொன்னாண்டார் சொன்னா சரியாகத்தான் இருக்கும்."

வஞ்சக எண்ணத்தோடு கூறியபடி தட்டான் நெளிந்ததும், "சரி,

நீங்கள் இரவு தூங்கி காலையில் மரக்காவை வாங்கிச் செல்லுங்கள்'' என்று பொன்னர் தூங்கப் போனார்.

பொன்னரைத் தீர்க்க திட்டம் தீட்டிக் கிளம்பியதுமே தட்டானின் மனைவி தாலியை அறுத்து எறிந்து, "நீ பொன்னர் கையால் சாவாய்'' என்று வீட்டுக்குள் தாழிட்டுக் கொண்ட சம்பவத்தை நினைத்தபடி விடிய விடிய கண்விழித்துக் கிடந்தான்.

"அய்யா பொன்னாண்டவரே! விடிந்து விட்டது. நான் உறையூர் செல்ல வேண்டும். அந்த மரக்காவை எடுத்துக் கொடுங்கள்.''

''என்ன தட்டாரே, மரக்காவை வாங்கிச் செல்வதற்காகவே இரவெல்லாம் நீங்கள் உறக்கமின்றி இருந்தீர்களா?''

- பொன்னர் சிரித்தபடியே மரக்காவை எடுத்து வந்து அவனிடம நீட்டினார்.

கல்லைத் தூக்காமல் கத்தியைத் தூக்காமல் அந்தக் காலை நேரத்தில் தட்டான் பொன்னர் அதிர்ந்து போகும்படியாக நாக்கை ஒரு புரட்டு புரட்டினான்.

"அய்யா பொன்னாண்டவரே.. தாங்கள் எவ்வளவு பெரிய உத்தமர் என்று நம்பி நேற்றிரவு தங்கத்தாலான மரக்காவை உங்களிடம் கொடுத்தேன். விடிந்ததும் நீங்கள் மரத்தாலான மரக்காவை திருப்பிக் கொடுக்கிறீர்களே இது என்ன அக்கிரமம். இந்த ஏழைத்தட்டானை ஏமாற்றுவதுமுறையா?''

"ஏய்.. செம்பவளத்தட்டானே. ஏன் இப்படி பொய் பேசுகிறாய். தங்கமுலாம் பூசிய மரத்தாலான மரக்காவை கொடுத்து விட்டு தங்கத்தா லானது என்று முழுப் பொய் சொல்கிறாயே!''

"பொன்னாண்டவரே! யார் பொய் சொல்வது. நீங்களா? நானா? உறையூர் கரிகாற் சோழனுக்கு நான் என்ன பதில் சொல்வேன். நீங்கள் சொல்வது தான் மெய் என்று உங்களால் சத்தியம் செய்ய முடியுமா?''

"நூறு சத்தியம் செய்கிறேன் நெல்லி அம்மன் கோயிலில்.''

''வேண்டாம். இது உங்கள் தெய்வம். பொய்ச் சத்தியத்துக்கு தண்டனை கிடைக்காது. வெள்ளாங்குளத்தூருக்குச் சென்று அங்குள்ள

வெங்கலக்குளத்தில் உள்மதகில் இருந்து வெளியே வந்து சத்தியம் செய்யுங்கள்; நான் நம்புகிறேன்."

"சரி வா, பொய்த் தட்டானே வா!"

நொடிக்குள் நிகழ்ந்து விட்டது சதிவலை.

அருக்காணித்தங்காள் தான் கண்ட துர்க்கனாவை எடுத்துச் சொல்லி தட்டான் கூட செல்ல வேண்டாம் என்று எவ்வளவோ சொல்லியும் பொன்னர் கேட்காது கூடவே சென்றார். பொன்னர் தர்மரல்லவா?

பொன்னரை வெள்ளாங்குளத்தூருக்குக் கூட்டிச் சென்ற தட்டானுக்கோ திட்டம் மிக அருகில் வந்து விட்டது தெரிந்தது. வெள்ளாங் குளத்தூர் நடுக்குளத்தில் பொன்னர் இறங்கியதுமே முதலைகள் அவரைக் கவ்வி விடும்.

வெள்ளாங்குளத்தூருக்குப் பொன்னர் சென்ற நேரத்தில் சங்கரும் வீரபோகரும் தலையூர்க்காளியை சின்னாபின்னப் படுத்தி விட்டு கோட்டைக்குத் திரும்பினர். அருக்காணி தட்டானின் சூழ்ச்சிக்கு பலியாகி பொன்னர் வெள்ளாங்குளத்தூருக்கு சத்தியம் செய்யச் சென்ற தகவலைக் கூறினாள்.

சங்கரும் வீரபோகரும் பொன்னரைத் தேடிக் கொண்டு வீரமலைக் காட்டுப் பக்கம் இருவேறாகப் பிரிந்து தேடினர்.

'வல்லவர்கள் என்றால் வயது பதினாறு' என்று சிவன் கொடுத்த வாக்குறுதிப்படி பொன்னர் - சங்கருக்கு வாழ்க்கை ஒப்பந்தம் முடியும் தருணமல்லவா! வீரமலைக்காட்டில் வேடன் வேடத்தில் சிவனே தோன்றி சங்கரின் மார்பில் அம்பு எய்து கொன்றார்.

காட்டில் அலைந்து திரிந்து திரும்பிய வீரபோகன் சங்கரின் பிணம் கண்டு கதறினான். "எட்டானை பலம் கொண்ட என் மைத்துனனே உன்னை யார் கொன்றது" என்று காது கிழியக் கத்தினான்.

அப்போது அங்கு தோன்றி சிவபெருமான், "நானே கொன்றேன். உன்னையும் கொல்வேன். இந்த வீரமலை வனத்தில் உன்னுடைய விதியும் ஒப்பந்தமும் முடிந்து விட்டது" என்றார்.

"எம்பெருமானே! என் விதியும் முடிந்து விட்டதா? அப்படி

யென்றால் நான் ஆற்ற வேண்டிய கடமை ஒன்று பாக்கியுள்ளது. வெள்ளாங்குளத்தூரில் சத்தியம் செய்யச் சென்ற பொன்னாண்டாருக்கு எங்களுக்கு நேர்ந்த கதி தெரிவிக்க நான் பறை முழக்கம் செய்து விட்டுச் சாகிறேன்.”

“வெள்ளாங்குளத்தூர் குளத்தில் சத்தியம் செய்யச் சென்ற பொன்னரை தட்டான் மறைந்திருந்து தலையில் கல்லைப் போட்டு கொல்ல நினைத்து பொன்னரின் கோபத்துக்கு ஆளாகி கொல்லப்பட்டு விட்டான். நீ பறை முழக்கு. பொன்னரும் இங்கு வர வேண்டிய நேரம் நெருங்கி விட்டது.”

வீரபோகர் பறை முழக்கி உயிர் விட்டான். பழை முழக்கம் கேட்டுப் பொன்னர் வீரமலைக் காட்டிற்கு ஓடோடி வந்தார். அங்கே வீரபோகரும் தம்பி சங்கரும் பிணமாகக் கிடந்தது கண்டு துக்கம் பீறிட்டு நெஞ்சுடைந்து கத்தி ஒன்றை நெஞ்சில் பாய்ச்சி உயிரைப் போக்கினார் பொன்னர்.

வீட்டை விட்டுச் சென்ற அண்ணன்மார் கதி என்ன ஆயிற்று என்ற புத்தி பேதலித்துப் போய் நின்ற அருக்காணி தன் நாத்திமார்கள் முத்தாயி, பவளாயி இருவரையும் அண்ணன்மார்களைத் தேட வரும்படி அழைத்தாள்.

ஆனால் முத்தாயியும் பவளாயியும் பழைய சம்பவத்தை எடுத்துக் கூறி வரமறுத்தனர். “உன் அண்ணன்மார்களுக்குப் பெண்ணைத் தொட்டால் பலம் போய் விடும் என்று சோதிடன் எவனோ சொன்னதால் பொன்னால் ஒரு சுண்டுவிரல் செய்து, அந்தப் பொன்விரலை பற்றிக் கொண்டு மணவறை சுற்றி வந்த தோஷம் எங்களை இன்னும் வாட்டு கிறது. அன்றிலிருந்து இன்றுவரை அவர்கள் எங்களைச் சிறை வைத் துள்ளனர். நாங்கள் கோட்டையை விட்டு வெளியே வரமாட்டோம்” என்று கோட்டைக்குள் கதவைப் பூட்டிக் கொண்டனர்.

“எதிரிகளின் கைகளில் நெல்லிவளநாடு சிக்குமானால் இந்த இருவர் கற்பும் என்னாவது. கணவனைத் தேடாத இந்த வஞ்சகிகள் கற்பும் இந்தக் கோட்டையும் எதிரியின் கை படாதிருக்க எரிக தீ! எரிக தி! கோவென்று அபயமிட்டேன். கோட்டை எரிய வேண்டும் ஆவென்று அபய மிட்டேன். அக்கினி சூழ வேண்டும்” என்று அருக்காணி அக்கினியை வேண்ட கோட்டைக் கொத்தளம் எரிந்தது.

பின் தலைவிரி கோலமாக அண்ணன்மார்களைத் தேடி வீரமலை வந்து பார்க்க நெஞ்சம் பதைபதைத்தது. பொன்னர் மடிந்த இடம் பொன்னரளி பூத்திருக்கும், சங்கர் மடிந்த இடம், சங்கருஞ்செடி காய்ச்சிருக்கும். அடையாளம் கண்ட இடத்தில் அண்ணன்மார்கள் பிணமாக...

அய்யகோ... அய்யகோ... பார்வதி வரத்தால் பிறந்த அருக்காணி அழுது புரண்டாள். சிவனார் பொறுப்பாரா? அவள் முன் தோன்றினார்.

"அருக்காணி, அவர்களின் விதி முடிந்து விட்டது. நீ ஏன் அழுது புரள்கிறாய்?"

"இறந்துபோன என் அண்ணன்மார்கள் என்னிடம் சொல்லாமல் இறந்து போனார்கள். அவர்களை மீண்டும் உயிர்ப்பித்துத் தர வேண்டும்" என்று அரற்றினாள்.

"மாண்டவர்கள் உயிர் பெற்றால் மண்ணுலகம் தாங்குமா? செத்தவர்கள் உயிர் பெற்றால் சீமை தாங்குமா? ஒரு வினாடி மட்டும் உயிர்ப்பிக்கிறேன்; பார்த்துக் கொள்" என்றார் சிவபெருமான்.

அண்ணன்மாரை ஒரு வினாடி உயிர்ப்பித்து காண்பிக்க, அவர்களோடு அருக்காணியும் உயிரைப் போக்கிக் கொண்ட சோகம் வீரமலைக்காட்டை ஈரமாக்கியது.

அருக்காணிதங்காள் வீரமலைக்காடு, நெல்லிவளநாடு, திருக்காம்புலியூர் என அவள் தடம் பதித்த இடமெல்லாம் அண்ணன்மாரோடு சாமியானாள்.

ॐ

34. காது வளர்க்கும் மக்களும் செவிட்டையனாரும்

சிவகங்கை மாவட்டம் திருப்பத்தூர் வட்டம் சிங்கம்புணரி ஊராட்சி ஒன்றியத்தைச் சேர்ந்த மு.சூரக்குடி கோவில்பட்டியில் அமைந்துள்ள பழமையான கோயில் செவிட்டையனார் கோவிலாகும்.

இந்தக் கோயிலானது ஏறக்குறைய 1 ஏக்கர் பரப்பளவில் அமைந்துள்ளது. சுற்றிலும் செடி, கொடிகளால் மூடப்பட்ட இயற்கையான சூழ்நிலையில் செவிட்டையனார் வீற்றிருக்கிறார்.

முன்பொரு காலத்தில் இக்கோயிலைச் சுற்றியுள்ள பகுதிகள் அடர்ந்த காடாக இருந்தன. காட்டில் நிறைய மான், முயல், கீரிப்பிள்ளைகள் இருந்ததால் அவ்வப்போது வேட்டை நடைபெற்றது. அப்படி ஒரு நாள் வேட்டை நடந்தபோது மானை நோக்கி வேல் கம்பு எறியப்பட்டது.

வேல் கம்பானது குறி தவறி அருகில் இருந்த புதரில் சிக்கிக் கொண்டது. வேல்கம்பை எடுப்பதற்காக சிலர் புதரின் அருகில் சென்று பார்த்தனர். அப்போது வேல்கம்பு ஒரு வள்ளிக்கிழங்கில் குத்தி நிலை கொண்டிருந்தது.

வேல்கம்பை எடுத்தபோது வள்ளிக்கிழங்கில் இருந்து இரத்தம் பீறிட்டு வந்தது. இதனால் அதிர்ச்சியடைந்த மக்கள் வள்ளிக்கிழங்கை

மேலும் தோண்டியபோது உள்ளே அய்யனார் சிலை இருந்தது.

வேல்கம்பு தாக்கியதால் அய்யனாரின் காது பாதிக்கப்பட்டு அய்யனார் செவிடானதாக மரபுவழிக் கதை உண்டு.

செவிட்டு அய்யனார் கோயில் அமைந்திருக்கும் மு.சூரக்குடி கோயில் பட்டியில் ஏறத்தாழ 400 முத்தரையர் குடும்பங்களை சேர்ந்த 3000 பேர் வசிக்கின்றனர். அய்யனார் செவிடான மரபுவழிக் கதையை நிரூபிக்கும் வகையில் இவ்வூரில் ஒரு வினோதமான பழக்கம் பல வருடங்களாகத் தொடர்கிறது.

அய்யனார் செவிடானதால் தாங்கள் தெய்வ குற்றம் செய்ததாக உணர்ந்த மக்கள், ‘உன் காதை ஊனமாக்கிய நாங்களும் எங்கள் சந்ததி யினரும் காதை ஊனமாக்கிக் கொள்கிறோம்’ என்று வேண்டியுள்ளனர்.

அதன்படி அன்றிலிருந்து இன்றுவரை இவ்வூர் மக்கள் காது வளர்ப்பதைப் பழக்கமாகக் கொண்டுள்ளனர். குழந்தை பிறந்த மூன்று மாதங்களில் காதில் கத்தியால் துளையிட்டு வளையத்தை மாட்டி தொங்க விடுவர்.

வளையத்தின் எடை தாங்காமல் காது சில நாட்களில் கீழ்நோக்கி இழுபடத் தொடங்கும். இவ்வாறு மக்கள் தங்களது காதை வளர்த்துக் கொள்கின்றனர். இதில் ஆண், பெண் என வேறுபாடு இல்லை.

திருமண வயதில் உள்ள சில பெண்கள் வளர்ந்த தங்கள் காதை வெட்டி, மீண்டும் ஒட்ட வைத்துக் கொள்வதும் நடந்துள்ளது.

நாகரீகம் கருதியும், திருமணம் தடைபடுவதைக் கருத்தில் கொண்டும், தற்போது பெண்களுக்கு மட்டும் காது வளர்ப்பதில் விதி விலக்கு கொடுக்கப்பட்டுள்ளது.

முன்னர் காது வளர்க்க மறுத்த சிலருக்கு காது செவிடாதல், உடல் ஊனமாதல் போன்ற குறைபாடுகள் ஏற்பட்டதாகவும் இவ்வூர் மக்கள் கூறுகின்றனர்.

செவிட்டையனார் கோயில் புரவியெடுப்பு திருவிழா சிவகங்கை மாவட்டத்தின் குறிப்பிடத்தகுந்த விழாக்களில் ஒன்றாகும்.

அய்யனார் சுவாமியின் வாகனம் வெள்ளைக் குதிரை என

புராணங்கள் கூறுகின்றன. அதன்படி மண்ணால் ஆன புரவிகள் செய்து அய்யனார் கோவிலில் வைத்து வழிபடுவதை இவ்வூர் மக்கள் வருடந் தோறும் திருவிழாவாகக் கொண்டாடுகின்றனர்.

மு. சூரக்குடி கிராமத்தில் குதிரைகள் செய்து அவற்றை ஊர்வலமாக கொண்டு சென்று கோவில்பட்டி கிராமத்தில் உள்ள கோவிலில் வைப்பர்.

திருவிழாவிற்கான ஏற்பாடுகள் ஒன்றன் பின் ஒன்றாக மு. சூரக்குடி கிராம ஊர்ப் பெரியவர்களால் செய்யப்படுகிறது.

மண் குதிரைகள் செய்யும் பணிகள் திருவிழாவிற்கு சில நாட்களுக்கு முன்னர் துவங்கி வைக்கப்படுகிறது. இந்நிகழ்வு பிடிமண் கொடுத்தல் என அழைக்கப்படுகிறது.

புரவிகள் செய்யும் பொறுப்பு வேளாளர் சமுதாயத்தினைச் சேர்ந்த வருக்கு வழங்கப்படும். புரவிகள் செய்யத் தேவையான களிமண் தஞ்சாவூர் பகுதியில் இருந்து பெறப்படுகிறது.

முதலில் மண் புரவிகள் செய்து, சில நாட்கள் வெயிலில் காய வைத்து பின்பு சூளை வைக்கப்படும். திருவிழா அன்று குதிரைகளுக்கு வர்ணம் பூசுவர்.

கோயில் புரவி எடுப்பு விழாவை ஒட்டி கிராமத்தின் சார்பில் இரண்டு பெரிய அரண்மனைப் புரவிகள் செய்யப்படும். அரண்மனைப் புரவிகளில் ஒன்று ஸ்ரீசெவிட்டையனார் கோயிலிலும், மற்றொன்று ஸ்ரீ சிறை மீட்ட அய்யனார் கோயிலிலும் வைக்கப்படும்.

ஸ்ரீ சிறை மீட்ட அய்யனார், செவிட்டையனாரின் சகோதரனாக பாவிக்கப்படுகிறார். கோவில் விழாவில் அரண்மனைப் புரவிகள் மட்டு மின்றி நேர்த்திக் கடனுக்காக நூற்றுக்கணக்கான சிறிய புரவிகளும் செய்யப்படும்.

இத்திருவிழா மொத்தம் இரண்டு நாட்கள் நடைபெறும். வருடம் தோறும் ஜூன் மாதத்தில் நடத்தப்படுகிறது. முதல் நாள் மாலை மு.சூரக்குடி கிராம புரவித் திடலில் வைக்கப்பட்டிருக்கும் புரவிகள் அனைத்தும் கச்சேரித் திடலுக்குக் கொண்டு வரப்படுகிறது.

பிறகு அங்கு இரண்டு அரண்மனைப் புரவிகளுக்கும் கிராமத்தின் சார்பில் சிறப்பு பூஜைகள் செய்யப்பட்டு மாலைகள் அணிவிக்கப்படும்.

இந்த இரண்டு நாட்களும் சாமியாட்டம் நடைபெறும். மறுநாள் மாலை புரவிகள் ஊர்வலமாக எடுத்துச் சென்று ஊரிலிருந்து 1 கி.மீ. தொலைவில் உள்ள ஸ்ரீசெவிட்டைய்யனார் மற்றும் ஸ்ரீ சிறை மீட்டை யனார் கோயில்களில் வைக்கப்படுவதோடு திருவிழா நிறைவடைகிறது.

ௐ

35. பிரம்படிப்பட்ட சிவனும் பிலாவடிக் கருப்பசாமியும்

பிலாவடிக் கருப்பசாமி என்பவர் மதுரை மாவட்டம் சாப்டூர் வட்டத்தில் அமைந்துள்ள சதுரகிரி சுந்தர மகாலிங்கம் கோயிலின் காவல் தெய்வம் ஆவார்.

சுந்தர மகாலிங்கத்தை வணங்கச் செல்பவர்கள் முதலில் பலா மரத்தின் அடியில் குடி கொண்டுள்ள கருப்பசாமியை வணங்கி விட்டுத் தான் செல்ல வேண்டும் என்பது நம்பிக்கை.

சதுரகிரியில் தைலக் கிணறு ஒன்று உள்ளது. கருப்பசாமி இந்த தைலக் கிணறுக்கு காவல் தெய்வம் என்கிறார்கள்.

கிணற்றை ஒட்டி ஒரு பலாமரத்தின் கீழே இவர் சன்னதி அமைந்துள்ளது. எனவே இவர் பிலாவடிக் கருப்பு என்று அழைக்கப்படுகிறார்.

இந்தப் பலா மரத்தில் ஒரு பலாக்காய் விழுந்தால் தான் அடுத்த காய் காய்க்குமாம்.

சுந்தர மகாலிங்கமான சிவன் சதுரகிரியிலிருந்து சிறப்பு பெறுவதற்கு காரணம் இந்த பிலாவடிக் கருப்பு என்கிறார்கள்.

காவல் தெய்வமான பிலாவடி கருப்பு காவல் செய்யும் பசுக்களின் பாலை சிவன் தெரியாமல் தினமும் குடித்து விடுவாராம்.

ஒரு நேரம் கருப்பசாமியிடம் சிவன் சிக்கிக் கொண்டு பிரம்படி பட்டாராம்.

பின்னர் பிலாவடி கருப்புக்கு சிவன் தரிசனம் தந்ததனால் பிலாவடிக் கருப்பசாமி சதுரகிரியில் சிறப்பு பெற்றதாக தல வரலாறு கூறுகிறது.

ௐ

36. காவல்சாமி இருளப்ப பேச்சி அம்மன்

ஸ்ரீவில்லிபுத்தூரில் திருமுக்குளம் என்ற ஊரில் தெய்வமாக அருள்பாலிக்கும் இருளப்பன், பாதாள பேச்சியம்மன் திருக்கோயிலின் வரலாற்றை பற்றி செவி வழியாக பல கதைகள் கூறப்படுகின்றது.

இந்த ஆலயத்துக்கு பக்கத்தில் ஒரு கிணறு இருந்தது. அந்தக் கிணற்றில் ஒரு முறை தண்ணீர் குடிப்பதற்காக அங்கு வந்த தீய ஆவிகள் அங்கிருந்த ஒரு கர்ப்பிணி பெண்ணை தூக்கி கிணற்றில் போட்டதாகவும், அப்போது அந்த கிராமத்துக்கு திருட வந்த மூன்று நண்பர்களான இருளப்பன், மாயாண்டி, வீரபத்திரன் ஆகியோர் அங்கிருந்து ஆவிகளை விரட்டி விட்டு அந்த கர்ப்பிணி பெண்ணை கிணற்றில் இருந்து காப்பாற்றியதாகவும் கூறப்படுகிறது.

அந்த கர்ப்பிணிப் பெண்ணாக இருந்தவர் பார்வதி என்றும் பார்வதி தேவியார் தன்னைக் காப்பாற்றிய அம்மூன்று திருடர்களையும் தன்னோடு வைத்துக் கொண்டார் எனவும் கூறப்படுகிறது.

பாதாள பேச்சியம்மனும் இருளப்பனும் பல தடவை தங்களை உணர்த்திய சம்பவங்கள் உள்ளன.

கேரளாவிலிருந்து வந்த மந்திரவாதிகள் பாதாள பேச்சி அம்மனையும் இருளப்பனையும் தங்களுடைய மந்திரத்தால் கட்டி தங்களுடைய ஊருக்கு எடுத்துச் செல்ல முயன்றனர்.

இந்த கிராமத்திற்கு வந்த கேரள மந்திரவாதிகள் பாதாள பேச்சி அம்மனையும் இருளப்பனையும் மந்திரத்தால் கட்டுவதற்காக யாக குண்டத்தை உருவாக்கி அதில் மந்திரங்களை சொல்லிக் கொண்டிருந்தனர்.

அப்போது இருளப்பன் அருளால் பெருத்த சூறைக் காற்றுடன் மழையும் வந்தது. அப்போது மந்திரவாதிகள் யாகம் செய்து கொண்டிருந்த குண்டங்கள் எல்லாம் மழைநீரால் காற்றால் சேதமடைந்தன.

இதனால் அவர்களால் யாகம் செய்ய முடியாமல் போனது. மேலும் அந்த மந்திரவாதிகள் உயிர் பிழைத்தால் போதும் என்றும் அங்கிருந்து தப்பித்துச் சென்றனர்.

இந்தக் கோவிலில் பேச்சியம்மன் ஆறடி உயரத்தில் படுத்து இருக்கும் நிலையில் கர்ப்பிணிப் பெண்ணின் தோற்றத்தில் உள்ளார்.

அவர் பக்கத்தில் இருளப்பன், வீரபத்திரன், மாயாண்டி என்ற மூவரின் தலைகள் மட்டுமே சிலையாக உள்ளன. இந்த ஆலயத்துக்கு மேற்கூரை கிடையாது.

இதுவே ஸ்ரீவில்லிபுத்தூரில் காவல் தெய்வமாக அருள்பாலிக்கும் இருளப்பன் பேச்சி அம்மன் திருக்கோயில் வரலாறாகும்.

ௐ

37. கள்ளர் வெட்டுத் திருவிழா

கள்ளர் வெட்டுத் திருவிழா என்பது தென் தமிழகத்தின் திருநெல்வேலி மற்றும் தூத்துக்குடி மாவட்டத்தின் புகழ் பெற்ற திருவிழாவாகும்.

இந்தத் திருவிழாவைக் காண ஆண்டுதோறும் ஆயிரக்கணக்கில் தேரிக் குடியிருப்பு அருகேயுள்ள குதிரை மொழி கிராமத்திலுள்ள கற்குவேல் அய்யனார் கோவிலில் கூடுகின்றனர்.

இந்தத் திருவிழாவானது தூத்துக்குடி மாவட்டம் குதிரை மொழியில் ஆண்டுதோறும் கார்த்திகை மாதம் முப்பதாவது நாள் நடைபெற்று வருகிறது.

திருவிழா கார்த்திகை மாதம் முதல் நாள் தொடங்கி 28ம் நாள் திருநெல்வேலி பாளையங்கோட்டை இடையர் இனத்தைச் சேர்ந்த மாலையம்மன் ஐவராசா குடும்பத்தினர் நடத்தும் மாலையம்மன் ஐவராசா பூசையுடன் தொடங்கி கள்ளர் வெட்டு முடிந்த மறுநாள் திருநெல்வேலி தச்சநல்லூர் இடையர் இனத்தைச் சேர்ந்த முன்னடி பட்டறைதாரர் நடத்தும் படப்பூசையுடன் முடிவடைகிறது.

அநீதி தலை தூக்கியபோது அதனை அய்யன் அழித்த நாளை கள்ளர் வெட்டுத் திருவிழாவாக இப்பகுதி மக்கள் கொண்டாடுகிறார்கள்.

கோயிலின் முன்னே உள்ள தேரிப் பகுதியில் மேல்புறம் சவுக்கு கட்டைகள் மூலம் பாதுகாப்பு அரண் அமைத்து அதில் கள்ளர் எனும் இளநீரை வைத்து நாலாபுறமும் பக்தர்களின் நடுவே வெட்டப்படும்.

பின்பு பக்தர்கள் அங்கிருந்து புனித மண் எடுத்து செல்வர். இந்த புனித மணலை எடுத்து வீட்டில் பூஜை அறையில் வைத்தால் நன்மை நடக்கும் என்பது பக்தர்கள் நம்பிக்கை.

ௐ

38. காவல் தெய்வமான குலதெய்வங்கள்

நமது சந்ததியினரை அல்லது பரம்பரையைத் தொன்றுதொட்டுக் காத்து வருவதுதான் குலதெய்வம். என்னை முழுக்க நம்பி சரண் புகுந்து விட்ட இந்தக் குடும்பங்களைக் காப்பது என் தலையாய கடமை என்று தன்னை வணங்குகிற குடும்பத்தின் மீது தன் கருணைப் பார்வையைச் செலுத்தி ஆசிகளை வழங்கும் குலதெய்வம்.

ஒரு குலம் தழைக்க உதவுவது பெண்கள்தான். அதாவது குடும்பத் தலைவிதான். எனவேதான் குல தெய்வம் என்றாலே பெரும்பாலும் பெண் தெய்வமாகவே இருக்கும்.

அதே சமயம் சில குடும்பங்களுக்கு அய்யனார், முனீஸ்வரர், முருகப் பெருமான் என்று சில ஆண் கடவுள்களும் குல தெய்வங்களாக இருந்து வருவது வழக்கம்.

காவல் தெய்வங்களாக இருக்கும் முனீஸ்வரன் அய்யனார் போன்ற தெய்வங்கள் சிலருக்கு குல தெய்வங்களாகவும் இருக்கலாம்.

நம் மூதாதையர்கள் எத்தனையோ ஆண்டுகளாகத் தங்கள் குல தெய்வங்களுக்குச் செய்து வருகின்ற வழிபாடுகளை எந்தக் காலத்திலும் நாம் விட்டு விடக் கூடாது.

குறைந்தபட்சம் வருடத்துக்கு ஒரு முறையாவது குலதெய்வக் கோயிலுக்கு குடும்பத்துடன் சென்று என்ன முறைப்படி அந்த தெய்வத்தை வணங்க வேண்டுமோ அதன்படி வணங்கி விட்டு வரவேண்டும்.

அதாவது வஸ்திரம் சார்த்துவது, மாவிளக்கு போடுவது, விசேஷ படையல் போடுவது, அன்னதானம் செய்வது என்று என்னென்ன சம்பிரதாயங்கள் நம் முன்னோர்களால் கடைப்பிடிக்கப்பட்டு வருகின்றனவோ அதன்படி செய்ய வேண்டும்.

குல தெய்வக் கோயிலுக்கு எப்போதாவது ஒருமுறைதான் போவோம். ஆனால் காவல் தெய்வத்தின் தரிசனம் அடிக்கடி நமக்குக் கிடைக்கலாம்.

எல்லா குடும்பங்களுக்கும் ஒரே ஒரு தெய்வம் தான் குலதெய்வமாக இருக்கும். ஆனால் காவல் தெய்வம் என்பது ஒன்றுக்கு மேற்பட்டதாகவும் இருக்கலாம்.

காவல் தெய்வத்தின் பரிபூரண ஆசீர்வாதம் நமக்கு கிடைக்க வேண்டுமென்றால் குலதெய்வ வழிபாட்டை நாம் தொடர்ந்து மேற்கொண்டு வரவேண்டும். அப்போதுதான் காவல் தெய்வம் நம்மைக் காப்பாற்றும்.

காவல் தெய்வம் என்பது நம்மைக் காத்து வருகின்ற ஒரு தெய்வம். காவல் தெய்வம் நாம் வசித்து வருகின்ற ஒரு பகுதியில் இருக்கின்ற கடவுளாகக் கூட இருக்கலாம். இப்படி அமைந்து விட்டால் காவல் தெய்வங்களை அடிக்கடி தரிசிக்கின்ற பேறு நமக்குக் கிடைக்கும்.

கிராமங்களில் வசித்து வருபவர்களுக்கு அவர்கள் வணங்கி வருகின்ற காவல் தெய்வங்கள் ஊர் எல்லையில் ஏதேனும் ஒரு வயல்மேட்டில் அமைந்திருக்கும்.

வயலுக்குப் போகிற போக்கில் அந்த தெய்வத்துக்கு ஒரு கும்பிடு போட்டு விட்டுத்தான் தங்கள் வேலைகளைத் தொடங்குவார்கள்.

பெரும்பாலான ஊர்களில் காவல் தெய்வங்கள் குடி கொண்டதற்கு ஒரு பூர்வ கதை இருக்கும். அந்தக் கதைகள் பெரும்பாலும் யாரேனும் ஒரு தனிநபர் வஞ்சிக்கப்பட்டதாகவோ அல்லது ஒரு குடும்பத்தினர் பிறரால் துன்புறுத்தப்பட்டதாகவோ இருக்கும்.

பின்னாளில் அந்த தனிநபரோ அல்லது குடும்பமோ தெய்வமாகி பிறரால் வணங்கப்படும் வழக்கம் வந்திருக்கலாம்.

இப்படித்தான் பல கிராமங்களில் குடி கொண்டிருக்கும் காவல் தெய்வங்களின் கதை அமைந்துள்ளது.

பொதுவாக காவல் தெய்வங்களுக்கு கருணையும் அன்பும்தான் தெரியும். ஒரு காலத்தில் மனிதனாக இருந்து தெய்வமாக இன்று குடிகொண்டு அருள்பாலித்து வருகின்றன என்பதால், ஒரு குடும்பத்தில் இருக்கிற கஷ்ட நஷ்டங்கள் தெரியும்.

அதனால் தன்னை நம்பியவர்களை அவர்கள் சின்னச் சின்ன தவறுகள் செய்தாலும் அவற்றைப் பொறுத்துக் கொண்டு அவர்களை எப்படியேனும் கை தூக்கி விடுகின்றன காவல் தெய்வங்கள்.

காவல் தெய்வங்கள் குடி கொண்டுள்ள கிராமப்புறத்து ஆலயங்கள் எல்லாம் பெரும்பாலும் விமரிசையாக இருக்காது.

பிரதான வழிபாட்டில் இருக்கும் தெய்வம் ஏதோ ஒரு மூலையில் போதிய பராமரிப்பு இல்லாமல் குடி கொண்டிருக்கும். அங்கே போது மான வசதிகள் இருக்காது.

திருவிழாக் காலத்தில் அந்தப் பகுதியே அல்லோல கல்லோலப்படும். அந்தத் தெய்வங்களுக்கு விதவிதமான படையல்கள் ஆடைகள், அபிஷேக ஆராதனைகள் என்று எல்லாமே சிறப்பாக நடைபெறும்.

தமிழ்நாட்டில் தற்போது வழிபாட்டில் இருந்து வருகின்ற காவல் தெய்வங்களின் எண்ணிக்கையைப் பட்டியலிட்டால் ஆயிரத்தை தாண்டும்.

குறிப்பாக சொல்ல வேண்டுமெனில் சுடலை மாடன், கருப்பசாமி, காத்தவராயன், முனியாண்டி, சொரிமுத்து, பிலாவடி, மாடன், வீரன் இப்படி பல காவல் தெய்வங்கள் உண்டு.

ॐ

39. பொயிலாம்பூச்சி...

'**வே**ட்டைக்குப் புறப்பட்டாரு, பட்டவராயன்சாமி,

வேட்டைக்குப் புறப்பட்டாரு பட்டவராயன் சாமி...'

கோமரத்தடியின் நெஞ்சை இருகூறாக வகுந்து இறங்கியதைப் போல, பட்டவராயன்சாமி நிர்தூளியாய் இறங்கி ஆடிக் கொண்டிருக்க, பூச்சியம்மன் கோயிலில் ஆணும் பெண்ணும் 'லுலுலூ' வெனக் குலவையிட்டனர்.

பூச்சியம்மன்சாமி இன்னொரு கோமரத்தாடி (சாமியாடி)க்குள் இறங்கி ஆட வைத்துக் கொண்டிருந்தது.

வேட்டைக்குப் புறப்பட்ட பட்டவராயன் சாமியாடியின் இடுப்பில் சிறிய படப்புச் சோற்று மூட்டையைக் கட்டவும், 'ஊவ்வ்வ்'என்ற ஆங்காரக் கூச்சலுடன் அவருக்கு உடம்பெல்லாம் சிலிர்த்துப் போனது.

கோயிலுக்குத் தெற்கே உள்ள சுடலைமாடன் கோயிலுக்குக் கைகளை உதறிக்கொண்டு கோமரத்தாடி ஓடினார். அங்கே 'மயானக் கரையான்' சாமியை வணங்கி ஆடியபடி இடுப்பில் கட்டியிருந்த படப்புச் சோற்று வீசினார் சாமியாடி.

கருந்தேகமும், வழுக்கைத் தலையும் வெள்ளை மீசையுமாய் இடுப்புத் துண்டோடு ஆடிக்கொண்டிருந்த கோமரத்தாடி, அங்கிருந்து வடகிழக்கே பூனஞ்சான் கோயிலுக்கு ஆடிப்போய் வணங்கினார். பூச்சியம்மன் கோயில் கொடை விழா வேட்டை முடிந்து விடப்போவதன் அடையாளமாய் கோமரத்தாடியின் ஆவேசம் உச்சத்தில் இருந்தது.

அடிவயிறு ஆகாசம் பார்க்க நான்கு கால்களும் நான்கு முளைக்குச்சி களில் இழுத்துக் கட்டப்பட்ட 'கன்னிமாறாக்கிடாய்' பட்டவராயன் பீடம் முன்பாக பலிக்கு காத்துக் கிடந்தது.

வேட்டையாடி திரும்பி வந்த கோமரத்தாடி சீழ்க்கை ஒலியோடு அங்கு ஆடிக்கொண்டிருக்க, கன்னிமாறாக்கிடாயின் நெஞ்சு கீறி கதலிப்பழம் ஒன்றை உரித்து நெஞ்சுப் பிளவில் ரத்தம் தோய நனைத்து கோமரத்தாடியின் வாய்க்குள் திணித்தார் பூசாரி.

கோமரத்தாடி பழத்தை விழுங்கி கால் மாற்றி உட்கார்ந்து குறி சொல்ல ஆரம்பிக்க, கூட்டம் முண்டியடித்தது.

சாமியாடி சொல்லிக் கொண்டே வந்தார், 'சாமி! எங்கொமருக்கு நீதான் நல்ல புத்தி சொல்லணும். இவளுக்கு சாதி விட்டு சாதி மனசு தாவி அலையுது. ஊரு வம்பு தும்பு வராம அந்த மேசாதிப் பையனும் இவளும் அதததது வீடொடுங்க கிடக்கணும். நீந்தான் வாக்குச் சொல்லணும்.'

தாயும் மகளுமாக நின்று கோமரத்தாடியிடம் வாக்குக் கேட்டு மறுக, வலதும் இடதுமாகத் தலையாட்டி வாக்கு சொல்ல மறுத்தார் சாமியாடி.

"ராசா... வாக்குக் குடு ராசா... இல்லைன்னா உங்கொடை நடக்குற எடத்திலேயே சூலத்தில பாஞ்சு செத்துப் போவேன்" என்று ஒருவித கீச்சொலியுடன் அந்தத் தாய் திடுமென சாமியாடி முன்னால் விழுந்தாள்.

'ம்ம்ம்... தாயி.. தீவினைக்கே பிறந்ததம்மா தேவலோகம். போயிருச்சேரும் ம்ஹ்ம்...'

பட்டவராயன் சாமியாடி வாயிலிருந்து அந்த வாக்கு வந்ததுதான் தாமதம். பூச்சியம்மன் சாமி மற்றொரு பெண் சாமியாடி மீது வந்திறங்கியது. பனைநார் கொட்டான் நிறைய படையலுக்கு வைத் திருந்த 'நாயுருவி மணி'களை ஒரு கையால் அள்ளிக் குறி கேட்ட அந்தப் பெண் மீது ஆங்காரத்துடன் வீசி எறிந்தது.

இந்தப் பூச்சி அம்மனுக்கே தீர்க்கப்படாத ஒரு காதல் வழக்கு நூற்றெழுபது வருடங்களுக்கு முன் இந்தக் கிராமப் பகுதியில் சதையும் ரத்தமும் சாதிய நெருப்புமாய் பிசைந்து மண்ணில் புதையுண்டு கிடக் கிறதே..

திருநெல்வேலி மாவட்டத்தின் எழில் கொஞ்சும் கிராமம் பாவூர்.

அங்கே இந்திரகுலப் பண்ணையாளர் ஒயிலான் - உமையாள் வீடு - ஆனந்தத்தில் மிதப்பதா ஆறாத்துயரில் மூழ்குவதா என்ற தடுமாற்றம் ஏற்பட்ட நாள்.

‘ஒன்பது நவக்கிரகம்
உச்சமான வேளையில்
உச்சத்தில் பிறந்ததையா
உலகத்திலிருக்காதையா
தீவினைக்கே பிறந்ததையா
தேவலோகம் சென்றுவிடும்’

எந்தத் தாய் தந்தை பொறுப்பர் இந்த ஈட்டி ‘முனைக்குறி’யை நெஞ்சில் தாங்க எத்தனை தவமிருந்து பெற்ற பெண் குழந்தை!

‘பொயிலா’ என்று வாய் நிறையப் பெயர் சொல்லி ஒயிலான் தூக்கிக் கொஞ்ச, குறிகாரன் இப்படியா ஒரு தீர்ப்பு சொல்ல வேண்டும்.

இந்திர சந்திர உதயம்போல ஏறு நெற்றிப் புருவங்களும் மிரண்ட கண்ணும் சிவந்த முகமுமாய் பொயிலாம்பூச்சி பருவமெய்தி வளர்ந்து வரும் நாளில் குறிகாரன் சொல் மறந்து போனது.

ஆரியங்காவு பாதையில் ஒருநாள் பொயிலாள் தோழிகளோடு தண்ணீர்க் குடமெடுத்து நடந்து வந்து கொண்டிருந்தாள்.

அன்றைக்கு பாவூர் மாட்டுச் சந்தையாதலால் அந்த சாயங்காலப் பொழுதில் வல்லநாடு ஊர்க்காரர் பலர் மாடுகளைப் பிடித்துக் கொண்டு போய்க் கொண்டிருந்தனர்.

ஆறு ஜோடி வெள்ளைக் காளைகள் பாதையை அடைத்ததுபோல செல்லவும் பொயிலாளுக்கு கோபம் வந்து விட்டது.

‘ரெண்டு ரெண்டா ஒதுக்கிப் பத்துனா மனுசமக்க தெடமா போவலாம்ல..’

எருதுகட்டு வருசையா நடத்துறோம். ரெண்டு ரெண்டா கயிறு புடுச்சுப் போக...

யாருடி அது எகத்தாளம் பண்ற ஆளு.

மாடுகளைப் பத்திக் கொண்டு வல்லநாட்டு பட்டபிரான் பொயி லாளின் பக்கத்தில் வந்து நிமிர்ந்து பார்த்தான்.

பாவூருக்குள்ள இப்புடி ஒரு கொமரியா? நெஞ்சடைத்தது போலிருந்தது அவள் சௌந்தர்யம். அவன் பார்த்த பார்வையில் பொயிலாளுமே புத்தி பேதலித்து கிறங்கிப் போனாள்.

மாடு கொம்பு சிலுப்புச்சுன்னா தண்ணிக்குடம் எகிறிப் போகும்ல... அதான் ஒதுக்கச் சொன்னேன்... அனுசரிச்சுப் போனா பாவூரு மாடு சிலுப்பாது. ரொம்ப வெக்கையா இருக்கு. கொஞ்சம் தண்ணீர் குடிக்க ஊத்திட்டு போபுள்ளே...

தாகம் வந்துச்சுன்னா மட்டும் வல்லநாட்டு மேசாதிக்காரங்களுக்கு இந்திரகுல பண்ணை சாதி எளப்பம் கெடையாதாக்கும்.

'வாயாடி... வாயாடி...'

இருவரும் மாறி மாறிப் பேசிக் கொண்டிருந்தபோதும் ஏதோ எழுதி வைத்த ஈர்ப்பு விசையாக இருவருக்குள்ளும் ஒரு வலை பின்னிக் கொண்டிருந்தது.

அதன் பின் பட்டபிரான் வல்லநாட்டிலிருந்து அடிக்கடி பாவூர் வருவதும், அரசல் புரசலாய் பொயிலாம்பூச்சி சகோதரர்களை அறிமுகம் செய்து பழக்கம் வைத்துக் கொண்டு பேசிச் செல்வதுமாக இருந்தான்.

இந்த வாய்ப்பை நன்கு பயன்படுத்தி பட்டபிரானும் பொயிலாளும் தங்களுக்குள் காதல் நெருப்பை மூட்டி உறவு கலந்தே தீரும் விளிம்புக்கு வந்து விட்டனர்.

ஆனால் அங்கே சாதீய தனித்துவத்தைக் காப்பாற்றுவதுதான் சமூக நீதியாக இருந்தது. சாதி மீறிய பாலியல் உறவுகள் முட்டைக்குள் கருவாக அந்த சமூகத்தில் ரகசியமாக அடைகாக்கப்பட்டு வந்தாலும் திருமண உறவு என்று வரும்போது மட்டும் சாதி மீறல் கடுங்குற்றமாகக் கருதப்பட்டு தண்டிக்கப்பட்டு வந்தது.

இந்த யதார்த்தம் உணர்ந்திருந்ததன் காரணத்தால் இருவரும் ஊரை விட்டு ஓடி வாழ முடிவு செய்தனர்.

பொயிலாள் தன்னுடைய அண்ணனிடம் கோயிலுக்குப் போவதாக மகளையும், தான் அன்பாக வளர்த்த பூச்சி என்ற நாயையும் அழைத்துக் கொண்டு பாவூருக்கு வெளியே வந்து விட்டாள். இப்போது அண்ணன் மகளை விட்டுப் பிரிய வேண்டும். என்ன செய்வது?

அருகிலிருந்த நாயுருவிச் செடியைப் பிடுங்கி விளையாட்டாக அடிப்பதுபோல அந்தச் சிறுமியின் பாவாடையில் மூன்று முறை அடித்தாள். நாயுருவி மணிகள் அவளுடைய பாவாடையில் நன்றாக ஒட்டிக் கொண்டது.

'அய்யா... என்ன அத்தை அவ்வளவும் ஒட்டிக்கிச்சு..'

'ஆமா... நீ இதை எல்லாத்தையும் ஒண்ணுவிடாம எடுத்து நான் ஒளிஞ்சிருக்கிற இடத்தைக் கண்டுபிடிப்பியாம் என்ன?'

அதையே விளையாட்டாக மாற்றினாள். விளையாட்டு சந்தோஷத்தில் நாயுருவி மணியை மெல்ல கவனமாக அந்தச் சிறுமி எடுத்துக் கொண்டிருக்க, அங்கே ஓரிடத்தில் ஒளிந்திருந்த பட்டபிரானுடன் பொயிலாள் சிட்டாகப் பறந்து விட்டாள். நாயும் அவளுடன் தொடர்ந்தது.

(அதனால்தான் பூச்சி அம்மன் கோயில் படையலாக பனைக் கொட்டானில் நாயுருவி மணி வீற்றிருக்கிறது).

எங்கே ஓடுவது? வல்லநாடு போகலாமென்றால் அங்குள்ள தேவமார் கூட்டம் பொயிலாளை உப்புக்கண்டம் போட்டு விடுவார்கள். ஒளிவதற்கு இப்போது ஓர் இடம் வேண்டும். மனிதர் கண்படாத இடம்.

சட்டென உழக்குடி கிராமத்து அடர்ந்த உடை மரக்காடு பட்டபிரானுக்கு நினைவுக்கு வந்தது.

திரை விரிச்சது போலிருக்கும் அந்த உடங்காடு. வல்லநாடு கிராமத்துக்கு வடகிழக்காக இருந்தது. அந்த ஈர்ப்புகா உடங்காடு.

இருட்டத் துவங்கிய அந்த நேரத்தில் அந்த இளங்காதலர்கள் காட்டுக்குள் நுழைந்தார்கள்.

மனசெல்லாம் காதல். சீக்கிரம் ஒன்று சேரவில்லையென்றால் அந்த உடங்காடே பற்றி எரிந்து போகும் உஷ்ணம் உள் மூச்சில் கனன்று கொண்டிருந்தது.

லேசாக நிலவு கீறிய வெளிச்சத்தில் அந்த அடர்ந்த காட்டுக்குள் ஓரிடத்தை முள்ளும் கம்பும் அகற்றினார்கள்.

சுத்தம் செய்த இடத்தில் பட்டபிரான் இடுப்பு வேட்டியை விரிக்க, அந்த இரவு பொயிலாளுக்கு மிகவும் சந்தோஷமாக இருந்தது.

விடிந்தது. கூடவே வயிறும் பசித்தது. காட்டுக்குள் யார் கண்ணிலும் படாது அலைந்து திரிந்த பட்டபிரான் மேய்ச்சலுக்குக் கிடைகட்டிக் கிடந்த ஆட்டுமந்தைக்குள் நல்ல குறிச்சிக்கிடாய் ஒன்றின் வாயைக் கட்டித் தெரியாமல் தூக்கிக் கொண்டு வந்தான்.

பசி வந்தபோதெல்லாம் கூட்டுக் கிடைக்குள்ளிருந்து தினமும் ஒரு குறிச்சிக்கிடாய் களவு போனது.

உழக்குடி கிராம கோனாக்கமார்கள் ரொம்பவே கவலைப்பட்டுப் போயினர். எல்லோரும் கண்மாய்க்கரை மேட்டில் மிகுந்த யோசனை யோடு கூடினர்.

நாளுக்கொரு குறிச்சிக்கிடாய் காணாமல் போவதென்றால் சும்மாவா? இதே வேளையில் சங்கரநாராயணர் வரம் தந்து பெற்ற பிள்ளை பொயிலாளைக் காணாது துயருற்று அவளது அண்ணன்மார்கள் பட்டி தொட்டியெல்லாம் சல்லடை போட்டுத் தேடிக் கொண்டிருந்தனர்.

வல்லநாட்டில் பட்டபிரானும் காணவில்லை என்ற தகவல் கிடைத்ததும்தான் கதை பிடிபட்டுப் போனது.

'ஒழுக்கமா வீடு வந்து பழகிட்டு இப்படிக் கல்யாணம் பண்ற கொமற தூக்கிட்டுப் போயி சீரழிச்சுப்புட்டானே.. பொயிலான் மட்டும் கெடைக்கலைன்னா வல்லநாட்டுக்காரி ஒருத்தி கழுத்திலயும் தாலி நிக்கக் கூடாது..'

ஊரிரண்டும் சாதி நெருப்புப் பற்றிப் புகைந்தது. பட்டிதொட்டி யெல்லாம் அலைந்து கடைசியாய் உழக்குடி கிராமத்துக்கு பொயிலாளின் அண்ணன்மார்கள் வந்து சேர்ந்தார்கள்.

வந்த நேரம் கண்மாய்க்கரை மேட்டில் இரண்டு மூன்று கீதாரிகள் நிற்பதைப் பார்த்து, 'என்ன கோனாக்கமார்களே.. இந்த காட்டுப்பக்கிட்டு வேத்து ஆளா ஒரு ஆம்பளை பொம்பளை ஒரு நாயைக் கூட்டிக்கிட்டு வந்ததைப் பார்த்தீங்களா?' என்று கேட்டனர்.

பாவூர் ஆட்கள் வந்த வேகமும் குறிப்பு கேட்ட கோபமும் கண்டு உழக்குடிக்காரர்கள் மிரண்டு போய் விட்டார்கள்.

'ஊசி நுழையாத வனம். ஊர்க்குருவி நாடாதவனம். சந்துவழி இல்லா உடங்காட்டு வனம். இந்தப்பக்கிட்டு நீங்க சொல்ற குறிப்பில யாரும் வரலீங்களே.. எட்டு நாளா நாங்களும் ஒரு சங்கடத்தில் மாட்டிக்கிட்டுத் தான் இருக்கோம். கெடையில ராத்திரி ராத்திரி ஒரு குறிச்சிக்கிடாயி காணாமப் போயிட்டிருக்கு. இது நாளுவரை ஒரு குறிப்பும் கெடைக் கலை. ஆனா வேத்து ஆளு ரெண்டு பேரு எங்கூருக்குள்ள வந்திருக் காகன்னு நீங்க சொன்னதுல இருந்து ஒரு துப்பு கெடச்சது போல இருக்கு...'

அப்பொழுது ஒருவர் ஒரு சின்னப்பையனை அழைத்துக் கொண்டு அங்கே வந்தார்.

'கீதாரியாரே இந்தப் பையன் சொல்ற துப்பைக் கொஞ்சம் கேளுங்க. அந்த வடமூலை உடங்காட்டுக்குள்ள தெனம் மத்தியானத்தில் மெல்லிசா ஒரு பொகை வந்ததை நான் பாத்திருக்கேன்னு சொல்றான்..'

அந்தப் பையனும் அப்படியே சொன்னான்.

"சரி, இப்ப மத்தியானம்தானே! போயிப் பார்ப்போம். அய்யாமாரே நீங்களும் வாங்க'' என்று அவர்கள் அழைக்கவும் பொயிலாளின் சகோதரர்கள் அவர்களைப் பின்தொடர்ந்து அந்த வடமூலைப் பக்கம் போனாரகள்.

'டேய் தம்பிமார்களா...பொயிலாளும் அந்த வல்லநாட்டு பயலு வளும் இந்த வடகாட்டுக்குள்ளதாண்டா கெடக்கணும். எனக்கு குறிப்பு தச்சிடுச்சு.. சரி இருங்க ; அந்த மூளிப்பனை மேலே ஏறிப் பார்த்திடறேன்.'

பொயிலாளின் மூத்த சகோதரன் அருகில் நின்ற மூளிப்பனை மரத்தில் சரசரவென ஏறி நடுமரத்தில் இருந்து கொண்டு ஊடுருவிப் பார்த்தான்.

கறிவேகும் நெருப்பு தெரிந்தது. அதைக் காட்டிலும் பெரும் நெருப்பாக அங்கே மாறி மாறி மடியில் படுத்துப் புரண்ட சமத்துவக் காதல் நெருப்பு பனைமரம் தாண்டிச் சுட்டது.

'அய்யோ தம்பிகளா மோசம் போயிட்டம்டா.. நம்ம தங்கச்சிய சீரழிச்சுப்புட்டாண்டா வல்லநாட்டுக்காரன்' என்று கூவிக் கொண்டே கீழே குதித்தான்.

டேய் வாங்கடா போயி வெட்டிபொலி கொடுப்போம் என அருவாளைத் தூக்கிக் கொண்டு சகோதரர்கள் எல்லோரும் உடை மரக்காட்டுக்குள் வெறி கொண்டு நுழைந்து ஓடினர்.

அங்கே பொயிலாளை மடியில் போட்டவாறு கொஞ்சிக் கொண் டிருந்த பட்டபிரானை போன வேகத்தில் ஒரே வெட்டாய் வெட்ட அவனது தலை துண்டானது. பொயிலாளின் உடம்பு பூராவும் பட்டபிரான் கழுத்துப் பகுதியில் பீச்சிய ரத்தத்தில் நனைந்தது.

பட்டபிரான் தலையை மடியில் போட்டு பொயிலாள் அந்த உடங்காட்டுக்குள் அலறிய அலறல் காற்று மண்டலத்தைக் கிழித்தது.

'எம் புருஷனைக் கொன்ன பாவிங்களா என்னையும் வெட்டிட்டுப் போங்கடா' என்று கதறினாள்.

பொயிலாளை வீட்டுக்கு இழுத்துப் போக அவர்கள் எவ்வளவோ முயற்சி செய்தும் முடியாது போகவே, கோபத்தின் உச்சத்தில் அருவாளை ஓங்கி அவளையும் இரு துண்டுகளாக வெட்டிக் கொன்றனர். கடைசி சகோதரன் எவ்வளவோ தடுத்தும் அந்தக் கொலை நடந்து விட்டது.

'சோரத்துக்கு துணை போன இந்த நாயை மட்டும் ஏன்டாவிட்டு வைக்கணும். அதையும் வெட்டுங்கடா' என்று அந்த பூச்சி நாயையும் வெட்டிக் கொன்றனர்.

உழக்குடி கிராமத்து கோனாக்கமார்கள் எல்லாம் உடங்காட்டுக்குள் வந்த பார்த்தபோது ரத்த வெள்ளத்தில் மூன்று பலிகளும் முடிந்து மயானம் போலாகி விட்டது.

'அய்யோ அய்யோ இந்த பாதகத்தை இந்த ஊர் ஏற்கணுமா.. தஞ்சம் அண்டவந்த சின்னஞ்சிறு குருவிங்களை கொலையாக்க நாங்க காட்டிக் குடுத்திட்டமே' என கண்ணீர் உகுத்தனர்.

காய்ந்த உடை மரக்குச்சிகளை அடுக்கி மூன்று பிணங்களையும் ஒரே சிதையில் வைத்து எரித்தனர். எரிந்து போன அஸ்தியைக் குளத்தில் கரைத்து விட்டு அண்ணன்மார்கள் பாலூருக்கு வந்து கொண்டிருந்த போது, வல்லநாட்டுக்காரர்களுக்கு தகவல் தெரிந்து வெறியோடு வந்து இவர்களைத் தாக்க, கடைசி அண்ணன் நீங்கலாக அனைவரும் வெட்டுக்காயங்களோடு மாண்டனர்.

உழக்குடி கிராமத்தில் பொயிலாம்பூச்சி கொலையுண்ட எட்டாம் நாளில் இருந்து கிடையில் இருந்த ஆடுகள் எல்லாம் யாதொரு காரணமும் இன்றி கூட்டம் கூட்டமாய் மடிந்தன. ஊர்க்காரர்களுக்குக் காரணம் புரிந்து போனது.

'அடேய்! ஒட்டுவனம் ஒடங்காட்டுல மாண்டவங்களாலதான் இதெல்லாம். மாடுகன்டு அழியப் போவுது. மாண்டவளுக்கு உடனே கல்லெடுத்து படையல் போடலைன்னா ஊரே அழிஞ்சு போகும்.

சாதி மீறிய காதல் காரணமாய் கொலையில் உதித்த தெய்வங்களாக மாறிய பொயிலாம்பூச்சியம்மனுக்குக் கல்லெடுப்பு நடத்த வேண்டு மென்று ஒரு சாமியாடிக்கு சாமி வந்து சொன்னது.'

கல்லெடுப்பு நடத்திவிட்டால் ஆவி என்ற அச்சம் நீங்கி, அன்பின் ஆற்றலாகும் என்கிற நம்பிக்கை.

பொயிலாம்பூச்சி கொலையுண்ட உழக்குடி கிராமத்தில் மட்டு மில்லாமல் பிறந்த ஊரான பாலூரிலும் அவளுடைய கடைசி சகோதரன் இந்த அர்த்தத்திலேயே கிராம தேவதையாக கோயில் கட்டி வழி பட்டான்.

உழக்குடி பூச்சியம்மன் கோயில் கொடை விழாவின்போது எடுத்து வந்த படப்புச்சோறு சிந்திய இடமான சீவலப்பேரி கிராமத்தில் கூட பொயிலாம்பூச்சி கிராம தேவதையானாள்.

சிந்திய சோற்றுப் பருக்கையில் கூட ஆவி குறித்த அச்சமும் நம்பிக்கை யும் சில சமயங்களில் தேவதை வழிபாடாகியிருக்கிறது.

ॐ

40. நாட்டுப்புற பெண் தெய்வங்கள்

சிறுதெய்வ வழிபாட்டில் பெண் தெய்வங்களுக்கென சிறப்பான இடமுண்டு.

கொலை, தற்கொலை மூலமாக இறந்த பெண்களையோ, கணவனுக்காக தீப்பாய்ந்து உயிர் துறந்த பெண்களையோ நாட்டுப்புறங்களில் வழிபடுகின்றனர்.

பல சமூகங்களில் கன்னி தெய்வ வழிபாடு வீட்டில் நடக்கிறது. எண்ணற்ற பெண் தெய்வ வழிபாடுகள் நம் நாட்டில் காணப்படுகிறது.

1. பிட்டாபுரத்தி அம்மன்
2. தங்கம்மன்
3. வலம்புரியம்மன்
4. வேம்புலி அம்மன்
5. அங்கம்மா
6. அங்கலம்மா
7. அங்காள ஈசுவரி
8. அங்காள பரமேஸ்வரி

9. அட்டடங்கம்மா
10. அம்மாச்சி
11. அம்மைவாரி
12. அரிக்கம்மா
13. அரிய நாச்சியம்மா
14. ஆலால கங்கா
15. இசக்கியம்மன்
16. இட்ச்சம்மா
17. இருசார் அம்மன்
18. உக்கிரமா காளி
19. உச்சினமாகாளி
20. உத்தனகாளியம்மா
21. எல்லம்மா
22. எல்லைப் பிடாரி
23. கங்கம்மா
24. கண்ணகி அம்மன்
25. காட்டேரி
26. காத்தாயி அம்மன்
27. காந்தாரி அம்மன்
28. காந்தாளம்மா
29. காமாட்சியம்மா
30. காளியம்மன்
31. கிச்சம்மா
32. கிரிதேவி
33. கீர்மாரி
34. குதிரைக்காளீ
35. குரும்பையம்மன்
36. குழந்தையம்மன்
37. குளத்து அம்மன்
38. கூனல் மாரி
39. கொல்லிப்பாவை
40. சக்கம்மாள்
41. சப்த கன்னிகை
42. சாத்தாயி
43. சீதாலம்மா
44. செஞ்சியம்மன்
45. செல்லியம்மன்
46. சோலையம்மன்
47. தாளம்மா
48. திரௌபதி
49. தீப்பாச்சியம்மன்
50. துர்க்கை
51. தொட்டிச்சி அம்மன்
52. தோட்டுக்காரி அம்மன்
53. நாகாத்தம்மன்
54. நீலி
55. பச்சை வாழையம்மன்
56. பத்ரகாளி
57. பல்லாலம்மா
58. பாப்பாத்தி
59. பாலம்மா
60. பிடாரி
61. புள்ளத்தாளம்மா
62. பூங்குறத்தி
63. பூசம்மா
64. பெட்டம்மா

65. பேச்சியம்மன்

66. பைரவி

67. பொன்னிறத்தாள் அம்மன்

68. மகாதேவ அம்மா

69. மத்தாரம்மா

70. மதுரை காளியம்மன்

71. மந்தையம்மன்

72. மரகதவல்லி

73. மலையாயி

74. மாடச்சி

75. மாரியம்மா

76. முத்தாலம்மா

77. மீனாட்சியம்மா

78. முத்தாரம்மன்

79. முத்து நாச்சியார்

80. முப்பிடாரி அம்மன்

81. முப்பிடாதி

82. ராக்கம்மா

83. ராக்காச்சி

84. ராக்காயி அம்மன்

85. ரேணுகா தேவி

86. வடக்குத்தியம்மன்

87. வண்டி மலைச்சியம்மன்

86. வல்லடிக்காரர் அம்மன்

89. விசாலாட்சி அம்மன்

90. வீரகாளியம்மன்

91. வீரமாத்தி அம்மன்

93. வெயிலுகாத்தம்மன்

94. வேம்புலி அம்மன்

95. பெத்தனாட்சி அம்மன்

ௐ

41. குழந்தைகளின் காவல் தெய்வம் அணைக் கருப்பசாமி

தேனி மாவட்டம் பழனி செட்டிப்பட்டியில் மக்கள் முல்லை யாற்றின் குறுக்கே புதிதாகத் தடுப்பணை ஒன்று கட்டி அந்தத் தண்ணீரைக் கொண்டு விவசாயப் பணிகளைச் செய்திட திட்ட மிட்டனர்.

புதிய அணையின் கட்டுமானப் பணிகள் எவ்விதக் குறைபாடு களுமின்றி நடக்கவும், அணை பாதுகாப்புக்கும் காவலாக அணைக்கு அருகிலேயே கருப்பசாமி கோயில் ஒன்றை அமைத்தனர். இந்தக் கோயில் தற்போது அணைக் கருப்பசாமி கோயில் என்று அழைக்கப்படுகிறது.

கிராமங்களில் இருக்கும் மக்கள் தங்களையும், தங்களுக்குச் சொந்தமான உடமைகள், விலங்குகள் என்று அனைத்திற்கும் கருப்ப சாமியே காவலாக இருந்து காக்க வேண்டும் என்று வணங்குகின்றனர்.

இதுபோல தீய சக்திகளிடமிருந்து குழந்தைகளைக் காக்க கருப்பசாமி இருக்கிறார் என்பதை உணர்த்தும் விதமாக இரவு நேரங்களில் குழந்தை களின் கால்களின் பின்புறம் கரியைக் குழைத்துப் பூசி அனுப்பும் வழக்கம் கிராம மக்களிடம் இன்றும் இருந்து வருகிறது.

இதனடிப்படையில் கருப்பசாமி குழந்தைகளின் காவல் தெய்வ மாகவும் வணங்கப்பட்டு வருகிறார்.

இந்த ஊரில் இருப்பவர்கள் தங்களுக்கு பிறந்த குழந்தைகளைத் தீயசக்திகளிடமிருந்தும் நோய்களிடமிருந்தும் காத்திட அணைக் கருப்ப சாமியிடம் வேண்டிக் கொள்கின்றனர்.

குழந்தைக்கு ஒரு வயதுக்கு மேல் ஆன பின்பு குழந்தையின் குடும்பத்தினர் தங்கள் குழந்தையைக் காத்த அணைக் கருப்பசாமிக்கு சிறப்பு வழிபாடுகளைச் செய்கின்றனர்.

இந்தச் சிறப்பு வழிபாட்டில் பொங்கல் வைத்து, கருப்பசாமிக்கு பிடித்தமானதாகக் கருதப்படும் மது மற்றும் புகையிலைப் பொருட்கள் போன்றவற்றுடன் ஆடு, கோழி போன்றவைகளைப் பலியிட்டு அசைவ உணவும் சேர்த்துப் படைக்கப்படுவது வழக்கத்திலிருக்கிறது.

தேனியிலிருந்து கம்பம் செல்லும் சாலையில் இரண்டு கிலோமீட்டர் தொலைவில் இருக்கும் பழனி செட்டிபட்டி எனும் ஊரில் அமைந் திருக்கும் பழனிசெட்டிபட்டி தடுப்பணை அருகிலுள்ள தோப்பில் இந்தக் கோயில் அமைந்திருக்கிறது. இந்தக் கோயிலை பழனிசெட்டிபட்டி பாசன பரிபாலன சபையினர் நிர்வகித்து வருகின்றனர்.

ॐ

42. வன்னியராயஞ்சாமி

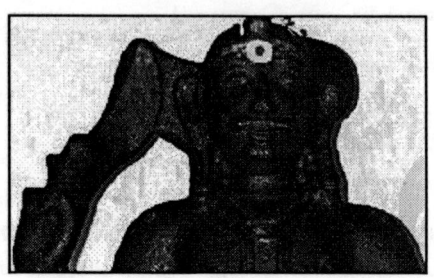

ரத்தவாடைக் கொட்டுங் கொட்டியாச்சு. எரிக்கனல் மாலை கழுத்திலிட்டாச்சு. ஒத்த முரசமுங்கொட்டி ஊமத்தம்மாலையும் போட்டாச்சு. ஊருக்கு வெளியே யாருக்கோ இன்னைக்கு சாவுக்கூத்து நடக்கப்போற அறிவிப்பு.

புறங்கை கட்டி ஊர்சுத்தி கருசக் குளக்கரைக்கு அரண்மனை ஆளுங்க வன்னியராயனைக் கொண்டாந்தாங்க.

'வடிவ எழுதினவ வாணாளை எழுதலியோ....' என்ற மசக்கம் கூடி நின்ன எல்லா சனங்க முகத்திலயும் உப்புகரிச்சு வழிஞ்சது.

புறங்கை கட்டவுத்து வடக்கு முகமா நிக்க, வன்னியராயன் தலைக்கு மேல வெட்டறுவாளை உசத்திட்டாரு வெட்டுபுலித்தேவரு.

வன்னியராயன் தலை மூனாவது வெட்டில துண்டானது. எகிறி விழுந்த தலையை முண்டமா கையேந்தி நின்னு வாங்கின வன்னியராயன் இடமும் வலமுமா அக்னிச்சட்டி ஏந்தித்திரும்பின மாதிரி துடியலா ஒரு பாவனை. ஒரு நொடிப்பு. அவ்வளவுதான். விரல் சொடுக்க முடியற நேரத்துக்குள்ள முண்டம் சடலமா கீழே விழுந்திட்டது.

கூடியிருந்த சனங்க கண் குத்திப் பார்த்து ஜிவுஜிவுத்துப் போச்சு.

வன்னியராயனோட கடைசி வரைக்கும் ஊர் கத்தி வந்த அவனோட கருப்பு நாய்க்கு அந்த நேரத்தில என்ன தோணுச்சோ தெரியலை. மனசு தாங்காம ஒரு கேவல், உடம்புக்குள்ளயிருந்து பீறி வெளியேறுன மாதிரி ஒரு ஈனமான ஊளைச் சத்தம் போட்டு, அந்த ரத்தச்சவதில ஒரு பெரளு பெரண்டு, பாய்ந்து ஓடியது.

மாறுவேஷத்தில் கூட்டத்துக்குள் முக்காடிட்டு வாய் பொத்திக் கேவிய தாசி சின்னக்கண்ணாள், யாருக்கும் கசியாமல் பெரிய கண்ணா ளிடம் புலம்பினாள்.

"சண்டாளன் வடமலையப்ப பிள்ளை ஆள்ற நெல்லை பூமி நாசமாப் போகும்பாரு. நாலு நாளு ஒட்டுக்க படுத்த நம்பளுக்கே நெஞ்சு தாங்கலையே... எலும்புகறியுமா பிஞ்சு கிடக்கறத பெத்தவ வந்து பாத்தா மண்ணீரலு துடிச்சுப் போகாது?"

"ஸ்... வாயப்பொத்து வடமலையான் அரமனை ஆளுங்க வர்றானுங்க!" என்று தங்கையை அடக்கினாள் அக்கா!

"களவாணிப் பயனுவளுக்கு கரிசக்குளத்தில கத முடிய விதி. ம்... போ போ... கூட்டம் சேராதே... போ... போ!"

எட்டுத் தலைமுறைக்கும் திரவியம் சேர்த்து தலைமாட்டில கொட்டி வச்சிருக்கிற வன்னியராசா, நீ "களவாணிப்பட்டம் வாங்கவா நெல்லைச் சீமையில இந்த தாசி வீட்டுக்குத் தேடி வந்தே!"

தாசி சின்னக் கண்ணாளுக்கு குமுறிக் குமுறி வந்தது. இந்த ஊருக்கு வந்ததும் அவன் இவர்கள் வீட்டில்தான் தங்கினான்.

கட்டிலின் கால் மாட்டிலேயே எப்போதும் கிடக்கும் கன்னக் கோலைப் பார்த்துவிட்டு, களவு செய்ற 'கன்னக்கோலு எதுக்கு உங்களுக்கு' என்று சின்னக் கண்ணாள் கேட்கப் போய்தான் வன்னிய ராயன் கதை தெரிய வந்தது.

"எலுமிச்ச பழுத்து இருவாச்சி பூத்து சிறு கதலி உதிர்ந்து கெடக்கிற ஊத்துமலைக் காட்டுக்கு, எங்க அப்பாரு ராமசாமித் தேவருதான் காவலு. எங்க ஆத்தா பிறந்த ஊரு தேவர் குளம். வன்னிமரத்தடி சங்கர நயினாருக்கு தவசு பண்ணி பெத்த ஒரே பிள்ளையாக்கும் நான்..."

தாசிமார் இருவரும் ஒருவரையொருவர் பார்த்து சிரித்துக் கொண்டனர்.

"மங்கிலியம் பூட்டி பிள்ளயப் பார்த்திடனும்னு எங்க ஆத்தாவுக்கு ரொம்பவே ஆசை.. தேவர் குளத்துக்கு போயித்தான் தாய்மாமன் பொண்ணை பேசிட்டு வாயேன்னு அப்பாரும் சொல்லிவிட்டாரு. தேவர் குளத்துக்கு பொண்ணு கேட்டு போயி திரும்புன ஆத்தா மூஞ்சியே சரியில்லை. போயி வந்த காரியம் என்னாச்சு ஆத்தான்னு கேட்டேன். உனக்கு அந்தப் பொண்ணு வேண்டாம் ராசா. ஆரம்பூண்ட கழுத்தி அரமனைக்கு ஆகாது. கரண்டக்கால் பருத்தவ கணவனுக்கு ஆகாது. கொடிசாத்திப் பிறந்த பிள்ளை கோத்திரத்துக்கு ஆகாதுன்னு ஆத்தா சொல்லிட்டா.."

அப்போது பெரிய கண்ணாள், "கூடப்பொறந்த பொறப்புக்கிட்ட பொண்ணு கேட்டுப் போன கெழவிக்கு கொடி சாத்திப் பிறந்தது இதுநாள் வரைக்கும் தெரியாதாக்கும்" என்றாள்.

"உன்னைய மாதிரியே நானும் ஆத்தாகிட்ட கோவப்பட்டு கேட்டப் போதான் என் தாய் மாமன் குசும்பு தெரிய வந்துச்சு. கம்பெடுத்து காவல் காக்க, களவு செய்ய தெரியாதாம் எனக்கு. களவு செய்யத் தெரியாத மவனுக்கு கன்னிய கட்டிக் கொடுக்க முடியாதாம். ஏழு கிடாரந்திரவியம் இருக்க எம்மவனுக்கு கன்னக்கோலும் களவும் எதுக்குன்னு ஆத்தா எவ்வளவோ சொல்லியும் பொறந்த பொறப்புக்காக அந்த கௌரவம் நான் விட்டுக்குடுக்க முடியாதுன்னுட்டான் மாமன்..."

"பிறகு?"

"நீ கவலைப்படாதே ஆத்தா குறிவச்ச பொண்ணை மங்கிலியம் பூட்டாம திரும்புற மாதிரி ஒரு இளப்பம் எனக்கு வேண்டாம். எப்படியாவது களவு செஞ்சு எம்மாமன் கொமரியை கலியாணம் முடிச்சே தீருவேன்"னு, ஆத்தா எவ்வளவோ தடுத்தும் கேட்காம கன்னக்கோலை எடுத்திட்டு ஊரு ஊரா திரியறேன்.

பெரிய மாடத்து தாசிமார் இருவரும் வாயடைத்துப் போய் நின்றனர்.

காவல் காப்பதும், தங்களுடைய காவல் எல்லையைத் தாண்டின பகுதிகளில் களவு செய்வதும் வன்னியராசான் சாதிய வழக்கமாக

இருந்தது. களவு செய்வது தண்டனைக்குரிய குற்றமாக உள்ள சமூக அமைப்பில் இதுவும் ஒரு சாதிய முத்திரை. ஆயிரம் திரவியம் இருந்த போதிலும் களவு செய்யும் கம்பீரம் தன் பெண்ணைக் கட்டுபவனுக்கு வேண்டுமென்ற முந்தைய தலைமுறையின் வறட்டுப் பிடிவாதத்துக்கு வன்னியராயன் வளைந்து கொடுக்க வேண்டிய நிர்பந்தம்.

வெளியூருக்கு செல்லும்போது தாசி உறவு தடைப்படுத்தப்படாத உறவாக தொடர்ந்திருந்து வந்த சமூகத்தில் களவு செய்யும் சாதிய நிர்பந்தத்தையும் வன்னியராசன் ஏற்றுக் கொண்டதில் வியப்பில்லை.

“நான் மங்கம்மா பேட்டையில முடிவு பண்ணி, முள்ளிக்குளத்தில யும் முடியாது போயி, கம்பா நதி காசிமண்டபம் கடந்து வந்தும் களவு செய்ய வழி இல்லை. இங்க திருநெல்லையம்பலம்தான் கூடிவரும்னு தோணுச்சு. வேண்டிய திரவியம் உங்க ரெண்டு பேருக்குமே தர்றேன் கொஞ்சநாள் இருக்க இடம் கொடுத்தா போதும்’’ என்று கும்பிடு போடாத குறையா வன்னியராயன் தாசிமாரைப் பார்த்துக் கேட்டதும் மறுத்துக் கூறுறதுக்கு அவர்களுக்கு வழியில்லை.

நெல்லையம்பலத்தில் ஆனித் திருவிழா உற்சவம் சுன்னம் போட சரியான சமயம் என்று பெரிய மாடத்து தாசி வீட்டில் வன்னியராயன் காத்துக் கிடந்தான்.

காமதேனு வாகனத்தில் நெல்வேலிநாதரும் கமலப்பசு வாகனத்தில் காந்திமதி வடிவாளும் ஏத்தி வச்சு கருவூலம் திறந்து சருவாபாரணங்களை யும் கொல்லம் தேசத்து பேத்திமார்கள் பட்டமார்களிடம் கொடுத்து அலங்காரம் செய்யச் சொல்ல, தாசிமார் எல்லாத்தையும் கணக்கெடுத்து வந்து வன்னியராயனிடம் சொல்லி விட்டார்கள்.

சதமி சப்பரம் நாலு வீதியும் சுற்றி வந்து கோயிலுக்குத் திரும்ப சாமி களை இறக்கி வச்சு ஆபரணங்களை பட்டமார் கணக்கா கழட்டி போத்திமாரிடம் கொடுக்க போத்திமார் கருவூல பொக்கிஷத்தில் வச்சு திருக்காப்பு போட்டு போய் விட்டார்கள்.

ராத்திரியாச்சு, சாமரிசி வேளை. திட்டம் போட்ட மாதிரி திருமதிலு மேலேறி உள்ளே குதித்து கருவூலம் நோக்கிப் போனான் வன்னியராயன்.

கன்னக்கோலை எடுத்து கருவூல பொக்கிஷ அறையில் கன்னம் வைத்து உள்ளே புகுந்தான் குலப்புத்தி கல்லாமல் வரும். வந்தது. ‘அடேய்

மாமா உன் செருக்கை அடக்குவேன்.'

பொக்கிஷப் பெட்டியில் அம்பாள் சர்வாபாரணங்கள் கண்ணைப் பறித்தன. வன்னியராயனுக்கு எல்லாமே வெறுங்கல். இந்தக்களவே வெறும் மமதை விளையாட்டுத் தானே!

சர்வாபாரணங்களையும் பொட்டலமாகக் கட்டினான் வன்னியராயன். திருமதில் ஏறும் வரை எவரும் பார்க்கவில்லை. உறுதிப்பாடாச்சு.

தோளில் ஆபரணச் சுமையோடு பெரிய மாடத்து வீதியில் சின்னக் கண்ணாள் வீட்டுக்குள் நுழையும் வரை தாசிமாருக்குத்தான் மூச்சு அடித்துக் கொண்டது.

புருவம் மட்டுக்கும் கருவம் மிஞ்சி ஊத்துமலை காவல் வாரிசு என்ற நிருபணம் வன்னியராயன் முகத்தில் விரவிக் கிடந்தது.

"ஆபரணத்தில் பாதி உங்களுக்குத்தான் பரண்ல ஏறி, பொட்டலத்தை ஒளிச்சுவச்சு இன்னைக்கு ராத்திரி பொழுது நிம்மதியா தூங்குங்க. சாமம் தாண்டிப் போச்சு. விடிஞ்சதும் தேவர் குளம் போயி என் தாய்மாமன் பொண்ணை தூக்கணும்."

அலுப்போடு முதுகு நெறிய கட்டிலில் சரிந்தான் வன்னியராயன்.

எல்லாம் சரி. 'பதினெட்டு வயசினிலே பாலகனுக்கு மோசினை காலம்' என்று சித்திரபுத்திரர் சங்கரருக்கு ஓலை வாசித்தது நடக்க வேண்டுமே! பதினெட்டில் தத்து என்று அடிவயத்தைக் கலக்கியதால் தானே வன்னியராயனை களவு செய்ய வெளியில் விடாமல் தாய் தடுத்தாள்.

'புத்து மண்ணும்' விபூதியும் எத்தனை நாள் தத்துக்கு காவல் நிற்கும்.

சூரிய உதயத்துக்கு முன்னயே தாசிமார் வீட்டுக்கதவை திருநெல்வேலி சில்லாவை ஆண்ட வடமலையப்ப பிள்ளை அரண்மனை ஆட்கள் தட்டி விட்டார்கள்.

கன்னம் போடத் தெரிஞ்சவனுக்கு தடயம் அழிக்க நினைப்பில்லை. களவு செஞ்சது காந்திமதி வடிவாள் ஆபரணமில்லையா? உலகம் காக்கிற தேவி. ஊர்க்கள்ளனை புடிக்க முடியலைன்னா கோயில் வாசலுக்கு எந்த நம்பிக்கையில யாரு போவார்.

பரண்ல ஒழிச்சுக்கிடந்த கருவூல ஆபரண மூட்டையை எடுத்து வன்னியராயனை கையும் களவுமாகப் பிடித்து இழுத்து வடமலையப்ப பிள்ளையிடம் கொண்டு போய் நிறுத்த, 'கருசக்குளம் கொண்டு போயி வடக்கு முகமா நிறுத்தி கழுகுக்கு வெட்டிப் போடுங்கடா'ன்னு உத்தரவு போட்டுட்டாரு.

கொல்லைப்புற வழியா தப்பிச்சு ஓடிப்போன தாசிமாரு ரெண்டு பேரும் மனசு தாங்காமத் தான் கருசக்குளத்து படுகளத்தில வேற வேசத்தில வந்து நின்னு புலம்பிக் கொண்டிருந்தார்கள்.

அப்போது குலை பதறும் கோரமான அலறலோடு சற்று தூரத்தில் ஒரு மூதாட்டி தலைவிரி கோலமாக ஓடி வந்து கொண்டிருந்தாள்.

வேங்கை நாய் முன்னடக்க, வெள்ளை நாய் பின்தொடர, காரி நாய் முன்னடக்க, கறகரை நாய் பின்தொடர, 'அய்யோ நாம் பெத்த மவராசா' என்று வன்னியராயன் சடலத்தில் பொத்தென்று விழுந்து அரற்றினாள்.

கருப்பைக்குள் உதிரம் ஊட்டிய பெற்ற தாய்க்கு தன் பிள்ளையோட ரத்த வாடை தெரியாமல் போய் விடுமா? வன்னியராயன் ரத்தச் சேறில் புரண்டு ஓடிய நாய் தந்த குறிப்பில்தான் அவள் அங்கே வந்திருக்கிறாள் என்பது எல்லோருக்கும் தெரிந்தது.

நிலம் பிளக்க அழுது புரளும் தாயைப் பார்த்து கருசக்குளத்து காத்து கருப்புகூட பதிலின்றி பிரேதம்போல இருந்தது.

"அய்யோ எம்மவனே உனக்கு எருவோ தலகாணி. எருக்கலையோ பஞ்சு மெத்தை. எங்குடும்பியில பத்துன தீ அவன் கோட்டையில பத்திடாதோ... என் அடிவயிற்றில பத்தின தீ அவனோட அரமனையில பத்திடாதோ.."

உருண்டு கிடக்கும் தலையையும் 'இந்த சண்டாளக் கொடுமையை கேட்க நாதி இல்லையான்னு' நீண்டு கேட்கும் கைகளுடன் முண்டமாகக் கிடக்கும் பெற்ற மகனைப் பார்க்க எந்தத் தாய் பொறுப்பாள்.

மனசு தாங்காத முடிவாக நாக்கில் சீலை சுத்தி இழுத்து தற்கொலை செய்து கொண்டாள் வன்னியராயன் ஆத்தா.

விளையாட்டுக்களவும் நெசச்சாவுமாக அந்தக் கருசக்குளத்தில் நடந்து போன உச்சி வெயில் கோர சம்பவம்.. உறைந்து போன

ரத்தச்சோறு... வன்னியராயன் வெட்டுப்பட்ட எட்டாம் நாளிலிலேயே அதுக்கெல்லாம் வந்தது வினை கருசக்குளத்துக்கு.

மாண்டு போன வன்னியராயனுக்குள்ளிருந்து தேவதையம்சம் வெளிப்படுத்தப்பட வேண்டுமே! ஊரெல்லாம் பாரி வேட்டையாடி னான். ஆதாளி, அட்டா துட்டி, ஆங்காரம், வயற்காட்டில், வீட்டு வாசலில், களத்துமேட்டில் எல்லா இடத்திலும் ஆர்ப்பாட்டம்.

சோறுகட்டி ஊரு ஊராய் போய் குறி கேட்டார்கள். வடமலையப்ப பிள்ளைக்கும் தலைவலி உண்டாச்சு.

'எல்லாமே வெட்டுப்பட்ட வேந்தன் வன்னியராயன் தேவதை யோட வேலைதான்.'

நிலையம் போட்டு குடை கொடுத்தா
நிம்மதியா தூக்கம் வரும்

வடமலையப்ப பிள்ளை ஆண்ட காலத்தில் எத்தனையோ பேருக்கு சிரச்சேதம். மாண்டவர் எல்லோருமே தேவதையாகி விட முடியாது. நட்சத்திரங்களைப் போல அதுவும் கணக்கீடு. காவல் பூண்ட சாதி கருசக் குளத்து சனங்களுக்கும் காவல் தெய்வமாக ஒரு சம்மதம் வேண்டும்.

அச்சமுடன் கல் நட்ட வணங்க, கைகளில் வல்லயமும் சக்கரமும் கம்பும் தாங்கி, வல்லா வட்டும் மார்பில் புரள... ஏத்தாப்பு துணியோடு வன்னியராயன் ஆவி அன்று சாமியாகி காவல் நின்றது.

ௐ

43. வால்மிகியும் கருப்பண்ணசாமியும்

வால்மிகி தர்ப்பையைக் கிள்ளிப் போட்டு அதற்கு உயிர் கொடுக்க, அதுவே கருப்பண்ண சாமியானது என்பது ராமாயணத் தகவல்.

ஸ்ரீவீரபத்திரருக்கும் சண்டிக்கும் பிறந்த குழந்தை கருப்பசாமி என்றும் சொல்வார்கள்.

நின்ற கோலம், அமர்ந்த கோலம், குதிரையின் மீதேறி புறப்படும் கோலம் இப்படி பல்வேறு நிலைகளில் பல கோயில்களில் காட்சி தருகிறார் கருப்பசாமி.

கம்பீர உருவம், தலைப்பாகை இடையில் கச்சை, மிரட்டும் விழிகள், முறுக்கிய மீசை மற்றும் கையில் அரிவாளுடன் கோயில் கொண்டிருப் பார். பெரும்பாலும் சுக்குமாந்தடியுடன் அவர் அருள்புரிவதை தரிசிக்கலாம்.

கருப்பசாமியின் மனைவி கருப்பாயி. மகன் கண்டன. அண்ணன் முத்தண்ண கருப்பாமி, தம்பி இளைய கருப்பு. தங்கை ராக்காயி.

ஸ்ரீ அய்யப்பனுக்கும், கருப்பசாமிக்குமான தொடர்பை ராங்கியம் கருப்பர் திருத்தாண்டகத்தின் முதல் பாடல் சொல்கிறது.

சபரிமலை அய்யப்பனுக்கு துணையாகத் திகழ்கிறார் கருப்பசாமி என்ற தகவல் புராணங்களில் உண்டு. சுவாமி அய்யப்பன் மகிஷியை வதம் செய்யப் புறப்பட்டபோது சிவபெருமான் தனது அம்சமாகிய கருப்ப சாமியை அழைத்து அய்யப்பன் சிறு வயதினன். அவனது படைக்கு நீ சேனாதிபதியாக இருந்து அவன் வெற்றி பெற உதவி செய் எனக் கட்டளை இட்டாராம்.

அவ்வாறே அய்யப்பனின் வெற்றிக்கு உறுதுணையாக இருந்த கருப்பசாமி சபரிமலையில் 18ம் படியின் அருகே வலப்புறத்தில் பதினெட்டாம் படிக் கருப்பராக சன்னதி கொண்டிருக்கிறார்.

முந்திரி நைவேத்தியமும், கற்பூர வழிபாடும் இவருக்கு விசேஷம். அய்யப்பனை தரிசிக்கச் செல்பவர்கள் கன்னி மூல கணபதியை வழிபட்டு பாபர் மற்றும் கருப்பசாமியிடம் அனுமதி பெற்றே 18ம் படிகளில் ஏறுவார்கள்.

கண்கண்ட தெய்வமாம் கருப்பர் பூஜைக்கு சுத்தமான நபர்களையே அனுமதிக்க வேண்டும். பூஜையில் அமர்ந்ததும் திருவிளக்கு ஏற்றி வைக்க வேண்டும்.

கருப்பண்ண சாமிக்கு உகந்த படையல் பொருட்கள் சர்க்கரைப் பொங்கல், அவல், பொரிகடலை, மாம்பழம், வாழை, பலா, கொய்யாப் பழம், மற்றும் இளநீர் முதலியனவாகும்.

ௐ

44. அழகர்மலைக் காவல்சாமி பதினெட்டாம்படி கருப்பன்

மதுரை அழகர் கோயிலை காவல் காத்துக் கொண்டிருக்கும் மிகவும் சக்தி வாய்ந்த தெய்வமாக இங்கு வீற்றிருப்பது 18ம் படி கருப்பண்ணசாமி கோவிலாகும்.

இப்பகுதியைச் சேர்ந்த மக்கள் இந்த கருப்பசாமி மேல் மிக்க பக்தி கொண்டு மிகவும் பயபக்தியுடன் வணங்கி வருகின்றனர்.

அநியாய அக்கிரமங்கள் செய்தால் கருப்பண்ணசாமி கேட்பார் என யாவருக்கும் பயமும் பக்தியும் அதிகம்.

வளம் மிக்க கேரள தேசத்தை ஆட்சி செய்து வந்த அரசன் ஒருவன், ஒருமுறை பாண்டிய நாட்டிலுள்ள திருமாலிருஞ்சோலை என்னும் திவ்விய தேசமான அழகர் கோயில் வந்தான்.

பள்ளி கொண்ட அழகே உருவான கள்ளழகரை தரிசித்தான். அழகரின் அழகைக் கண்ட அந்த அரசன் அதை உருவேற்றி சக்தியேற்றி தம் தேசமான கேரளாவுக்கு கொண்டு செல்லத் திட்டமிட்டான்.

நாடு திரும்பிய அரசன் மந்திர தந்திரங்களில் நன்கு தேர்ச்சி பெற்ற 18 கேரள மந்திரவாதிகளை தேர்வு செய்து அழகரின் சக்தியை எடுத்து

அழகரை கேரளம் தூக்கி வரும்படி கட்டளையிட்டான். பதினெட்டு மந்திரவாதிகளும் மன்னனின் கட்டளையை நிறைவேற்ற அழகர்மலை வருவதற்கு ஆயத்தமானார்கள்.

பதினெட்டு மந்திரவாதிகளுக்கு காவலாக மலையாள தேசத்தின் காவல் தெய்வமான கருப்பு வெள்ளை குதிரை மீதேறி அவர்கள் முன்னே சென்றது. காவல் தெய்வத்தின் பின்னே இவர்கள் அழகர் மலை நோக்கி புறப்பட்டனர்.

அனைவரும் அழகர் மலையை அடைந்தனர். அழகர் மலையை அடைந்த காவல் தெய்வம் அழகரின் அழகில் மயங்கி தன்னை மறந்து நின்றது.

அழகரின் அழகிய தங்க ஆபரணங்களை கண்ட 18 மந்திரவாதிகளும் தன்னுடன் வந்த காவல் தெய்வத்தை மறந்து ஆபரணங்களையும் அழகரையும் தூக்கிச் செல்லும் எண்ணம் கொண்டு கருவறை நோக்கிச் சென்றனர்.

இவர்களின் கெட்ட நோக்கத்தை அறிந்த அடியார் இருவர் ஊரில் உள்ள மக்களிடம் சொல்ல, மக்கள் அனைவரும் திரண்டு வந்து அந்த 18 பேர்களையும் கொன்று களிமண்ணால் படிகள் செய்து படிக்கு ஒருவராக பதினெட்டு படிகளிலும் பதினெட்டு பேர்களையும் புதைத்தனர்.

தன்னிடம் மயங்கி நின்ற காவல் தெய்வத்திற்கு கருணை புரிய இறைவன் கருணை கொண்டார். காவல் தெய்வம் கருப்பசாமிக்கு காட்சி தந்து அருள்புரிந்து, வரம் தந்து, என்னையும் மலையையும் காவல் புரிந்து வருவாய் என்று அருள்புரிந்தார்.

காவல் தெய்வமான கருப்பசாமி இம்மலையில் தங்கி இருந்து அழகர் மலையை இன்று வரை காத்து வருவதாக நம்பிக்கை உள்ளது.

காடு வீடெல்லாம் முன்னோடியாய் காவல் புரிந்து மக்களைக் காப்பாய் என இறைவன் கட்டளையிட்டார்.

பதினெட்டு பேருடன் வந்த தெய்வமாதலால் பதினெட்டு படிகளின் மீது நின்று காவல் தெய்வமாக காட்சி தந்தார்.

ஒருநாள் கோவில் பட்டர் கனவில் தோன்றிய கருப்பசாமி, திருமால் பள்ளி கொண்ட திருவாயிலையும் மலையையும் காப்பேன். திருமாலின்

அர்த்த ஜாம பூஜை பிரசாதங்களை தனக்கு படைக்குமாறு வேண்ட, அன்று முதல் அழகருக்கு படைக்கப்படும் அர்த்த ஜாம பூஜை பிரசாதங்கள் பதினெட்டாம்படி கருப்பசாமிக்கு படைக்கப்படுகிறது.

ஒரு சமயம் பெரியாழ்வாருடன் இத்தலத்திற்கு விஜயம் செய்த ஆண்டாள் பதினெட்டு படிகளைக் கண்டு வியந்ததாக கர்ண பரம்பரைக் கதை தெரிவிக்கிறது.

ஒவ்வொரு நாளும் அழகர் மலை கோவில் பூட்டப்பட்டதும், கதவின் சாவி பதினெட்டாம்படி கருப்பசாமியின் முன்பு வைத்து விட்டு செல்வது வழக்கம்.

மறுநாள் காலை கோவில் திறக்கும் முன் பட்டர் கருப்பசாமியிடம் பெற்றுக் கொண்டு கதவை திறக்கும் சம்பிரதாயம் இன்று வரை நடைபெற்று வருகிறது.

சித்திரை திருவிழாவிற்கு அழகர் மதுரைக்கு புறப்படும்போது, மதுரையிலிருந்து கோயிலுக்குத் திரும்பும்போதும், அழகர் அணிந்த நகைகள் எண்ணப்பட்டு அந்தப் பட்டியல் பதினெட்டாம்படி கருப்ப சாமி முன்பு படித்து காட்டப்படும்.

கோயில் நகைகளை காவல் தெய்வம் கருப்பசாமியே பாதுகாத்து வருகிறார் என்பது பல காலமாக தொடர்ந்து வரும் நம்பிக்கை.

இன்று வரை இந்த நடைமுறை வழக்கத்தில் உள்ளது. கள்ளழகருக்கு காவல் புரியும் கருப்பண்ணசாமியை மக்கள் தங்கள் குல தெய்வமாகக் கொண்டு வழிபட்டு வருகின்றனர்.

இன்றும் பதினெட்டாம்படி கருப்பசாமி முன் பல வழக்குகள் தீர்க்கப்பட்டு வருகின்றன. கருப்பசாமியிடம் முறையிட்டால் நிச்சயம் நியாயம் கிடைக்கும் என்பது மக்கள் கொண்டுள்ள அசைக்க முடியாத நம்பிக்கை.

அழகர் கோயிலில் காவல் தெய்வமாக நின்ற கருப்பசாமி, பின்னாளில் மதுரையை ஆண்ட பாண்டிய மன்னர்களுக்கு காவல் தெய்வ மாக இருந்து வந்தார் என்பது சிறப்பு.

ௐ

45. சிவனணைஞ்ச பெருமாள்!

"வண்ணாத்தியோடவே வாழாமலென்னை மறித்தால்
வால சன்யாசியைப் போலவே போவேன் மலைமேலே"

தென்காசி அரண்மனைக் கோட்டையே அதிர்ந்தது போலிருந்தது சிவனணைஞ்ச பெருமாள் கூறியபோது.

வலங்கைக் குலத்தில் உதித்த தென்காசி செங்கோட்டை மன்னன் செம்பவளராசன் கைப்பற்றியிருந்த திரைச்சீலை இருளைக் கிழித்தது போல கிழிந்தது. அவ்வளவு மன இறுக்கம் அவனுக்கு.

ராணி பொன்னுருவிக்கு கணவனின் ஆத்திரம் எத்தகைய அசுர பாவணைகளை அந்த நேரத்தில தோற்றுவிக்கப் போகிறதோ என்று அஞ்சி நடுக்கம் ஏற்பட்டது.

கணவனை அறியாதவளா ராணி பொன்னுருவி?

தென்காசி மன்னன் சீவலமாறனின் தங்கை பொன்னுருவியை தென்காசியின் செங்கோட்டை பகுதியை ஆண்ட செம்பவளராசன் பெண் கேட்டபோது, அவனுடைய மூர்க்கக் குணம் அறிந்து தானே முதலில் பெண் தர மறுத்தான் சீவலமாறன்.

கோபம் இருக்கும் இடத்தில்தான் குணம் இருக்கும் என்று மனதைத் தேற்றிய பின்தானே தங்கையை மணம் முடித்துக் கொடுத்தான் சீவலமாறன்.

கணவனின் இப்போதைய கோபம் ஆதாரமில்லாத ஒன்றல்லதான். இருந்தபோதிலும் பெற்ற பாசம். எத்தனை தவமிருந்து, தலம் சுற்றி, மலை சென்று, மலைக்குறத்தி குறிசொல்லி, கோயில் கட்டி சிவன் தந்த பிள்ளை சிவனணைஞ்ச பெருமாள்.

வலங்கைக் குலம் சிறக்க வந்துதித்த வானவராயன் தன் மகன் என்று தானே மன்னன் செம்பவளராசனும் அவன் கல்லாத பயிற்சி இவ்வுலகில் ஏதும் இருக்கக் கூடாது என்று கற்கச் செய்தான்.

இருளப்பராயன் பணிக்கன் என்பவரை வரவழைத்து ஆயுதப் பயிற்சி, சிலம்பு, அடவுமுறை அத்தனையும் கற்றுத் தரச் செய்தான்.

அவனா இத்தகைய அபகீர்த்தியை மன்னனுக்கு ஏற்படுத்த மூர்க்க மாக இருக்கிறான்.

"மன்னவரே, சிவனணைஞ்ச பெருமாளுக்குப் பெற்றவர்களாகிய நாம் தான் சிந்திக்கச் சில நேரம் தர வேண்டும். அவன் வயது அப்படி. சற்று ஆத்திரம் அடையாமல் தயவு செய்து பொறுமை காக்க வேண்டும்."

மகனுக்காகத் தாய் மன்னனிடம் மன்றாடிக் கொண்டிருந்தாள். எதுவும் பேசாது மரம்போல் ஓர் மூலையில் நின்று கொண்டிருந்த சிவனணைஞ்ச பெருமாள் அந்த நெடிய இடைவெளியைப் பயன் படுத்திக் கொண்டு அரண்மனையை விட்டு வெளியேறினான்.

மறக்கக் கூடிய மண்ணுலக மங்கையா சின்னணைஞ்சி? துணி வெளுக்கும் துவரவண்ணார் குலத்தின் சடையன் மகள் என்பதற்காக அவள் மீதான காதலை அழுக்கு நீக்கி வெளுத்துவிட முடியுமா என்ன!

ஒரு நாள் தெருவில் குதிரையில் சென்று கொண்டிருக்கும்போது தற்செயலாகத்தான் சின்னணைஞ்சியைப் பார்த்தான், சிவனணைஞ்ச பெருமாள். அப்படி ஒரு நெஞ்சைப் பிளக்க வைக்கும் அழகு!

வீடு வீடாக வெளுத்த துணிகளைக் கொடுப்பதும் அழுக்குத் துணி மூட்டைகளை எடுத்து அனாயாசமாகத் தூக்கியபடி துருதுருவென அவள் ஊருக்குள் வளையம் வருவதைப் பார்த்துவிட்டு அவள்மேல் மாறாத

மையல் கொண்டு விட்டான்.

குதிரையேறி அவள் செல்லும் தன்னந்தனி வழியில் தினமும் மடக்கி வம்பு செய்தான். தன்னுடைய பொங்கும் காதலை அவள் அறியும்படி வெளிப்படையாகக் குளத்தங்கரையில் ஒருநாள் வெளியிட்டபோது அவள் அதிர்ந்து போன பாவணையாய் நின்றாள்.

''அரண்மனையில இருக்கறவங்க மனசுல இவ்வளவு அழுக்கு இருக்கும்னு எனக்குத் தெரியாம போச்சு. நான் ஊருக்கு அழுக்கு எடுக்கற வண்ணாத்தி, நீங்க ராசாவூட்டுப் புள்ளை. எம்மேல வச்ச ஆசையை வெளுத்திடுங்க... இது நெலைக்காது. சாயம் போயிடும்!''

அன்று அதோடு முடிந்து விட்டது. அவள் வண்ணான் துறைக்குள் மறைந்து போய் விட்டாள்.

“விதித்த பிரமனுக்கேது செய்தாளோ
வெளுத்தெடுப்பான் குலத்தில் படைத்தாரே”

என்று அவள் அழகில் புத்தி பேதலித்து இரவெல்லாம் தூக்கமின்றி கண் சிவந்தான் இளவரசன்.

மறுநாள் அதிகாலையிலேயே சின்னணைஞ்சியைக் காண மனம் தேடி அலைந்தது.

நண்பர்களுடன் இளவரசன் சின்னணைஞ்சியைத் தேடி வண்ணாந் துறைப் பக்கம் அலைந்து அவளைத் தனியே கண்டான்.

சட்டென்று அவள் கையைப் பற்றிக் காதலுக்காகக் கெஞ்சியதும் நடுங்கிப் போனாள் அவள்.

“அய்யோ! இது என்ன அக்கிரமம். ஊருக்கு வெளுக்கற பெண்ணை உள்ளூர் இளவரசன் கை தொட்டு இழுப்பதா?”

“முருகன் குறத்திப் பெண்ணைத் தொடவில்லையா சின்னணைஞ்சி? அது மாதிரிதான் இதுவும்.”

“முருகன் ஒன்றும் அடுத்தவன் பெண்சாதியைப் பிடிச்ச இழுக்கலை” என்று படக்கென கையை உதறினாள் சின்னணைஞ்சி.

இளவரசன் முகம் குழம்பிப் போய் அவளை நிமிர்ந்து பார்த்தான்.

“நான் மாடவண்ணான் பொஞ்சாதி.”

இப்பொழுது சின்னணைஞ்சியின் முகத்தில் ஒரு கோபக் குறியோடு அந்த வார்த்தை விழுந்ததும் இளவரசன் தேகம் ஒருமுறை உள்ளுக்குள் அதிர்ந்து அடங்கியது.

“அதலாலென்ன? அழகை யாரும் ரசிக்கலாம். அனுபவிக்கலாம். தடை ஏதுமில்லை. நான் உன்னை உயிருக்கு உயிராகக் காதலிக்கிறேன். என்கூட வந்திடு!”

சிவனணைஞ்ச பெருமாள் புத்தி நிதானத்தில் தான் பேசுகிறானா என்று ஆழமாய் ஊடுருவிப் பார்ப்பதுபோல ஒரு பார்வையை வீசி விட்டு, ‘தர்மம் நியாயம் தாண்டி உடம்பு சொகம் எங்கயும் கிடைக்காது சாமி’ என்று கூறிய சின்னணைஞ்சி விடுவிடுவென நடந்து விட்டாள்.

ஆனால் துச்சமாக அவள் பார்த்த பார்வையே சிவனணைஞ்ச பெருமாளுக்குள் திரும்பத் திரும்ப கனல் ஏற்ற போதுமானதாய் இருந்தது. சின்னணைஞ்சி இன்னும் தனக்கு நெருக்கமாகி விட்டதுபோல் உணர்ந்தான்.

பொன்னும் பொருளும் நிலமும் நீச்சும் வேண்டிய மட்டும் தருவ தாகவும் அதற்குப் பதிலாக சின்னணைஞ்சியைத் தன்னுடன் அனுப்பி வைக்க அவள் வீட்டிற்கு நண்பனைத் தூது அனுப்பினான் சிவனணைஞ்ச பெருமாள்.

ஆனால் அதிலும் தோல்விதான். இவையனைத்தும் அரண்மனைக்குத் தெரியாத தொடர்கதையாய்...

தூக்கம் மறந்தான் இளவரசன். ‘கிட்டாதாயின் வெட்டென மற’ எனும் மூதுரை மறந்தான்.

எப்படியும் அவளை அடைய என்ன வழி என்று யோசித்தபோது சிறுக்கன் எனும் அவனது நண்பன் வசிய மருந்து வைத்து அவளை மயக்க வைக்கும் யோசனையைக் கூறினான். காமம் மூடிய நெஞ்சில் ஒழுக்க நெறி ஆழத்துள் போய் ஒளிந்து கொள்ளத்தான் செய்யும்.

சிவனணைஞ்ச பெருமாள் வசியம் செய்ய சம்மதித்தான். அவனே மூலிகை மலைக்குச் சென்று மாந்திரீயனிடம் வசிய மை வாங்...

வண்ணார் துறையில் பலகாரம் விற்பவன் போல ஒருவனை அனுப்பி சின்னணைஞ்சிக்கு வசிய மை தடவி பலகாரத்தைத் தின்னச் செய்தான்.

நான்காவது வேதமாகிய அதர்வனத்தின் மாந்திரீக மை வித்தை செல்வாக்குப் பெற்றிருந்த காலக்கட்டத்தில் இளவரசன் சதி ஜெயிக்கவே செய்தது.

சிவனணைஞ்ச பெருமாள் ஒளிந்திருந்த மலைக் குகைக்கு வசிய மை சின்னணைஞ்சியை இழுத்து வந்தது.

மாந்திரீய வலையில் சிக்கிய பாவையாகக் கடைசியில் இளவரச னிடத்தில் துவர வண்ணார் குலத்து மங்கை தோற்றுப் போனாள்.

"வெறுத்தவரை உறவாக்கும் மேகவர்ணப்பச்சிலையும்
....
கூடிப்பிரியாத நல்ல கோங்குமர பிசினும்
நல்ல புருசனை மறந்து நடுநடுக்களா மடுத்தவரும்
கைப்பிரளி மூளிகையுங் கையறுத்தான் பச்சிலையும்"

எல்லாம் வசியமாகி மலைக்குறவ மாந்திரீயன் வேலையை மனதுக்குள் மெச்சிக் கொண்டான் இளவரசன்.

சின்னணைஞ்சியும் சிவனணைஞ்ச பெருமாளும் உலகம் மறந்த பேரின்பத் தம்பதியராய் குகைக்குள் கிடந்தனர்.

இளவரசன் சின்னணைஞ்சியைக் காதலிக்கிறான் என்ற அரசல்புரசலான செய்தியால் ஏற்கனவே கொதித்துப் போயிருந்த அரசன், அன்று காலை வண்ணார்துறையே ஒன்று திரண்டு வந்து அரண்மனை வாயிலில் தலைகுனிந்து கண் கலங்கி நின்றதில் ஆடிப் போய் விட்டான். ஏதோ விபரீதம் நிகழ்ந்து விட்டது என்பது மட்டும் புரிந்தது.

"ராசா.. எங்க சாதி பொறப்பு மாடவண்ணான் பொஞ்சாதி சின்னணைஞ்சியை நாலுநாளா காணலை.. எப்படியாவது நீங்கதான் எங்களுக்கு மீட்டுத் தரணும்."

குற்றச்சாட்டை நேரிடையாகச் சொல்லாமல் நாசூக்காக அவர்கள் விழுங்கி விழுங்கிச் சொன்னார்கள்.

சின்னணைஞ்சியை இழுத்துக் கொண்டு போய் மலைக் குகையில் மனைவியாக ஆக்கிக் கொண்டு விட்டான் இளவரசன் என்ற தகவல்

அவர்களுக்குத் தெரிந்து போய் விட்டது. ஆனாலும் அந்த அவமானச் சொல் மன்னனைப் பொறுத்தமட்டில் மகுடம் பறிக்கும் அகௌரவத்திற் குரிய சொல்லாகி விடுமே என்று பயந்தார்கள்.

ஆனால் அரசன் அந்த மறுபாதியை யூகித்துக் கொண்ட மாத்திரத்தில் முகமெல்லாம் வியர்வை அரும்பிப் போய் "எப்படியும் உங்கள் பெண் இன்று இரவுக்குள் வீடு வந்து சேருவாள்" என்று மட்டும் அவர்களிடம் கூறி விட்டு தலை குனிந்தவாறு அந்தப்புரத்துக்குள் நுழைந்தான்.

அதற்கு மேல் அவர்களிடம் அங்கு நின்று விசாரணை செய்தால் உயிர் விடும் அவமானம் தனக்கு நேரும் எனப் பயந்து உள்ளே போனது போல்தான் தெரிந்தது.

கோபத்தின் எல்லையில் இனியும் பொறுப்பதில்லை என்று மந்திரியை அழைத்து மகனை இழுத்துவர ஆணையிட்டான் மன்னன்.

'ஆசை கொண்டாய் வேப்பங்காய்மேல்
தீர்த்தமாடி அழுகையும் தொடுவையோ சீச்சீ...'

என்று மந்திரி இளவரசனிடம் உபதேசம் செய்த பாங்கு அவன் உச்சி மயிரைப் பற்றி ஆட்டியது போலிருந்தது.

உடைவாளை சட்டென்று உருவி மந்திரியின் மார்பில் வைத்து, "உன் அரசனிடம் போய்க் கூறு, சின்னணைஞ்சிதான் என் மனைவி. இவளோடு தான் இனி என் குடும்ப வாழ்க்கை. தொட்டவள் தன்னையும் விட்டு விட்டால் வெகுதோசம் என்று கூறு" என மிரட்டி அனுப்பி வைத்தான்.

சின்னணைஞ்சியுடன் உறவு கொண்ட மாத்திரத்தில் இவளைத் தவிர இப்பிறவியில் வேறு எவளும் மனைவி இல்லை என உறுதியாய் நின்றான் இளவரசன்.

தென்காசி மன்னனும் இளவரசனின் மாமனுமாகிய சீவலமாறன் இச்செய்தி கேட்டு மிகவும் மூர்ச்சையாகிப் போனான். தன் மகள் இன்பக் கனியை அவன் எப்படியும் மணந்து கொள்வான் என்று முழுமையாக நம்பியிருந்தான். மருமகன் இப்படி ஒரு கீழான வாழ்க்கைக்குப் பலியாகிக் கிடக்கிறானே என்று கோபம் கொண்டான்.

தென்காசி மன்னன் சீவலமாறனும், தென்காசி செங்கோட்டை மன்னன் செம்பவளராசனும் படையோடு மலைக் குகைக்குச் சென்று

சிவனணைஞ்ச பெருமாளைத் தேடினர்.

"மருமகனே! சிவனணைஞ்ச பெருமாளே! நான் சொல்வதைக் காது கொடுத்துக் கேள். கீழ்சாதி சகவாசம் உனக்கு வேண்டாம். என் மகள் இன்பக் கனியை மணந்து கொள். தென்காசி மன்னனாக்குகிறேன்!"

சீவலமாறன் முதலில் மிகவும் பவ்வியமாகததான் கெஞ்சிக் கேட்டுப் பார்த்தான்.

"சின்னணைஞ்சி இல்லாத வாழ்க்கை என்னால் நினைத்துக் கூடப் பார்க்க முடியாது. இதுவே என் முடிவு!" எனக் கூறினான்.

நெஞ்சை நிமிர்த்திக் கொண்டு அவன் அழுத்திச் சொன்னதும் சீவல மாறன் மருமகன் என்றும் பாராமல் அவனை வெட்டிக் கொல்லும்படி ஆணையிட்டான்.

சிவனணைஞ்ச பெருமாளைக் கட்டி இழுத்து கழுமரம் ஏற்றும் களத்துக்குக் கொண்டு வந்தனர். அவன் தாயும் சுற்றமும் மக்களும் கூடி நின்று கண்ணீர் சொரிந்து சிவனணைஞ்ச பெருமாளுக்கு நேரப் போகும் சோகம் தடுக்க எவ்வளவோ முனைந்தும் சீவலமாறன் கோபம் அடங்க வில்லை.

"அவனது இறப்பு சாதீய சமூக அமைப்புக்கு ஒரு பாடமாக அமை யட்டும்! அவனைக் கழுவிலேற்றி வெட்டுங்கள்" என்று ஆணையிட்டான்.

தலையாரி சிவனணைஞ்ச பெருமாளைக் கழுவிலேற்றி வெட்டியதும் அந்த இடத்திலேயே சின்னணைஞ்சியும் உயிர்வாழத் துணியாது இறந்து போனாள்.

வரலாற்று ரீதியான ஒரு கருத்து வலிமையைத் தொடர்ந்து காலங் காலமாக மண்ணுலக மாந்தர்களால் அது வணங்கப்பட வேண்டும் என்ற கருத்தும் அச்சம் கலந்த எச்சரிக்கை உணர்வும் சிவனணைஞ்ச பெருமாள் மற்றும் சின்னணைஞ்சிக்குப் பீடமிட்டு பூசனை செய்யப்படுவதிலிருந்து நம்மால் புரிந்து கொள்ள முடிகின்றது.

ॐ

46. கால சம்ஹாரி மயான மாகாளி

மகாகாளி மாந்திரீக சக்தியின் ஒட்டுமொத்த அடையாளமாக உருவகப்படுத்தப்படுகிறாள்.

கால சம்ஹாரியான காளிதேவி நடனமாடும் இடம் ருத்ர பூமி எனப்படும் மயானமாகும்.

இங்கு எலும்புத்துண்டுகள் சிதறிக் கிடக்கின்றன. அங்கும் இங்கும் பிணங்கள் எரிந்து கொண்டிருக்கின்றன.

சிதைந்த பிணங்களைத் தின்பதற்கு நாயும் நரியும் திரிகின்றன. கழுகுகள் வானத்தில் வட்டமிட்டுக் கொண்டிருக்கும் இத்தகைய கோரக் காட்சிகள் தரும் சுடுகாடு எங்கும் நிறைந்துள்ள பிரபஞ்சமே.

பிரபஞ்சம் முழுவதும் நிகழ்ந்து வரும் அத்தனை அழிவுச் செயல்களை யும் உள்ளது உள்ளபடி காட்டுவதே காளியின் இந்த ஊழித் திருநடனம்.

அவளே பிரம்மதேவனின் படைப்பாற்றலும் திருமாலின் காக்கும் ஆற்றலும் ருத்திரனின் அழிக்கும் ஆற்றலும் ஆக பராசக்தியாக இருக்கின்றாள்.

பிரபஞ்சம் முழுவதும் அவள் புரியும் திருநடனமே அணு முதல் அண்டங்கள் வரையுள்ள அத்தனை கோடி படைப்புப் பொருள்களின் இயக்கங்களும் ஆகும்.

அவளது திருநடனம் ஒரு நொடி நின்றாலும் மும்மூர்த்திகளும் செயலற்றுப் போய் விடுவார்கள். எல்லா இயக்கங்களும் அண்டம் முழுவதும் அசைவற்று நின்று விடும்.

இந்தத் திருநடனத்தை விளக்குவதே அவளது உருவங்கள். அவளது உருவங்களிலேயே அன்னையை முழுமையாக வெளிப்படுத்துவது காளியின் வடிவமே ஆகும்.

காளிதேவி கருநீல நிறமுடையவள். விரித்த சடையினள். மூன்று கண்களையும் இரத்தம் சொட்டும் நாக்கையும் உடையவள். மண்டை ஓடு களை மாலையாக அணிந்துள்ளவள். மனிதத் தலைகளையும் கைகளையும் இடுப்பைச் சுற்றி ஆடையாக அணிந்துள்ளவள்.

ஆயுதம் தாங்கிய பத்துக் கரங்களுடன் காட்சியளிக்கிறாள். வலக்கரங்களில் சக்கரம், அரிவாள், வாள், திரிசூலம், கதை ஆகிய ஆயுதங் களையும் இடக்கரங்களில் சங்கு, வில்-அம்பு, வெட்டிய தலை, தலையி லிருந்து சொட்டும் ரத்தம் நிறைந்த கிண்ணம், கேடயம் ஆகியவற்றைத் தாங்கியவாறு மயான பூமியில் சிவன் போலும் நடனம் புரிகின்றாள்.

பிரபஞ்ச முழுவதிலும் வானம் நீல வண்ணமாகவே காட்சியளிக் கிறது. அனைத்து அண்டங்களும் வானவெளியிலேயே இயங்குகின்றன. பிரபஞ்சம் முழுவதுமே அவள் இருப்பதைப் புலப்படுத்துவதே அன்னையின் நீலத் திருமேனி.

பஞ்சபூதங்களில் ஆகாயம் சக்தியின் வடிவமே என்பதையும் அவளது நீல நிறம் உணர்கிறது. எல்லா அண்டங்களும் அவளுக்குள் அடங்கி யுள்ளது. அதனால்தான் அன்னையை அகிலாண்டேசுவரியாக வழிபடு கிறோம்.

அன்னையின் ஒளிவீசும் கருங்கூந்தல் நாற்புறமும் விரிந்து காற்றில் பறப்பதுபோல் காட்சியளிக்கிறது. அத்தோற்றப் புயலும் மழையும் போர் முழக்கம் கொண்டு ஊழிக் கூத்தாட்டுவதுபோல உள்ளது. இது காற்றும் நீரும் அன்னையின் மென் முடியில் பட்டுப் பட்டே செயல்படுகின்றது என்பதைக் காட்டுகின்றது.

முக்கண்ணியைத் தொழுபவர்களுக்கு ஒரு தீங்கும் இல்லை என்கிறார் அபிராமி பட்டர். அன்னையின் வலக்கண் சூரியனையும் இடக்கண் சந்திரனையும் மூன்றாவது அகக்கண்ணையும் விளக்குகிறது. இவை அன்னை தீ வடிவினள் என்பதை மட்டுமல்ல, சூரிய சந்திரர்களும் அவற்றின் கதிரியக்கத்தால் தோன்றியுள்ள பருப்பொருள்களும் உயிரினங்களும் அவரிடமிருந்தே தோன்றி அவள் திருவருளாலேயே வாழ்கின்றன என்பதை உணர்த்துகின்றன.

அன்னை மகாகாளி கால சம்ஹாரியாவாள். பிரபஞ்சத்தில் வேகமாக பரவிப் பேரழிவுகளை உண்டு பண்ணிக் கொண்டிருக்கும் பாவச் சக்திகளையெல்லாம் விழுங்கி அழித்துக் கொண்டிருப்பவள் பராசக்தி. வஞ்சகர் உயிர்களையுண்ணும் உயர் சண்டி காளி என்கிறார் அபிராமி பட்டர்.

அவள் வெட்டிய தலைகளை எல்லாம் மாலையாக அணிந்தவள். குழந்தையின் தலை முதல் முதியவர் தலை வரையுள்ள பல்வேறு வகையான தலைகள் சேர்த்துக் கட்டப்பட்டது அந்த மாயை.

இம்மாலையை அணிந்துள்ளதால் அன்னை முண்ட மாலினி என்ற பெயரால் அழைக்கப்படுகிறாள். பிரபஞ்ச உயிரினங்கள் கர்மவினையின் பயன்களை அனுபவித்து முடிந்ததும் படைத்த அவளிடமே ஒன்று சேர்ந்து விடுகின்றன என்பதை இது உணர்த்துகின்றது.

துண்டிக்கப்பட்ட கைகளையும் வெட்டுண்ட தலைகளையும் நெருக்கமாகக் கோர்த்து இடுப்பில் அன்னை ஆடையாக அணிந்துள்ளார். கைகள் ஆக்க சக்தியின் அறிகுறி.

கதாயுதம் எதையும் அடித்துப் பொடியாக்கவல்லது. கிரௌஞ்ச மலையாகவும் மேகக்கூட்டங்களாகவும் வேறு எந்த வகையான பயங்கர உருவத்துடன் வந்து ஆன்மாவைச் சூழ்ந்து துன்புறுத்தும் மாயையாகிய இருள் குகையை இடித்துப் பொடியாக்கி அழித்து ஆன்மாவை ஒளிமிக்க வெளியில் இணைத்து நித்தியானந்தம் பெறச் செய்வது அன்னையின் வலக்கரம் ஒன்றில் உள்ள கதாயுதம்.

ஆணவ மலத்தை ஒடுக்கி ஆன்மா தூய்மை அடைந்து பிரம்மத்தை லயிக்க உதவுவது அன்னையின் மேல் வலக்கையில் சுழலும் சக்கரமாகும்.

ஆணம், கன்மம், மாயை ஆகிய மூன்று மலங்கள், ஆன்மா பிரம்மத்தைக் காண முடியாமல் மறைத்திருக்கும் திரையாகும். இந்தத் திரைகளை அகற்றி ஆன்மா தன்னுள் மறைந்திருக்கும் பிரம்மத்தை உணரச் செய்வது அன்னையின் கையில் உள்ள திரிசூலம் ஆகும்.

அன்னையின் திரிசூலம் அழித்தல் கடவுளான சிவனும் தன் அம்சமே என்பதையும் உணர்த்துகின்றது.

இடையறாது பிரணவ நாதத்தை ஒலித்துக் கொண்டிருப்பது அன்னையின் இடக்கரத்தில் உள்ள வலம்புரிச்சங்கு. தானே விந்தாகவும் எழுப்பும் ஒலிய ஜீவநாதமாகவும் உள்ளது அந்தச் சங்கு. இதன் நாதவிந்து தத்துவத்திலிருந்தே பிரபஞ்சம் அனைத்தையும் படைப்பவள் ஆதிபரா சக்தியே என்பதையே உணர்த்துவது இந்தச் சங்கு.

ஓம் என்பது வில். ஆன்மாவே பாணம். பிரம்மமே இலக்கு. இடை விடாத தியானத்தினால் இலக்கை அடைய முடியும். குறியில் புதைந்த பாணத்தைப்போல ஆன்மா பிரம்மத்தில் புதையும்.

மகாகாளியின் கையில் தொங்கும் தலையில் இரத்தக் கிண்ணமும் ஒரு செய்தியை உணர்த்துகிறது. இடையிறாத இரத்த ஓட்டத்தாலேயே உஉயிர் உடலில் தங்கி உயிர் வாழ்கின்றது. இரத்தம் முழுவதும் வெளி யேறிய பின் உயிர் உடலில் தங்குவதில்லை. அன்னையின் ஒரு கையில் தொங்கும் தலை இறந்த மனித உடலின் அறிகுறியாகவும் கிண்ணத்தின் நிறையும் இரத்தம் உடலைப் பிரிந்த உயிரின் அடையாளமாகவும் உள்ளன.

அன்னையில் கையில் தொங்கும் தலை உயிர் பிரிந்த உடல் புதைக்கப் பட்டோ அல்லது எரிக்கப்பட்டோ பஞ்சபூதங்களாக மாறி இயற்கை அன்னையுடன் இரண்டறக் கலப்பதையும் அவள் கையில் உள்ள கிண்ணத்திலுள்ள இரத்தம் உடலைப் பிரிந்த உயிரும் முடிவில் அவளிடமே அடைக்கலம் புகுவதையும் உணர்த்துகின்றது.

அவளிடத்து உள்ள கேடயம் காக்கும் படையாகும். வருகின்ற ஆபத்துக்களையெல்லாம் தடுத்து நிறுத்தும் ஆயுதம் இந்தக் கேடயம் ஆகும். இக்கேடயம் காக்கும் கடவுள் கருமாரியே என்பதை எடுத்துக் காட்டுகிறது.

சிவம் என்பது எங்கும் நீக்கமற நிறைந்துள்ள பரவெளி. ஆற்றல் தங்கி செயல்படுவதற்கான ஆதார பீடம். அந்த சிவத்தின் மீது நின்றுதான் சக்தி நடனம் புரிய முடியும்.

அன்னை பராசக்தி பரவெளியாகிய ஆதாரத்தின் மீது நீக்கமற நிறைந்து ஆனந்தக் கூத்தாடுகின்றாள்.

எனவே, சக்தியை சிவத்திடமிருந்தோ சிவத்தை சக்தியிடமிருந்தோ பிரித்துணர முடியாது.

அன்னை மாகாளியின் திருவுருவைக் கவனத்துடன் கூர்ந்து கவனித்தால் அழித்தல், மறைத்தல் தொழில்களை உணர்த்தும் ஆண் தன்மைகளை வலப்புறமும், ஆக்கல், காத்தல், அருளல் முதலிய தாய்மைப் பண்புகளை இடப்புறமும் கொண்டுள்ளதே சிவசக்தி ஐக்கிய ரூபிணியாக இருப்பதை உணரலாம்.

ௐ

47. மாந்திரீக இசக்கி அம்மன்

இசக்கி அம்மன் வழிபாடு சில மாவட்டங்களில் பரவலாக இருக்கிறது. இதனை காவல் தெய்வமாக வணங்கி வருகின்றனர்.

அவரவர் தோட்டத்தில் கன்னி மூலையில் இந்த தெய்வத்தை பிரதிஷ்டை செய்து அதற்கு எண்ணெய் மஞ்சனம் என்று குங்குமம் சாத்துவார்கள். அதை குளிர்ச்சிப்படுத்துவதற்காக நல்லெண்ணெய் சாத்துவார்கள். அதற்கு சிவப்புப் பட்டு உடுத்தி அரளி மாலை அணிவிப்பார்கள்.

இந்த தேவதையானது இடதுபுறம் இடுப்பில் ஒரு குழந்தையை வைத்துக் கொண்டு இருக்கும். இதற்கு ஒரு கருங்கல் நடப்பட்டு இதற்கு பங்குனி மாதம் உத்தர நட்சத்திரத்தில் பொங்கல் வைத்து பலி கொடுத்து கொடைவிழா போல சிறப்பாக நடத்துவார்கள்.

இந்தத் தெய்வத்தை வைத்து பல மாந்திரீக வேலைகளை மாந்திரீகர்கள் செய்வார்கள்.

இந்த இசக்கி அம்மனை வசியம் செய்து சித்தி செய்து கொண்டால் ஒரு குடும்பத்திற்கு தீங்கு செய்ய நினைத்தால் அத்தனை கெடுதல்களையும் அது செய்யும்.

இந்தத் தேவதையை வைத்து மாந்திரீக வேலை செய்பவர்கள் இதற்கு வாரம் ஒருமுறை கோழி பலியிடுவார்கள். பலி கொடுக்காவிட்டால் அந்தத் தேவதை நிம்மதியாக இருக்க விடாது.

ௐ

48. அஷ்ட பைரவ சக்தி வழிபாடு

அருள் பெருக்கான அம்பிகையின் வடிவங்களில் பைரவி திருக்கோலமும் ஒன்று. 'பீரு' என்கிற வேர்ச் சொல்லில் இருந்து தோன்றிய சொல் பைரவி.

பீரு என்றால் பயம். பிழை செய்பவர்களுக்குப் பயந்தருபவளாக, அச்சமூட்டும் வடிவில் வெளிப்படுபவள் பைரவி.

இவளைத் திரிபுரா என்றும் குறிப்பிடுகின்றன தந்திர சாஸ்திர நூல்கள். பிரம்மா, விஷ்ணு, மகேசன் ஆகிய மூவராலும் பூஜிக்கப் பட்டவள் என்பதால் திரிபுரா என்று தேவதைகளால் போற்றப்பட்டவள் என்கிறது சித்தேஸ்வரி தந்திரம்.

சரஸ்வதி, லட்சுமி, காளி ஆகியோர் எவளுக்கு சரீரமாய் இருக்கிறார் களோ அவளே திரிபுரா எனப் போற்றப்படுகிறாள் என்கிறது வாராஹி தந்திரம்.

மூன்று வேதங்கள் முதல் எழுத்தைச் சேர்த்தால் உருவாகின்ற ஐம் என்கிற வாக்பவ பீஜத்தை முன்னுடையது இவளுக்குரிய மந்திரம். அதனாலும் திரிபுரா என்று புகழப்படுகிறாள்.

பைரவியை வழிபடுகிறவர்கள் இணையற்ற கவியாற்றல் கொண்ட வர்களாகவும் மூவுலகிலும் புகழ் பெற்றவளாகவும் விளங்குவான் எனவும் பலஸ்ருதி தெரிவிக்கிறது. இவளை பைரவரின் சக்தி என்று குறிப்பிடு கின்றன புராணங்கள்.

அந்தகாசுர வதத்தின்போது சிவபெருமானின் அம்சமாக வெளிப் பட்டவர்கள் பைரவர்கள். அஷ்டாஷ்ட பைரவர்கள் என எட்டின் மடங்காகப் பெருகிய அந்தப் பைரவர்களிடம் ஆகமங்களையும் தந்திரங் களையும் வெளியிடுமாறு பணித்தார் சிவபிரான். அப்போது உமைய வளை தேவியின் அம்சமான பைரவிகளாக சிருஷ்டித்து அவர்களின் சக்தியாக திகழச் செய்தார் என்றும் புராணங்கள் விவரிக்கின்றன.

ஆணவம் தலைக்கேறிய அந்தகாசுரன் அடக்கப்பட்ட தலம் திருக்கோவலூர். இங்கே வீரட்டநாதர் என்ற பெயருடன் சிவபிரானும் சிவானந்தவல்லியாக அம்பிகையும் அருள்பாலிக்கிறார்கள்.

அட்டவீரத் தலங்களில் இதுவும் ஒன்று தேவி சப்த சதி இந்த பைரவியின் சிறப்பை விவரிக்கிறது.

உத்யத்பானு சஹஸ்ர காந்தி
மருண க்ஷௌமாம்
சிரோமலினீம்
ரக்தாலிப்த பயோதராம் ஜபவடீம்
வித்யாம் அபீதிம் வராம்!
ஹஸ்தாப்ஜைர் ததீம் திரிநேத்ர
விலஸத் வக்த்ராபர விந்த
ஸ்ரீயம்
தேவி பாலஹிமாம்சு ரத்னமகுடாம்
வந்தேர
விந்தஸ்திதாம்!!

உதிக்கும் ஆயிரம் சூரியர்களின் ஒளி கொண்டவளாகவும், சிவப்புப் பட்டு ஆடை, முண்ட மாலை ஆகியவற்றை தரித்தவளாகவும் புஸ்தகம், ஜபமாலை ஆகியவற்றை மேலிரு கரங்களிலும், வரத அபயம் கீழிரு கரமாக கொண்டவளும், முக்கண்கள் ஒளிரும் திருமுகத்தினாலும், பிறை நிலா பொலியும் சிரத்தில் ரத்னகிரீடம் தரித்தவளும், தாமரை மலரில் அமர்ந்திருப்பவளுமான பைரவியைத் தியானிக்கிறேன் என்பது இதன்

பொருள். புகழ் பெற்ற ஜகந்நாதர் ஆலயம் அமைந்துள்ள புரியில் உள்ள விமலாமந்திர் எனப்படுவது பைரவி ஆலயமே!

புருக்ஷோத்தம க்ஷேத்திரத்தில் உள்ள சக்திக்கு விமலா என்று பெயர் என்கிறது பிரம்ம யாமய தந்திரம்.

நேபாளத்தில் உள்ள பரக்மதி நதிக்கரையில் உள்ளது பைரவியின் சக்தி பீடம். இங்கே சதிதேவியின் இடது காது விழுந்ததாகப் புராணம்.

ஆவேசமாக வெளிப்படும்போது இவள் கழுதை வாகனத்திலும் தோன்றுவாள். புலித்தோலை அணிந்திருப்பாள். திரிசூலம், பரசு, வஜ்ரம் போன்ற ஆயுதங்களைக் கொண்டிருப்பவள் என்றும் நூல்கள் விவரிக்கின்றன.

தசமஹா வித்யா தேவியரில் ஐந்தாவது மகா வித்யாவாகப் போற்றப் படுபவள் ஸ்ரீபைரவி.

காளி, தாரா, ஸ்ரீவித்யா, புவனேஸ்வரி, சின்னமஸ்தா, தூமாவதி, பகளாமுகி, மாதங்கி, கமலாத்மிகா ஆகியோர் இதர மகா வித்யாக்கள்.

பைரவியின் பல்வேறு வடிவங்கள் மற்றும் அவற்றுக்குரிய மந்திரங்கள் மந்திர சாஸ்திர நூல்களில் கூறப்பட்டுள்ளன.

பைரவியின் அபூர்வமான வடிவம் ஒன்று லிங்க பைரவி என்ற பெயரில் தமிழகத்தில் சேலம் சாமிநாயக்கன்பட்டியில் பிரதிஷ்டை செய்யப்பட்டிருக்கிறது. சுமார் எட்டு அடி உயரத்தில் அமைந்திருக்கும் இந்த வடிவை பக்தர்கள் தாங்களே பூஜித்து வணங்குகிறார்கள்.

பைரவியை வழிபடுவதற்கான எண்ணமும் அவள் மீதான தியானமும் அவளுடைய கருணையில்தான் வசப்பட வேண்டும்.

அதனால்தான் எவளை ‘திரிபுரா’ என்று அறிகிறோமோ எவளை காமேஸ்வரி என தியானிக்கிறோமோ அந்த க்லின்னா என்ற பைரவி எங்களை அவள் மீதான ஞானத்திலும் தியானத்திலும் தூண்டட்டும் என்கிறது சாரதா திலகம்.

ௐ

49. இரத்தப் பிரசாத வழிபாட்டுத் தலம்

தாரபித் என்பது மேற்கு வங்காளத்தின் துவாரகா ஆற்றின் கரையில் அமைந்துள்ள தாரபித் காவல் நிலையமான சஹாபூர் கிராம பஞ்சாயத்து கிராமமாகும்.

இது பச்சை நெல் வயல்களுக்கு மத்தியில் வெள்ளை சமவெளிகளில் அமைந்துள்ளது. இது கூரை குடிசைகள் மற்றும் மீன் தொட்டிகளைக் கொண்ட ஒரு பொதுவான பெங்காலி கிராமம்போல தோற்றம் அளிக்கும்.

இந்த இடத்தின் தோற்றம் மற்றும் முக்கியத்துவம் குறித்து பல புராணக் கதைகள் உள்ளன. இவையனைத்தும் தாரா தெய்வத்துடன் தொடர்புடையவை.

சிவனின் மனைவியான சதி, அவளது தந்தை தட்சன்தான் ஏற்பாடு செய்த மாபெரும் யக்ஞ வேள்விக்கு சிவனை அழைக்காதபோது அவமானம் அடைந்தாள்.

இந்த அவமானத்தைத் தாங்க முடியாமல், சதி யக்ஞ நெருப்பில் குதித்து உயிரைக் கொடுத்தாள்.

இந்தத் துயரமான சம்பவத்தால் ஆத்திரமடைந்த சிவன் காட்டுக்குள் சென்றான். பின்னர் விஷ்ணு சிவனை சமாதானப்படுத்தும் பொருட்டு சக்தியின் உடலை தனது சக்கரத்தால் அழித்தார். சதியின் உடல் பாகங்கள் விழுந்த இடங்கள் வெவ்வேறு வெளிப்பாடுகளில் தேவியின் வழிபாட்டு மையங்களாக மாறியுள்ளன. இதுபோன்ற 51 சக்தி பீடங்கள் உள்ளன. மேற்கு வங்கத்தில் காளிகட் போன்ற பல பீடங்கள் உள்ளன.

வசிஷ்டர் இந்த வடிவத்தைப் பார்த்து சதி தெய்வத்தை தாரா வடிவத்தில் வணங்கினார்.

மற்றொரு புராணக்கதை வேறு விதமாக விவரிக்கிறது. பிர பஞ்சத்தைக் காப்பாற்றுவதற்காக அண்ட சமுத்திரங்களைத் துடைப் பதன் மூலம் வெளிப்பட்ட விஷத்தை சிவன் குடித்து விட்டார்.

அவரது தொண்டையில் தீவிரமாக எரிவதை தணிக்க சதி தாரா வடிவத்தில் சிவனுக்கு மார்பில் உணவளித்தார். அவரது தொண்டையில் விஷத்தின் தாக்கத்திலிருந்து விடுபட்டார்.

இந்த ஆலயத்திற்கு சித்தோபித் என்றும் ஒரு பெயர் உண்டு. சதி தேவியின் உடல் பாகங்கள் விழுந்ததால் அவை தோன்றியதாக நம்பப் படுகிறது. சிவன் அதை சுமந்து துக்கத்தில் அலைந்தபோது தெற்காசியா முழுவதும் 51 சக்தி பீடங்கள் உருவானதாக சமஸ்கிருதத்தில் சொல்லப் பட்டுள்ளது.

இந்த ஆலயம் மாந்திரீக மற்றும் தாந்திரீக பயிற்சியாளர்களுக்கு முக்கியமான வழிபாட்டுத் தலமாகும்.

இந்தக் கோயிலானது இரத்தப் பிரசாதங்களை உள்ளடக்கிய வழிபாட்டுத் தலமாகும். கோயிலுக்கு அருகிலேயே மயான மைதானமும் சடங்கு வழிபாட்டு முறையும் உள்ளது.

கோயிலின் கருவறையில் இரண்டு தாரா பீடங்கள் உள்ளன. சிவாவை உறிஞ்சும் தாயாக சித்தரிக்கப்பட்ட தாராவின் கல் உருவம் அதிகால உருவம் மூன்று அடி உலோக உருவத்தால் மறைக்கப்படுகிறது. இது தாராவை தனது உமிழும் வடிவத்தில் நான்கு கரங்களுடன் பிரதிபலிக்கிறது.

மண்டை ஓடுகள் மற்றும் ஒரு நாக்கை அணிந்திருக்கிறது. ஒரு

வெள்ளிக் கிரீடம் மற்றும் முடி வெளியில் சூட்டப்பட்டுள்ளது. அலங்கோலமாக சாமந்தி மாலைகள் உள்ள உலோக உருவத்தின் நெற்றியில் சிவப்பு குங்குமம் அலங்கரிக்கப்பட்டுள்ளது.

பூசாரிகள் இந்தக் குங்குமத்திலிருந்து ஒரு புள்ளியை எடுத்துத் தாராவின் ஆசீர்வாதமாக பக்தர்களின் நெற்றியில் தடவுகிறார்கள்.

வணக்க வழிபாட்டுக்காக கோவில் வளாகத்திற்குள் நுழைவதற்கு முன்பும் வழிபாட்டிற்குப் பிறகும் பக்தர்கள் கோயிலுக்கு அருகில் உள்ள புனிதத் தொட்டியில் புனிதக் குளியல் செய்கிறார்கள்.

தொட்டியின் நீர் குணப்படுத்தும் சக்திகளைக் கொண்டிருப்பதாக வும், இறந்தவர்களுக்கு உயிரை மீட்டெடுப்பதாகவும் கூறப்படுகிறது.

ஆடுகளின் இரத்தப்பலி இந்தக் கோவில் தினசரி விதிமுறை. அவர்கள் ஆடுகளை பலியிடுவதற்கு முன்பு கோயிலுக்கு அருகிலுள்ள புனிதத் தொட்டியில் ஆடுகளைக் குளிப்பாட்டுகிறார்கள்.

மணல் குழியில் நிறுத்தப்பட்ட ஆட்டினை ஒரு சிறப்பு வாளால் வெட்டி இரத்தத்தின் ஒரு சிறிய அளவு பின்னர் பாத்திரத்தில் சேகரிக்கப் பட்டு கோவிலில் உள்ள தெய்வத்திற்கு வழங்கப்படுகிறது.

தாரா தெய்வம் தனது பலிபீடத்தில் ஒவ்வொரு நாளும் பலியிடப் படும் ஆடுகளின் இரத்தத்தைக் குடிக்கும் நிழல்களில் காணப்படுவதாக நம்பப்படுகிறது.

எறும்புகள் மற்றும் எலும்புக் கூடுகளால் தாரா தெய்வம் ஈர்க்கப் படுவதாகவும், தகன மைதானம் அவளுக்கு விருப்பமான குடியிருப்பு என்றும் தாந்திரீக பயிற்சியாளர்கள் நம்புகின்றனர்.

தேவி தாராவின் உருவப்பட சித்தரிப்புகள் தகன மைதானங்களுக்கு இடையில் அவளைக் காட்டுகின்றன. எனவே, தாந்திரீக பயிற்சியாளர்கள் தங்களது தாந்திரீக பயிற்சி செய்வதற்காகக் கூடுகிறார்க்ள.

பல சாதுக்கள் இந்தத் தகன மைதானங்களில் நிரந்தரமாக வசிக் கின்றனர். உடம்பெல்லாம் சாம்பல் பூசப்பட்ட சாதுக்கள் அச்சமூட்டும் தோற்றத்துடன் காணப்படுவர்.

ஆலயத்தின் மரங்களுக்கு இடையில் சாதுக்கள் தங்கள் குடிசை

களைக் கட்டியிருக்கிறார்கள். மண் சுவர்களில் பதிக்கப்பட்ட சிவப்பு வண்ணம் பூசப்பட்ட மண்டை ஓடுகளால் தங்களின் குடிசைகளை அலங்கரித்திருக்கிறார்கள்.

தாரா பீடத்தின் மாந்திரிகர்கள் படங்கள் சாமந்தி மாலைகள மற்றும் நுழைவாயிலில் மண்டை ஓடுகளால் அலங்கரிக்கப்பட்டு குடிசைகள் காட்சி அளிக்கும்.

தாந்திரீக சடங்குகளுக்கு விலங்குகளின் மண்டை ஓடுகள் தகுதி யற்றவை. பாம்பு தோல்கள் குடிசைகளை அலங்கரிக்கின்றன.

தாந்திரீக சடங்குகளுக்காகவும் தாந்திரீகர்களால் குடிப்பதற்காகவும் பயன்படுத்தப்படும் நல்ல மனித மண்டை ஓடுகள் பயன்படுத்தப்படு வதற்கு முன்பு குணப்படுத்தப்படுகின்றன.

கன்னிப்பெண்களின் மண்டை ஓடுகள் மற்றும் தற்கொலை செய்து கொண்டவர்கள் மண்டை ஓடு சக்தி வாய்ந்ததாகக் கருதப்படுகிறது.

ॐ

50. பொம்மக்கா

சிறுதெய்வ வழிபாடு தொன்றுதொட்டு இருந்து வருவதற்குக் காரணம் சமூக வாழ்வியலோடு அவை பின்னிப் பிணைந்து கிடப்பது தான்.

ஆற்றலுக்கு மீறிய பேராற்றலை இந்தச் சமூகம் சந்திக்கும்போது, அமைதி வேண்டி அந்தப் பேராற்றலிடமே. இந்த மானுடர் அடைக்கலம் வேண்டி நிற்கின்றனர்.

ஆரிய நாட்டில் வைதீக அந்தணர் மரபில் தோன்றிய முத்துப் பட்டனை நோக்கி சக்கிலிய குலத்து வால்பகடை கடுமையான அந்த நிபந்தனையைச் சொன்னான்.

“எனக்கு சம்மதம்...” என்ற அழுத்தமான குரல் முத்துப் பட்டனிடமிருந்து படீரென்று வெளிப்பட்டது.

வால்பகடை குழம்பிய முகமாய் அந்த அந்தண இளைஞனை கண் பதறப் பார்த்தான்.

“சாமி! சம்மதம்ங்கிறீயே... சாதியில சக்கிலியஞ்சாமி. தெரிஞ்சுமா நீயி சொல்லுதே... நாப்பது நாளைக்குள்ளாற முப்புரிநூலும் குடுமியும்

மெய்யோட அறுத்துப் போட்டு எங்களப்போல நீயி செருப்புக்கட்டி வந்தாக்கா எங்கொமருக பொம்மக்கா திம்மக்காளை கட்டித் தர்றேன்... சொரிமுத்தையன் சாச்சியா சொல்லுதேன்..."

சுற்றியிருந்த எல்லோருக்கும் வால் பகடையின் நறுக்குத் தெறித்த பேச்சில் சுவாசம் கட்டிப் போனது.

முத்துப்பட்டன் தலைகுனிந்து நின்ற மௌனம் கண்டு வால் பகடை அவன் பக்கத்தில் வந்தான்.

"சாமி! நாஞ்சொன்னது உம்ம சாதியில நடக்குமா... குடுமி செறைக்க பாப்பாரு ஒத்துக்கிருவாங்களா. உங்க நல்லதிக்குதான் சொல்லுதேன். எம் பொண்ணுங்க மேல வச்ச ஆசைய விட்டுருங்க... இதெல்லாம் வயசுல வர்ற சதைப்பெறட்டு சாமி..."

எதுவும் சொல்லாமல் புறப்பட்டுப் போனான். முத்துப்பட்டன் நோகப் பேசி துரத்தி விட்டோமோ என வால் பகடைக்கும் மனசுக்குள் பொசுக்கென ஒரு வாட்டம் மினுக்கிட்டது.

சாதி - சமூகம் விரும்பாத ஒன்றை இருவரும் விரும்பி ஆகப் போவதென்ன...!

ஆறுபட்டன்மாருக்கு தம்பியாகப் பிறந்தவன் இந்த முத்துப்பட்டன்.

பன்னிரண்டு வயதிலேயே யானை ஏற்றம், குதிரை ஏற்றம், மல்யுத்தம், சிலம்பத் தொழில், கூடுவிட்டுக் கூடு பாய்தல் என பல கலைகள் கற்றான்.

ஒருநாள் யாருக்கும் சொல்லாமல் கொட்டாரம் (மலையாளம்) சென்று இராமராஜ மன்னரின் மெய்க்காப்பாளனாகப் பணியாற்றிக் கொண்டிருந்தான்.

தம்பியைக் காணாத சோகத்தில் அலைந்து திரிந்த அண்ணன்மார்கள் கொட்டார அரண்மனையில் முத்துப்பட்டனைக் கண்டு கண்ணீர் விட்டனர்.

பின்னர் மன்னனிடம் அனுமதி பெற்று தம்பியை அழைத்துக் கொண்டு அவர்கள் பொதிகை மலையைக் கடந்து அரசரடித் துறைக்கு சொரிமுத்தைய்யன் கோயிலைத் தாண்டி வந்து கொண்டிருந்தனர்.

“அண்ணன்மார்களே! நான் அரசரடித் துறையில் எனது நண்பர் ஒருவரைக் கண்டு விட்டு வருகிறேன். நீங்கள் முன்னே செல்லுங்கள்” என்று முத்துப்பட்டன் கூறியதை நம்பி அண்ணன்மார்கள் முன்னே சென்றுவிட்டனர். முத்துப்பட்டன் அரசரடித்துறையில் ஆற்றில் ஆனந்த மாய் இறங்கி நீராடிக் கொண்டிருந்தபோதுதான் இந்தச் சமூகம் பொறுக்காத அந்தச் சந்திப்பு நிகழ்ந்தது.

பசுக்கிடைக்கு காவல் காத்துக் கொண்டிருக்கும் தந்தை வால் பகடைக்கு மதிய உணவு எடுத்துக் கொண்டு வந்த அவனது பெண் மக்கள் திம்மக்காள் - பொம்மக்காள் இருவரும் வரும் வழியில் தாக வேட்கை ஏற்பட்டதால் அந்த ஆற்றுத்துறையில் இறங்கினர்.

நீரினுள் கரையாத நெருப்புத் துண்டமாக முத்துப்பட்டன் குளித்து நின்ற காட்சியும், பருவத்தின் நுழைவாயிலில் பூத்துக் குலுங்கிய நந்தவன மாக பொம்மக்கா திம்மக்கா இருவரும் சிவந்து நின்ற கோலமும் காதலின் கருவறைக்கு வழிகாட்டியது.

இதயம் ஒன்றானாலும் முத்துப்பட்டன் தன் இரண்டு கண்களையும் இருகூறாக அந்த நேரத்தில் இருவருக்கும் பங்கு வைத்தான்.

முத்துப்பட்டன் நெஞ்சில் புரண்ட பூநூலில் ஜாதீய பூகம்பத் தாக்குதல் இருப்பதை உணர்ந்த பொம்மக்கா திம்மக்கா இருவரும் பயந்து குழம்பி நிலையில் தந்தை வால்பகடையிடம் முறையிட்டனர்.

அவர்ளைத் தொடர்ந்து சென்ற முத்துப்பட்டனோ முதல் சந்திப்பி லேயே மாமா என்று வாய்க்கூச்சமின்றி வால்பகடையைக் கூப்பிட்டு, தன் தீர்மான எண்ணத்தை வெளிப்படுத்தியபோதுதான் அவன் நிஜமாகவே அதிர்ந்து போனான்.

கைக்கெட்டாத கொம்புத்தேன் என்று ஒரு ஏக்கம் அந்தப் பெண் பிள்ளைகள் கண்களிலும் சுழன்றதைப் பார்த்தபோதுதான் வால்பகடைக் குள்ளும் ஒரு தடுமாற்றம் நிகழ்ந்தது.

என்ன செய்வது... இது நடக்காது... நடந்தாலும் எல்லோருக்கும் துன்பம்தான்.

எனவேதான் நாற்பது நாள் கெடுவுக்குள் பூநூல் குடுமி அறுப்பு நிபந்தனைகளை முத்துப்பட்டன் மீது தீணித்தான்.

...ம் ....மாட்டுக்கறி உண்ணணுமே ஓ நயினாரே... மதுக்குடங்கள் தூக்கணுமே ஓ நயினாரே...!

முத்துப்பட்டனுக்குத் தங்கள் சாதி வழக்க நடைமுறையைச் சொல்ல நினைத்தவனைப்போல தனக்குள் புலம்பியபடி நடைப்பிணமானான் வால்பகடை.

வால்பகடை வீசிய பிரம்மாஸ்திரத் தாக்குதலுக்கு எந்தப் பதிலும் கூறாது புறப்பட்ட முத்துப்பட்டன்,

அண்ணன்மார்களைச் சந்தித்து தன் காதலுக்கு எப்படியும் சம்மதம் வாங்கிவிடலாம் என்று எண்ணினான்.

ஆனால், நடந்ததோ கடுமையான எதிர்விளைவு.

முத்துப்பட்டனின் காதல் அடங்க ரகசியக் கல்லறை ஏற்பாடு செய்து அவனை சிறை வைத்துவிட்டனர்.

பன்னிரண்டு வயதிலேயே கூடுவிட்டு கூடுபாயும் வித்தையைக் கற்றுத் தெரிந்திருந்த முத்துப்பட்டனுக்கு வித்தையை பரிட்சிக்கக் காலம் வாய்த்ததுபோல சிறையிலிருந்து தப்பித்து விட்டான்.

தப்பித்ததும் செய்த முதல் வேலை - காலம் காலமாய் புற்று மேட்டிருந்த சாதீய பிற்போக்குக் கலாச்சாரத்திற்கு சாவு மணி அடித்ததுதான். ஆம். அந்த சக்கிலிய குலப்பெண்கள் தம் காதலை ஏற்கத் தடையாயிருந்த பூநூலையும் குடுமியையும் அறுத்தெறிந்தான். அது மட்டுமா? செருப்பு தைத்து தலையில் ஏந்திக்கொண்டு சென்று வால் பகடை முன் போய் நின்றான்.

சக்கிலியக் குலமே மிரண்டு போய் நின்றது. திம்மக்கா பொம்மக்கா வுக்கு பூமி பிளந்து கொண்டதுபோல திரேகம் பூராவும் ஒரு விதிர் விதிர்ப்பு.

யாருக்கும் அடங்காத காளையாக - திறந்த மார்போடு நின்ற அந்தப் பிராமண சத்தியம் வால்பகடைக்கு வேறு வழியின்றி தலைவணங்கச் சொன்னது.

கொம்பட்டும்பறை முழங்க பொம்மக்கா திம்மக்கா இருவரையும் முத்துப்பட்டன் சக்கிலியனாக மாறி மணந்தான்.

'ஏழடுக்கு சாதங்கறி எடுத்தாளே
ஆட்டுக்கறி கோழிக்கறி அழகான பன்றிக்கறி
கும்பியிலே சாராயமும் குடுவையிலே தென்னங்கள்ளும்'

திம்மக்கா பொம்மக்கா இருவரும் சுமக்க தினமும் வால்பகடையின் பசுமந்தைக்கு காவல் தொழில் பூண்டான் முத்துப்பட்டன்.

சமுதாயத்தில் சாதிக்கட்டுப்பாடுகள் மிகுந்த காலகட்டத்தில் தடைமீறி அந்த உயர்சாதி முத்துப்பட்டன் காதலுக்குச் செய்த முதல் மரியாதைக்கு, சக்கிலியகுலமே தலைவணங்கி அவனை சேரியின் தளபதியாக்கியது.

வேதம் அறிந்த முத்துப்பட்டனும் பொம்மக்காவையும் திம்மக்காவையும் சத்திய நுகர்ச்சியாய் அன்பைச் செலுத்தினான்.

பொம்மக்காவும் திம்மக்காவும் தங்களின் ஒட்டுமொத்த காதலின் சரணாகதியை வெளிப்படுத்த முனைந்தவர்களைப்போல பொங்கப் பொங்க அன்பைத் தந்தனர். பொறுக்குமா இந்தக் கலாச்சார மீறல் கண்டு இந்தப் பொல்லாத சமூகம்!

வம்புக்கு இழுக்க எண்ணி வால்பகடையின் பசுக்கிடையை ஊத்துமலை வன்னியனும் உக்கிரக்கோட்டை மறவனும் திருடிக் கொண்டு சென்றுவிட்ட செய்தி தீயாய்ப் பரவியது.

தன் பொருட்டு நடந்த களவுக்குத் தானே பதில் சொல்லியாக வேண்டிய கௌரசப் பிரச்சினை முத்துப்பட்டனுக்கு.

சகல வித்தைகளையும் கற்றுத் தெளிந்திருந்த முத்துப்பட்டன் கள்வர்கள் மீது போர் தொடுக்க கோபம் கொண்டு புறப்பட்டுவிட்டான். தீய சகுனங்கள் தென்படுவது கண்டு இளம் மனைவியர் பொம்மக்கா திம்மக்கா தடுத்தும் கேளாது முத்துப்பட்டன் புறப்பட்டான்.

முன்னே நின்ற தொங்கலிலே மோக கண்ணஅச்சரமும் பின்னிருந்த தொங்கலிலே பிரமதேவன் அச்சரமுமாய் முத்துப்பட்டன் மாய மந்திர வாசலை ஓவியம் தீட்டிய உடையோடு போருக்குச் சென்ற செருக்கை பொம்மக்கா திம்மக்காவிடம் ஒவ்வொருவரும் சொல்லச் சொல்ல நெஞ்சம் பூரிப்பால் விம்மியது.

தன் மாமன் வால்பகடையின் பசுக்கிடையை கவர்ந்து சென்ற கள்வர்களை வல்லயம் கட்டிக் கொண்டு கடும்போர் புரிந்தான் முத்துப்பட்டன். கள்வர்களைச் சார்ந்தவர்களும் முத்துப்பட்டனின் வெறித்தனமான தாக்குதலுக்குப் பலியாகிச் சரிந்தனர்.

கள்வர்களை வெட்டி வீழ்த்திய களைப்பில் ஒரு மரத்தோரம் சற்று அயர்வாக இருக்கலாம் என்று எண்ணி உட்கார்ந்தான் முத்துப்பட்டன். அப்போது பிணத்தோடு மறைந்திருந்த ஒரு நொண்டித் திருடன் முத்துப்பட்டன் முதுகுப்பக்கம் ஒளிந்து வந்து வாளால் அவனை வெட்டிக் கொன்றுவிட்டான்.

அக்காலத்தில் எல்லாம் வீரப்போருக்குச் செல்லும் வீரர்களுடன் அவர்கள் வளர்த்த நாய்களும் உடன்செல்லும். முத்துப்பட்டன் வளர்த்த ஆச்சி நாய் இரத்த வெள்ளத்தில் கிடந்த முத்துப்பட்டனைச் சுற்றி சுற்றி வந்து நடந்துபோன விபரீதம் புரிந்து புறப்பட்ட இடத்துக்கே திரும்ப ஓடியது.

ஊருக்குத் திரும்பி வந்த ஆச்சி நாயையும் இரத்த வாடையையும் முகர்ந்த பொம்மக்கா திம்மக்கா இருவரும் குலை பதறிப் போனவர்களாய் அதனோடு ஓடி வந்து முத்துப்பட்டன் கொலையுண்ட காட்சி கண்டு ஓவெனக் கதறினர்.

தம்பொருட்டு கொலையுண்ட தம் கணவரின் சிதை மீது விழுந்து உடன்கட்டை ஏறிட முடிவு செய்த திம்மக்கா பொம்மக்கா இருவரும் அங்கு வந்த சிங்கம்பட்டி குறுநில மன்னரிடம் அனுமதி கேட்டனர்.

பருவம் பூத்துக்குலுங்கும் நந்தவனமாய் தீயில் விழுந்து வெந்து கருகுவதற்கு அனுமதி கேட்ட பொம்மக்கா திம்மக்கா இருவரையும் பார்த்தான் குறுநில மன்னர்.

"சாவு நம்மளக் கூப்பிடறபோது போனாத்தான் மனுசப் பொறப்புக்கு மரியாதை. நீயி நம்ப அரண்மனையில வந்து இருக்கலாம்" என்றான்.

அண்ணன் எப்ப சாவான் திண்ணை எப்ப காலியாகும் என்ற கணக்கில் சிங்கம்பட்டிக் குறுநில மன்னரின் காமாந்தக அழைப்பு கண்டு குமுறிப் போன திம்மக்கா பொம்மக்கா இனி ஒரு கணம்கூட இந்தப்

பூமியில் உயிர் வாழ்ந்தால் முத்துப்பட்டன் ஆன்மாவுக்குச் செய்யும் துரோகம் என்று கருதி, எரியும் சிதையில் சீறிப்பாய்ந்து அலறித் துடித்து சிவந்து நீத்தனர்.

சாதீய சமத்துவம் காதலினால் பிறக்கின்றது. ஆதலினால், காதல் செய்வீர் என்ற முதல் அறிவிப்பால் உலகுக்கு முத்துப்பட்டனும் திம்மக்கா பொம்மக்கா இறப்புகள் யுகம் தாண்டிய செய்தியாக மாறத்தானோ என்னவோ அவர்கள் மூவரும் அங்கே தெய்வமாக்கப்பட்டார்கள்.

பொதிகை மலையில் தெய்வமாகிப்போன முத்துப்பட்டன் கோயிலில் சாதிகுலம் எதுவுமின்றி வழிபாடு வழிவழியாய் தென் மாவட்டங்களில் இன்னும் நடந்து வருகிறது. ஆயினும், பொதிகை மலையில் சொரிமுத்தையன் கோயிலுக்கருகிலுள்ள பாறையில் உள்ள முத்துப்பட்டன் கோயில்தான் மூலமானது.

இங்கு ஆடி அமாவாசையன்று கொடை (திருவிழா) நடைபெறு கின்றது. வல்லயம் செய்து காணிக்கை செலுத்துகிறார்கள். வல்லயம் செய்யும் தச்சுத் தொழிலாளியும் நோன்பிலிருந்து கருங்காலி மரம் தேர்வு செய்வார். மேளமும் குலவையும் பாட்டும் உச்சத்தில் மழங்க, வல்லயம் காணிக்கை செலுத்தும் உற்சவம் உணர்ச்சிப் பெருக்கை மேலோங்கச் செய்து பரவசப்படுத்துகிறது.

சொரிமுத்தய்யன் கோயில் முன் தூபதீபம் காட்டிய பின் பட்டன் கதை கேட்டு பரவச உணர்ச்சி மேலிட்டவராய் வல்லயம் ஏந்தி வருபவர் கருங்கச்சை அணிந்து, மாலையணிந்து கடகமிட்டு, சலங்கைபூட்டி, தலையில் சந்திரக்காவி உருமால் கட்டி வர...

பட்டன் கோயிலுக்கு முன்னால் நெருப்பு திகுதிகுவென ஜோதியாய் எரிகிறது. முத்துப்பட்டன் சிதையாம் அது. அதில் இறங்க திம்மக்கா பொம்மக்கா அனுமதி கேட்பதுபோல - அனுமதி மறுக்கும் சிங்கம்பட்டி குறுநில மன்னர் ஆகியோர் வேஷம் கட்டி நிற்க, சாக்கை கூத்து முன் நடந்த சோக நாடக ஒத்திகைபோல நடைபெறுகிறது. பிறகு தீமிதி நிறைவேற, கற்பூரம் காட்டி, நீர் தெளித்து, பூசாரி ஆடு பல மந்திரம் சொல்கிறார்.

"ஓம் கஜானம் பூதகணம் பூதணாந்தம் சேவிதம் சிவந்த ரம்போ பரதா கவர்ச்சினம் ஓம் சூர்ணம் விக்வேச பாதபங்கஜம் பிரம்மா விஷ்ணு இதோ

ஓம் சந்தா மருமகனே பூதபிரேத சாஸ்த போஜனம்...

மகேந்திர பலிகீர்த்தித்வா..."

சொரிமுத்தையன் கோயிலுக்கு அருகில் உள்ள பாறை மீதுள்ள முத்துப்பட்டன் கோயிலில் செருப்பு காணிக்கையும் செலுததப்படுகிறது.

"சங்கடம் கட்டிக் கச்சை யிறுக்கிச்
சமுதாடுதான் செருகித்
தாட்டியவன் காடுதாங்கிச் செருப்பதை மாட்டிப்
பூச்சி நாய் தன்னையும்..."

என்று முத்துப்பட்டன் வில்லுப்பாட்டு கோலாகலமாய் கோயிலில் எதிரொலிக்கிறது. சாமியாடிகள் வாள் சண்டையாடுவதும் சிலம்பம் ஆடுவதும் ஆதாளி போட்டு பெருங்கூச்சலோடு முத்துப்பட்டன் செய்த போர்க்கோலத்தை நினைவுப்படுத்தும் சடங்கும் அமர்க்களப்படும்.

பொதுவாக பூப்படைந்த பெண்களை சுடலை, முனி, கறுப்பன் போன்ற ஆண் தெய்வங்கள் தொடும் என்பதால், கோயிலுக்குத் தனியாக அனுப்புவதற்கு பெற்றோர்கள் விரும்புவதில்லை. தனியாகச் செல்லும் பெண்களை அது தொடரும் என்ற நம்பிக்கை முத்துப்பட்டன் கோயிலுக்கும் சொல்லப்படுகிறது.

காட்டு வழியே பெண்கள் தனியாகச் செல்லும்போது, தலையில் வைத்துக் கொள்ளும் பூவாசத்திற்குப் பெண்கள் பின்னால் இந்த மாண்டு போன தெய்வங்கள் பின்தொடரும் என்பதால், அந்தப் பூக்களை எச்சில் படுத்தி தலையில் வைப்பது வழக்கமாக உள்ளது.

அந்த வகையிலே அந்தண பூதங்களும் அரசர் பூதங்களும் வணிக பூதங்களும் வேளாளர் பூதங்களும் சதுக்கப் பூதங்களும் காவல் தெய்வங்களாக ஊர்களைக் காத்து நின்ற கதைகள் எல்லாம் நம்மை நிஜமாகவே மயிர்க்கூச்செறியத்தான் வைக்கின்றன.

ௐ

51. காமாக்யா எனும் தாந்திரீகக் கோயில்

மயக்கும் நிலச்சல் மலையின் அழகிய பின்னணியுடன் அதைச் சுற்றியுள்ள அமைதியும் அமைதியான சூழலும் சாட்சியாக அமைந்துள்ள இடத்தில் காமாக்யா கோயில் உள்ளது.

அசாமில் கௌகாத்தி எனும் இடத்தில் அமைந்துள்ள இந்துக் கோயில் யாத்திரீகர்களுக்கும் தாந்திரீகர்களுக்கும் முக்கிய கோயிலாக உள்ளது.

இந்தப் புனித வழிபாட்டுத் தலம் அதன் சூனியம் சடங்குகளுக்கும் தாந்திரீக வழிபாட்டாளர்களுக்கும் மிகவும் பிரபலமானது.

பல அற்புதமான கதைகள் இந்த ஆலயத்தைச் சுற்றி பின்னப் பட்டுள்ளன. ஒருமுறை சதியின் தந்தை தட்க்ஷன் அவளை ஒரு பெரிய யாகத்துக்கு அழைத்தான். சதி யாகத்தின் ஒரு பகுதியாக இருக்க விரும்பி னாள். ஆனால், அவளுடைய கணவன் சிவனுக்கு அதில் உடன் பாடில்லை; மறுத்தார்.

தனது கணவருடன் சண்டையிட்டு பின்னர் யாகத்தைப் பார்வை யிட்டார். அவள் வந்ததும் தந்தை கணவரை அவமதித்தார். இது சதியை கோபப்படுத்தியது. அதனால் அவள் யாக நெருப்பில் குதித்தாள்.

சிவபெருமானால் தனது அன்பு மனைவியின் மறைவை எடுக்க முடியவில்லை. மேலும், அவர் கோபமடைந்தார். அவர் தனது மனைவியின் உடலை சுமந்து கொண்டு தந்தவா எனும் அழிவு நடனம் செய்யத் தொடங்கினார். உலகைக் காக்க விஷ்ணு அப்போது தலையிட்டார்.

எனவே, அவர் தனது சக்கரத்தைப் பயன்படுத்த அவரது உடலை 108 பகுதிகளாக வெட்டினார்.

காமாக்கியா கோயில் சதியின் கருப்பையும் யோனியும் விழுந்த நிலமாயிற்று. இந்த இடம் பெண்கள் சக்தி மற்றும் கருவுறுதலின் அடையாளமாகக் கருதப்படுகிறது.

காமாக்யா கோயில் பல தசாப்தங்களாக சூனியத்தால் பிரபலமானது. கோயிலின் சூனியத்தை அகற்றுவதற்கும் கட்டுப்படுத்துவதற்கும் அதன் சிறப்பு பூசைகள் வெளிச்சத்தில் உள்ளன.

இந்தப் பூஜையை கோயில் வளாகத்திற்குள் வசிக்கும் சாதுக்கள் மற்றும் அகோரிகள் செய்கிறார்கள். இந்த பூஜையில் சூனியம் தொடர்பான பிரச்சினைகளால் பாதிக்கப்பட்ட மக்களுக்கு உதவும் சடங்குகள் அடங்கும்.

இந்த சாதுக்கள் வளாகத்தின் உள்ளே எங்கும் காணலாம். பத்து மகா வித்யாக்கள் இங்கு இருப்பதாக நம்பப்படுகிறது.

இருண்ட ஆவிகள் மற்றும் பேய்களை விரட்ட காமாக்யா கோயிலில் பூஜைகளும் உள்ளன. இந்த தாந்திரீகர்களால் நடத்தப்பட்ட பூஜைகள் அவரைச் சுற்றியுள்ள எதிர்மறை ஆற்றல்களிலிருந்து விடுபட உதவுகின்றன. இது ஆயுளைத் தூண்டுகிறது.

குறிப்பாக, அம்பு பாய்ச்சி மேளாவின்போது ஆயிரக்கணக்கான தாந்திரீகர்கள் கோயில் சன்னதிக்கு வருகை தருகிறார்கள்.

இந்தத் தாந்திரீர்கள் மக்களுக்குத் தேவைப்படும் உதவியை செய்கிறார்கள். ஆடு, புறா, எருமை போன்ற விலங்குகளும் பறவைகளும் உயிர்ப்பலி கொடுக்கப்படுகின்றன.

இந்தக் கோயில் வளாகத்தில் ஒரு பெண் விலங்கு பலியிடுவது கண்டிப்பாக தடை செய்யப்பட்டுள்ளது. இந்தக் கோயில் வசீகரம் தந்திரத்திற்கும் பெயர் பெற்றது.

ஒருவர் மற்றவர்களிடம் ஈர்ப்பை அடைய உதவுவதற்காக தாந்திரீகத்தால் மேற்கொள்ளப்படும் ஒரு சடங்கு முறை இது.

காமாக்யா கோயில் 9ஆம் நூற்றாண்டைச் சேர்ந்தது. அங்கு அதன் இருப்பு மிலேச்சா வம்சத்தின் வனமல வாமதேவாவின் தேஸ்பூர் தட்டுகளில் வைக்கப்பட்டுள்ளது. இந்தச் சரணாலயம் 8 முதல் 9ஆம் நூற்றாண்டு வரை இருந்ததாக தொல்பொருள் சான்றுகள் கூறுகின்றன.

இந்த வளாகத்தின் ஆரம்பகால கோயில் மிலேச்சர் வம்சத்தின்போது கட்டப்பட்டது என்றும் நம்பப்படுகிறது.

காமாக்யா கோயில் பதினாறாம் நூற்றாண்டில் சுலைமான் கர்ரானியின் ஜெனரலான கலபஹால் அழிக்கப்பட்டது என்று நம்பப்படுகிறது.

1498ஆம் ஆண்டில் ஹுசைன்சா கமதா ராஜ்ஜியம் மீது படையெடுத்து வந்தபோது அது இடிந்து விழுந்தது. கோயில் இடிபாடுகள் விஸ்வ சிங்கத்தால் கண்டுபிடிக்கப்பட்டதாகவும் ஒரு செய்தி உள்ளது.

கோச் வம்சத்தின் நிறுவர் படையெடுப்பின்போது அவர் அந்த இடத்தில் வழிபடத் தொடங்கினார். அதன் முந்தைய மகிமைக்குப் புத்துயிர் அளிக்க முயற்சித்தார்.

ஆனால், அவரது மகன் நார நாராயணனின் ஆட்சிக்காலத்தில் மட்டுமே கோயில் புனரமைப்பு முடிந்தது. காமாக்யா கோயில் இடிபாடுகளில் இருந்து பொருட்களைப் பயன்படுத்தி புனரமைக்கப்பட்டது.

ॐ

52. மயோங் எனும் சூனிய வித்தை நிலம்

பில்லி சூன்ய வித்தைகளின் நிலம் அல்லது கண்கட்டி வித்தையின் நிலம் என்று அழைக்கப்படும் மயோங் இந்தியாவின் அசாம் மாநிலத்தில் மரிகாவன் மாவட்டத்தில் உள்ளது.

பிரம்மபுத்திரா ஆற்றின் கரையில் கௌகாத்தி நகரத்திலிருந்து சுமார் 25 மைல் தொலைவில் இது அமைந்துள்ளது.

இந்தியாவில் சூன்யத்தின் தொட்டிலாகக் கருதப்பட்ட மயோங் அதன் வரலாறு காரணமாக மக்களை ஈர்க்கும் தலமாக விளங்குகிறது.

சமஸ்கிருதச் சொல்லான மாயா என்பதன் அடிப்படையிலிருந்து மயோங் என்ற பெயர் வந்துள்ளது.

அசாமின் பண்டைய பெயரான பிரக் ஜோதிஷ்டிராவுடன் இணைந்து மகாபாரதம் உள்பட பல புராணங்களிலும் மயோங் இடம் பெறுவதைக் காண முடியும்.

கச்சாரி இராச்சியத்தின் தலைமை பொறுப்பிலிருந்த கடோத்கஜன் தனது மந்திர சக்திகளுடன் மகாபாரதப் போரில் பங்கேற்றதாகக் கூறப்படுகிறது.

பில்லி சூன்ய மந்திரவாதிகள் மற்றும் மந்திரிகள் மயோங் காட்டில் தஞ்சம் அடைந்துள்ளதாகவும் அவர்கள் இன்னும் அங்கேயே இருப்ப தாகவும் கூறப்படுகிறது.

மயோங் என்ற இடம் பில்லி சூன்ய வித்தைகளின் நிலம் என்றே கூறப்படுகிறது.

மெல்லிய காற்றில் காணாமல் போகும் ஆண்கள், மக்கள் விலங்கு களாக மாற்றப்படுவது அல்லது மிருகங்கள் மாயமாய் அடக்கப்படுவது போன்ற பல கதைகள் மயோங்குடன் தொடர்புப்படுத்தப்பட்டுள்ளது.

மயோங் பகுதியில் சூனியம் மற்றும் மாந்திரீகம் பாரம்பரியமாகக் கடைப்பிடிக்கப்பட்டு வந்ததாகவும் அவை தலைமுறை வழியாகத் தொடர்ந்து வருவதாகக் கூறப்படுகிறது.

நவீன காலத்தின் தொடக்கம் வரை சக்தி வழிபாட்டின் கூறாக நரபலி அல்லது மனிதப்பலி மேற்கொள்ளப்பட்டன. அகழாய்வு மேற்கொண்ட ஆய்வாளர்கள் சமீபத்தில் இந்தியாவின் பிற பகுதிகளில் நரபலிக்குப் பயன் படுத்தப்பட்டு வந்த கருவிகளைப் போன்ற வாள்களையும் பிற கூர்மை யான ஆயுதங்களையும் தோண்டி எடுத்துள்ளனர். மயோங்கில் அஹோம் காலத்தில் நரபலி நடந்திருக்கலாம் எனக் கூறப்படுகிறது.

ௐ

53. மூர்க்கன் சாத்தான் சாமி

கேரளா என்றாலே மாந்திரீகம், ஜோதிடம் தொடர்பான கோயில்கள்தான் நினைவுக்கு வரும்.

கேரளாவில் பாலக்காட்டிலிருந்து முப்பது கிலோ மீட்டர் தூரத்தில் இருக்கும் ஆலயத்தில் அத்திபட்ராவில் மாங்கோடு காவு பகவதி அம்மன் கோயில் உள்ளது. இக்கோயில் கேரளாவில் உள்ள குருவாயூருக்கு அடுத்தபடியாக பிரசித்தி பெற்ற மாந்திரீக வழிபாட்டுத் தலமாக உள்ளது.

இக்கோயில் வளாகத்தில் மூர்க்கன் சாத்தான் சாமியும் இருக்கிறது. இக்கோயிலுக்கு வரக்கூடிய பக்தர்கள் முதலில் பகவதி அம்மனை தரிசித்து விட்டு அதன் பின் மூர்க்கன் சாத்தானிடம் பரிகாரம் செய்து வருகிறார்கள்.

இப்படி வழிபாட்டுத் தலமும் பரிகாரமும் செய்யக்கூடிய இடங்கள் கேரளாவில் பல இருந்தாலும்கூட இக்கோயிலுக்குத்தான் தமிழ்நாடு, ஆந்திரா, கர்நாடகா, குஜராத் போன்ற வெளி மாநிலங்கள் மட்டுமின்றி ஜப்பான், துபாய், சீனா போன்ற வெளிநாடுகளிலிருந்தும் மக்கள் வந்து போகிறார்கள்.

செய்வினைக் கோளாறுகள் மூலம் மக்களை முடக்கி இருக்கிறார்கள் என்று கணிப்பில் தெரிந்தால் உடனே பரிகாரம் செய்து திருப்பி விடுகிறார்கள். அதற்கான கோயில்தான் ஆலத்தூர் பகவதியம்மன் சன்னிதானத்தில் உள்ள மூர்க்கன் சாத்தான் சாமி.

அங்குள்ள பணிக்கர் பிரச்னம் பார்த்து செய்வினை உட்பட அனைத்துக்கும் பரிகாரம் கூறுகிறார்.

பகவதி அம்மனை வழிபட்டு விட்டு வரும் மக்கள் மூர்க்கன் சாத்தானிடம் பரிகாரம் செய்ய வேண்டும் என ஜாதகத்தைக் கொடுப்பார் கள். அதன் மூலம் சோழி போட்டு பிரசன்னம் பார்க்கும்போது குடும்பத்தில் நடக்கும் நல்லது, கெட்டது, வியாபார போட்டி, பொறாமை, எல்லாம் தெரிந்துவிடும்.

அதன்பின்தான் மூர்க்கன் சாத்தானுக்கு செய்ய வேண்டிய பில்லி சூனியம், ஏவல், மாந்திரீகம், பூதகணம் போன்ற அனைத்து தோஷங்களை யும் நீக்குவதற்கான பரிகாரங்களை எழுதிக் கொடுப்பார்கள். பின் அதன்படி பரிகாரம் செய்யப்படுகிறது.

தீராத செய்வினைகளையும் இந்த மூர்க்கன் சாத்தான் சாமி எடுத்து விடுவதாகக் கூறப்படுகிறது. அதனால்தான் இந்தியா மட்டுமின்றி உலகில் உள்ள பல பகுதி மக்களும் இங்கு வருவதாகக் கூறப்படுகிறது.

ௐ

54. சமணமும் இயக்கிகளும்

இயக்கிகள் என்பவர்கள் மந்திரங்களுக்கும் தந்திரங்களுக்கும் கட்டுப்படக் கூடியவர்களாகவும் பல்வேறு திறன்களைப் பெற்றவர்களாகவும் இந்திய தொன்மவியலில் குறிப்பிடப்படுகிறார்கள்.

இந்து தொன்மவியலில் இயக்கர்கள் என்றொரு குழு குறிப்பிடப்படுகிறது. எசக்கியம்மன் அல்லது இயக்கியம்மன் என்ற சிறுதெய்வமும் இந்து சமயத்தவரால் வழிபடப்படுகிறது.

இயக்கிகளை சித்தர்களும் மாந்திரீகர்களும் சமண தீர்த்தங்கரர்களும் தங்களுடைய கட்டுப்பாட்டில் வைத்துள்ளார்கள்.

இயக்கிகளைக் கட்டுப்படுத்தித் தங்களுக்குத் தேவையான செயல்களை செய்ய வைக்க இயலும் எனவும், அவர்களை காவல் ஆட்களைப் போலவும் ஏவல் ஆட்களைப் போலவும் பயன்படுத்த முடியும் என்பது நம்பிக்கையாகும்.

சமண சமயத்தினைச் சார்ந்த தீர்த்தங்கரர்கள் சிலர் தங்களுக்குக் காவலாக இயக்கிகளை வைத்திருந்தார்கள்.

சுவாலாமாலினி, பத்மாவதி, சக்ரேஸ்வரர், அம்பிகை, வராகி ஆகிய

இயக்கிகள் முறையே சந்திரபிரபு, பார்கவநாதர், விருஷபதேவர், நேமிநாதர், விமலநாதர் ஆகியோரின் காவல் தெய்வங்களாக இருந்துள்ளார்கள்.

பார்கவ நாதர் தன் காவலுக்கு பத்மாவதி எனும் இயக்கிகளையும் இயக்கியின் துணைவர் யட்சன் தானேந்திரனையும் கொண்டிருந்தார்.

சமண சாத்திரங்களின்படி பார்சுவ நாதர் தவத்தில் இருக்கும்போது மெகாலி என்ற அரக்கன், பார்சுவநாதரின் தவத்தைக் கெடுக்கும் தீச்செயல்களிலிருந்து காத்தவர்கள் இயக்கி பத்மாவதியும் அவருடைய துணைவர் யட்சர் தானேந்திரனும் ஆவார்.

தாமரை மலர் மீது அமர்ந்து ஐந்தலை நாகமும் கொண்ட பத்மாவதி யின் தலைக்கிரீடத்தில் பார்கவநாதரின் சிறு அளவிலான உருவம் காணப்படும்.

சமண சமயத்தின் 23வது தீர்த்தங்கரரான பார்கவநாதரின் காவல் தேவதையாக பத்மாவதி இயக்கி இருந்தார்.

பார்கவநாதர் தீயின் நடுவில் இருந்து தவமிருக்கையில் அவரை தீப்பிழம்புகளிலிருந்து காக்கும் பணியை செய்தவர் பத்மாவதி எனும் இயக்கியாவார்.

யட்க்ஷினி பத்மாவதி கோயில் வால்கேஸ்வர் ஜெயின் கோயில் ஆகும். இது மும்பையில் உள்ளது.

அதுபோல் ஜபல்பூரில் ஹனுமந்தல் படாஜெயின் கோயிலில் பத்மாவதி யட்க்ஷினி வீற்றிருக்கிறாள்.

கர்நாடகத்தில் ஹூம்சாபத்மாவதி கோயில் உள்ளது.

ௐ

55. புலிப்பாணிச் சித்தரும் வெற்றிலை மையும்

ஏதேனும் களவு, செய்வினை பாதிப்பு என்று முந்தைய நாட்களில் யாரேனும் பாதிக்கப்பட்டிருந்தால் உள்ளூர் மாந்திரீகரிடம் சென்று குறி கேட்பது வழக்கம்.

மாந்திரீகர் உடனே வெற்றிலையில் மை போட்டுப் பார்த்து களவெடுத்தவர்களைப் பற்றியும் ஏவல் செய்தவர்களின் விபரங்களையும் சொல்லுவார். இன்றும் சில இடங்களில் இந்த முறை இருந்து வருகிறது.

இந்த மாந்திரீக முறை பற்றி புலிப்பாணி சித்தர் தனது பல திரட்ட சூத்திரம் எனும் நூலில் பாடலில் தெரிவித்துள்ளார்.

பாரப்பா நிலவானை மலைகள் தோறும்
பண்பாகத் தானிருக்க மறிந்துபாரு
வாரப்பா வதினுடைய விதையைத் தானும்
வளமாகப் பத்து பலமெடுத்து வந்து
சீராப்பா தலைமஞ்சள் கொடியு மாவுஞ்
சிறப்பாக முப்பாக முப்புவும் வராகன் கூட்டித்
தேரப்பா வில்லைத்தட்டி யுலரப்போடு
திறமாக யுலர்த்தியதைத் தயிலம் வாங்கே.

மலைகளில் நிலவாகை என்று ஒருவகை செடி வளர்ந்திருக்கும். அந்தச் செடியைக் கண்டுபிடித்து அதன் விதையில் பத்து பலம் எடுத்து அதனுடன் தலை மஞ்சள் கொடியின் மாவு ஒரு விராகனும் முப்பூ ஒரு விராகனும் சேர்த்து நன்றாக அரைத்து வில்லைகளாகத் தட்டி அந்த வில்லைகளை நன்கு உலர வைத்து பின்னர் அதில் இருந்து குழித்தைலம் இறக்கி எடுத்துக் கொள்.

வாங்கியே ஆள்காட்டி முட்டை தன்னை
    வளமான சிற்றண்டத் தயிலம் போலே
தாங்கியே வாங்கிய யந்தத்தயில நேரே
    தயவாகத் தானெடுத்துச் சிமிழிதனில வைத்து
ஓங்கியே களவுமுதற் சுன்யம் யாவும்
    உற்றுப்பார் தோற்றுமடா கள்ள மெல்லாம்
நீங்கியெ யதுகண் பிடித்துக் கொண்டு
    நினைவாகக் குருபாதம் பணிவாய்த் தானே.

ஆள்காட்டி என்ற குருவியின் முட்டைகளைக் கொண்டு சிற்றண்டைத் தைலம் போல தைலம் இறக்கி அந்தத் தைலத்துடன் முன்னர் செய்து குழித் தைலத்தையும் சம அளவில் கலந்து சிமிழ் ஒன்றில் சேமித்து வைத்தல் வேண்டும்.

களவு போனாலோ அல்லது யாராவது சூனியம் செய்வினை போன்றவை செய்தாலோ அவற்றை செய்தவர் யார் என்று அறிய ஒரு வெற்றிலை எடுத்து அதில் சிமிழில் சேமித்த தைலத்தில் சிறிது எடுத்து தடவி குருநாதரை நினைத்து வணங்கிப் பார்த்தால் திருடியது, சூனியம் செய்வினை ஏவல் செய்தது யார் என்று அதில் தெளிவாகத் தெரியும் என்கிறார் புலிப்பாணிச் சித்தர்.

ௐ

56. கூத்தாண்டை கோயில் சாமி

கோவைக்கு அருகிலுள்ள சிங்கநல்லூரில் உள்ள அரவான் கோயிலில் நடைபெறும் விழா கூத்தாண்டை என்று இப்பகுதி மக்களால் அழைக்கப்படுகிறது.

கூத்தாண்டையில் களப்பலி இடுதல்தான் விழாவின் முக்கிய நிகழ்ச்சி.

வட ஆர்க்காடு மாவட்டத்தில் திருநங்கைகளுடன் தொடர்புப் படுத்தப்பட்டுக் கொண்டாடப்படும் கூத்தாண்டவர் வழிபாட்டிலிருந்து இது வேறானது. திருநங்கைகள் தொடர்பு இங்கே சிறிதளவுகூட இல்லை என்பது குறிப்பிடத்தக்கது ஆகும்.

மகாபாரதக் கதையுடன் தொடர்புடைய கதை மாந்தர்களை மையப் படுத்தி தமிழ்நாட்டின் பல இடங்களில் வழிபாட்டு மரபுகள் காணக் கிடைக்கின்றன.

கூத்தாண்டை பண்டிகை எனும் அரவான் திருக்கோயில் திரு விழா சிங்கநல்லூர் நீலிக் கோனாம்பாளையும் மற்றும் காரமடை ஆகிய பகுதிகளில் ஆண்டுதோறும் வெகு விமரிசையாக கொண்டாப்பட்டு வருகிறது.

மகாபாரதத்தை ஒட்டிய கதையாகக் கூத்தாண்டை விழா தொடர்பாக அக்கோயிலில் வழங்கப்படும் துண்டறிக்கை இவ்விழாவின் வரலாறு பற்றி மிகச் சுருக்கமாக அறிமுகம் செய்கிறது.

அதர்மத்தை அழித்து தர்மத்தை நிலை நிறுத்த வேத வியாசரால் எழுதப்பட்ட மகாபாரதத்தில் பஞ்ச பாண்டவர்களின் நடுவரான அர்ஜுனனுக்கும் உலூபி என்ற நாக கன்னிகைக்கும் பிறந்த மகன் அரவான்.

மகாபாரதப் போரில் அரவானைக் களப் பலியாக்க விரும்பி அவனுடைய சம்மதத்தைப் பெற்றிருந்தான் துரியோதனன்.

இதனையறிந்த கிருஷ்ண பகவான் அந்தணர் வேடம் பூண்டு அரவானை அணுகி அவனது தந்தையர்களான பாண்டவர்களுக்கு வெற்றி கிட்டும் வகையில் போரில் களப்பலியாக வேண்டினார்.

இதனை அரவான் ஏற்று, தான் துரியோதனுக்கு முன்னமே வாக்களித்து விட்டபடியால் போர் தொடங்கும் நாளுக்கு முதல் நாளே தன்னைப் பலியாக்கிக் கொள்ளக் கூறினான்.

பிறகு கிருஷ்ண பகவான் மணமாகாத கன்னி மகனை பலியிடுவது கூடாது என்ற போர் நெறிக்கிணங்க பூலுவ குலத்தைச் சேர்ந்த பொங்கியம்மாள் என்ற பெண்ணை எடையளவு பொன் கொடுத்து அரவானுக்குத் திருமணம் முடித்து வைக்கிறான்.

அரவான் துரியோதனனுக்கு களப்பலியாக வாக்குக் கொடுத்த அமாவாசை நாளினைத் திருமணத்திற்கு ஒருநாள் பின்னதாக வருமாறு கிருஷ்ணர் செய்கிறார்.

திருமணம் முடிந்ததும் களப்பலியான பிறகு எட்டு நாட்களுக்கு நடைபெறும் மகாபாரதப் போரைக் காணும் மகிழ்ச்சியனையும் தன்னை வழிபடுவோருக்கு வேண்டும் வரம் அளிக்கும் சக்தியினையும் அரவானுக்கு வழங்கினார்.

இத்தகைய அரவானுக்கு ஆண்டுதோறும் நடைபெறும் விழாவில் கலந்து கொண்டு அரவானை வணங்குபவர்களுக்கு எல்லா வெற்றிகளும் கிட்டும். இந்த நம்பிக்கையிலேயே சிங்காநல்லூர் மற்றும் சுற்றியுள்ள ஊர் மக்கள் திரளாகக் கலந்து கொண்டு ஆண்டுதோறும் விழா எடுக்கிறார்கள்.

கூத்தாண்டை விழாவுடன் தொடர்புடையதாகக் கீழ்க்காணும் எட்டு ஊர்கள் கருதப்படுகின்றன. இந்த எட்டு ஊர்களிலும் இருந்தும் மக்கள் திருவிழா சமயத்தில் மிக அதிகமாகக் கலந்து கொள்கிறார்கள்.

*1. **நீலிக்கோணாம்பாளையம் :*** இந்த ஊரில் உள்ள அத்திமரத்தில் தான் அரவானின் உயிர் இருப்பதாக நம்புகிறார்கள். எனவேதான் உயிர் கொடுக்கும் நிகழ்ச்சிச் சடங்கு இங்கு நடைபெறுகிறது.

*2. **பட்டணம் :*** அரவான் எனப்படும் கூத்தாண்டை விழா முற்காலத்தில் இங்குதான் நடைபெற்று வந்ததாக வழக்காறு.

*3. **கள்ளிமடை :*** கூத்தாண்டையின் தாய்மாமனாகக் கருதப்படும் கிருஷ்ணருடைய ஊர் இது. கள்ளிமடைப் பெரியோர்கள்தான் தாய்மாமன் சீர் செய்வார்கள.

*4. **உப்பிலிபாளையம் :*** உப்பிலிபாளையம் பகுதியில் உள்ள குளத்தேரிதான் கூத்தாண்டை மங்கள நீராடிக் குளித்துவிட்டு வரும் கங்கை.

*5. **சிங்காநல்லூர் :*** கூத்தாண்டை விழா நடைபெறும் இடம். பூலவ இனப் பெண்ணாகிய பொங்கியின் ஊர்.

6. நண்டிப்புதூர், *7.* வெள்ளலூர், *8.* நஞ்சுண்டபுரம் ஆகிய இந்த மூன்று ஊர்களும் கூத்தாண்டைக்கும் பொங்கிக்கும் உறவினர்கள் வசித்து வந்த ஊர்களாம்.

கூத்தாண்டை விபாடு சிங்காநல்லூரில் வந்து அமைந்ததற்கு ஒரு வரலாற்றுக் கதை கூறப்படுகிறது.

முற்காலத்தில் கூத்தாண்டைக் கோயில், பட்டணம் என்ற ஊரில் இருந்தது. ஒரு சமயம் அங்கு நடந்த திருவிழாவைக் காண நீலிக்கோணாம் பாளையும், சிங்கநல்லூர், உப்பிலிபாளையத்தைச் சேர்ந்த பெரியவர்கள் வெள்ளலூர் ஏரியைக் கடந்து சென்றனர்.

விழா முடிந்து திரும்பும்போது ஒரு மாலையானது ஏரிக்கு முன்னாள் கிடந்தது. இந்தப் பெரியவர்கள் அதை எடுத்துப் பார்த்துவிட்டு அப்படியே கீழே போட்டு விட்டு மேலே வந்தனர்.

அப்போது ஏரிக்கால்வாயில் தண்ணீர் பொங்கி வந்து அவர்களை

மேலே செல்லவிடாமல் தடுத்தது.

திடீரென்று தண்ணீர் வந்து வழியில் செல்ல விடாமல் தடுத்ததால் ஏதோ தெய்வக்குற்றம் என்ற பலவாறு சிந்தித்து, கீழே விட்டெறிந்த மாலையைக் கையிலெடுத்துக் கொண்டு வர இப்போது தண்ணீர் வற்றி வழி விட்டது.

பிறகு அந்த மாலையை எடுத்துக் கொண்டு வந்து நீலிக்கோணம் பாளையம் பெரியவர்கள் தமது ஊரில் இருந்த அத்தி மரத்தில் அதைச் சூடினர்.

அத்தி மரத்தில் கூத்தாண்டையின் உயிர் இறங்கி நிற்பதாகக் கருதினர். நம்பிக்கை மரபு உண்டாயிற்று. இந்த மாலையைக் கண்டெடுத்தபோது கூட இருந்த சிங்கநல்லூர் பெரியவர்கள் இந்தத் தெய்வச் செய்கையில் தமக்கும் பங்கு இருப்பதாக நம்பி தம் ஊரில் கோயில் கட்ட முனைந்தனர்.

கள்ளிச்செடிகள் நிறைந்த இடத்தின் நடுவே ஒரு சிறு கல்லை வைத்து வழிபடத் தொடங்கினர். மாலையைக் கீழே விட்டெறிந்த உப்பிலி பாளையம் பெரியோர்கள் தம் ஊரில் அதைக் கோர முடியாத நிலையில், உப்பிலிபாளையம் எல்லையில் உள்ள குளத்தேரிக்கு கூத்தாண்டை நீராடுவதற்கு வருமாறு நிகழ்ச்சி அமைக்கப்பட்டது என்பது வழக்காறாக உள்ளது. விழா அமைப்பு நிகழ்ச்சிகளில் உப்பிலிப்பாளையம் தவிர பிற ஏழு ஊர்ப் பெரியோர்களே பங்கேற்கின்றனர்.

கூத்தாண்டை விழா ஐப்பசி மாதத்தில் 15 நாட்கள் நடைபெறுகிறது. சுற்றிலும் உள்ள ஊர் மக்கள் கலந்து கொள்கின்றனர். குறிப்பாக எட்டு ஊர் மக்கள் தவறாமல் கலந்து கொள்கின்றனர்.

விழாவுடன் தொடர்புடைய ஏழு ஊர்களின் பெரியவர்கள் அரவான் கோயிலுக்கு முன்புறம் கூடி விழா தொடங்குவது குறித்து முடிவு செய் கிறார்கள். பெரும்பாலும் இது செவ்வாய்க்கிழமை இரவு நடைபெறும்.

பூச்சாட்டு என்பது பூசாற்றுதல் என்பதாகும். அரவானுக்கு ஆவாரம்பூவினைச் சாற்றுகிறார்கள். பின் அத்திமரக் கிளைகளை மூன்று பிரிவாக அமைத்து ஒடித்து அரவான் அருகே நட்டு அதற்கு மாலை அணிவிக்கிறார்கள். கூத்தாண்டை விழா தொடங்கியதற்கான முதல் அடையாளம் இது.

அன்று இரவு நடுநிசியையொட்டிய வேளையில் பன்றி உயிர்ப் பலியாகக் கொல்லப்படுகிறது. ஒரு பன்றியை அரவான் கோயிலுக்குக் கொண்டு வந்து பூசை செய்த பிறகு ஊர்வலமாக அழைத்துச் சென்று விநாயகர் கோயிலில் பூசை செய்யப்படும்.

பிறகு தெருக்களின் வழியாக விரட்டிக் கொண்டு செல்லப்பட்டு ஊருக்கு வெளியே உள்ள நாக கன்னிகை கோயிலருகே பலியிடப் படுகிறது.

ஊருக்குள் இருக்கும் தீய சக்திகள் பன்றியின் வழியாக ஊரைவிட்டு வெளியேறிய பிறகு பலியிடுவதன் மூலம் அழிக்கப்படுகின்றது என்பது மக்களின் நம்பிக்கை.

பன்றியைப் பலியிடும் நிகழ்ச்சி இரவு இரண்டு மூன்று மணிவரை கூட நடைபெறும். தெருக்களின் வழியாகப் பன்றி மேள தாள ஒலி களுடன் விரட்டிச் செல்லப்படும்.

பன்றிக்கு எதிரில் யாரும் வரக்கூடாது. வந்தால் தீய விளைவு நிகழும் என்பது நம்பிக்கை. கதவுகளை மூடிக் கொண்டு வீடுகளுக்குள் இருப்பர். தேவேந்திர குல மக்கள் இந்த நிகழ்ச்சியில் முக்கிய பங்கேற்பார்கள்.

பன்றியை விரட்டி பலி கொடுத்த பிறகு எல்லாரும் வீடுகளுக்குச் சென்று குளித்து விட்டு மறுபடியும் அரவான் கோயிலில் வந்து கூடி மறுபூசை செய்வார்கள். இரவு இரண்டு மணிக்கு மேல் நடைபெறும். இந்தப் பூசையின் தொடர்ச்சி அடுத்த நாள் காலையில் தொடரும்.

ஒரு வாரம் கழித்து அடுத்த செவ்வாய்க்கிழமை கம்பம் எடுத்தல் அல்லது கம்பம் நாட்டுதல் நிகழ்ச்சி நடைபெறும். கூத்தாண்டை விழாவில் இது முக்கியமான நிகழ்ச்சியாகும்.

அரசமரக் கிளையொன்றை வெட்டி அதனை நீராட்டி அலங்காரம் செய்து, கற்பூர தீபாராதனை செய்து பூசை செய்வர்.

கம்பம் எடுப்பதற்கு நீலிக்கோனாம்பாளையம் மக்கள் உரிமையுடை யவர்கள். உடையார் இனத்தைச் சேர்ந்தவர்கள் மண்ணாலான கலசம் ஒன்று செய்து தருவாரக்ள்.

இதற்கு பூவோட்டுக் கலசம் என்று பெயர். கம்பம் நாட்டி பூவோட்டுக் கலசத்தையும் அருகே வைக்கிறார்கள். கம்பம் போட்ட

பிறகு திருவிழா நாட்களில் ஊரில் ஏதேனும் அமங்கல நிகழ்வுகள் நடைபெற்றால் தீட்டு ஏற்பட்டதாகக் கூறி பூவோட்டுக் கம்பத்தை மாற்றி வைத்து பூவோட்டுக் கலசத்தை அதே இடத்தில் உடைத்து விடுகிறார்கள்.

இக்கம்பம் அக்கினிக் கம்பம் என்று அழைக்கப்படும். இவ்வட்டாரத் தில் உள்ள மக்கள் தம் உடம்பில் உள்ள மருகு, முகப்பரு ஆகியவற்றை நீக்கவும், வயிற்று வலி குணமாகவும் கூத்தாண்டையை வேண்டிக் கொண்டு உப்பு, மிளகு ஆகியவற்றை அடியில் போடுவர்.

ஒரு வாரம் கழித்து அடுத்த செவ்வாய்க்கிழமை கூத்தாண்டைக்கு உருவம் அமைக்கப்படுகிறது. நீலிக்கோணம்பாளையத்தில் உள்ள மூலக்கோவிலில் அத்திமரத்தில் கூத்தாண்டையின் உயிர் இருக்கிறது என்பது நம்பிக்கை. உரு அமைக்கப்படும் நிகழ்ச்சி பெரும்பாலும் காலை 11 மணிக்கு நடைபெறும். இரண்டு பெரயி ஆறு அடி உயர மூங்கில் மரங்கள் குறுக்காக வைக்கப்பட்டு கை, கால் உடல் பகுதிகள் வடிவமாக அமையும் வகையில் அத்தி மர நார் இழையால் பின்னப்படுகின்றன.

இதயம் அமையும் பகுதியில் அத்தி மரத்தழைகள் வைத்துப் பின்னப்படுகிறது.

இத்தகைய உரு அமைக்கும் பணியில் ஈடுபடுபவர்களுக்கிடையே கூட ஒரு சடங்கு முறை உண்டு. கவுண்டர் இனப் பெரியவர்கள்தான் தொட்டு எடுத்து வணங்கிவிட்டுத் தர வேண்டும். மற்ற இனத்தார் அதற்குப் பின்னரே உரு சமைக்க வேண்டும். இந்தப் பணியில் ஈடுபடு பவர்கள் உணவு உண்ணாமல் நீர் மட்டுமே அருந்திக் கொண்டு விரதம் இருப்பார்.

உரு சமைக்கும் நிகழ்ச்சி முடிவதற்கு பெரும்பாலும் பின் மாலைப் பொழுது ஆகிவிடும். அன்று இரவு எட்டு மணியளவில் திருமஞ்சன நீராடல் நடைபெறும். கூத்தாண்டைக்கு நீராடல் எல்லாம் செய்து முடித்த பிறகு ஆயிரக்கணக்கான வாழைப் பழங்களால் அபிஷேக பூசை நடைபெறும்.

கூத்தாண்டை உருவத்தைக் கவுண்டர் தோட்டத்திற்கு எடுத்துச் சென்று நீராட்டுவர். நீராடல் முடிந்த பிறகு அலங்காரம் செய்யப்படும். உப்பிலி நாயக்கர் சமூகத்தினர் இதைச் செய்வார்கள். அத்திமரத் தழைகள் மற்று; நார் இழைகளால் ஆக்கப்பட்ட உருவம் முழுவதும் மறையுமாறு

பல்வேறு வகை வன்னிப் பூக்களாலும் நகைகளாலும் அணிகலன்களாலும் பட்டாடையினாலும் அலங்காரம் செய்யப்படும்.

அபிஷேக பூசைகள், அலங்காரம், அலங்கார பூசை முடியும்போது ஏறத்தாழ நடுநிசி ஆகிவிடும். அதன்பிறகு கூத்தாண்டையை அவர் உயிர் உறைவதாகக் கருதப்படும் அத்திமரத்தின் அருகே கொண்டு சென்று அதன் உச்சியில் கட்டி விடுகின்றனர். அந்த இடத்திற்கு பூசை செய்வோர் யாரும் செல்வதில்லை. அத்தி மரத்தோடு கட்டி உருவத்திற்கு பூசை செய்கிறார்கள்.

அப்போது அத்திமரத்தில் உறையும் உயிர் கூத்தாண்டை உருவத்தில் வந்து எழுவதாக நம்புகின்றனர்.

பூசை முடிந்ததும் அவ்வுருவத்தைக் கீழே இறக்கி வைக்கிறார்கள். இப்போது உயிருள்ள கூத்தாண்டை அங்கே எழுந்து நிற்கிறார் என்பது வழக்காறு.

மாவிளக்கு நடைபெற்றுக் கொண்டிருக்கும்போதே கூத்தாண்டைக்கு திருமணப் பெண் தேடும் நிகழ்ச்சி நடைபெறுகிறது. பூலுவ இனத்தைச் சேர்ந்த பெரியோர்கள் பெண் கொடுக்க இசைவு தருகிறார்கள். அந்த இசைவை ஏற்றுக் கொண்டதன் அடையாளமாகப் பெண்ணுக்குத் பொன் தருகிறார் கூத்தாண்டை.

அதையொட்டி பூலுவர்கள் திருமணம் செய்து கொள்ளச் சிங்க நல்லூர் வருமாறு அழைப்பு விடுகிறார்கள். காலை 9 மணியளவில் இது நடைபெறும்.

பூலுவ இனப்பெண் வீட்டார் விடுத்த அழைப்பை ஏற்றுக்கொண்டு கூத்தாண்டை சிங்கநல்லூருக்குப் பயணமாகிறார்.

பூலுவ இன மக்கள் கூத்தாண்டையை எடுத்துக் கொண்டு சிங்கநல்லூர் கூத்தாண்டை கோயிலுக்குக் கொண்டு செல்கின்றனர். அங்கே வரவேற்று மாலை சார்த்தி பூசை செய்கின்றனர்.

தொடர்ந்து மாப்பிள்ளை அலங்காரம் செய்யப்படுகிறது. பட்டாடைகள், பட்டு வேட்டி, பட்டுத் துண்டு அணிவிக்கப்பட்டு உருமால் கட்டப்பட்டு, பூமாலைகள் அணிவிக்கப்படுகின்றன. தங்க முலாம் பூசப்பட்ட முகம் அணிவிக்கப்படுகிறது. இதற்கு உருமால் கட்டு

சீர் என்று பெயரிட்டு அழைக்கப்படுகிறது.

இந்தச் சடங்குகளெல்லாம் முடிந்த பிறகு மறுநாள் திருக்கல்யாண வைபவம் நடைபெறுகிறது. மணவறை அமைத்து மணமகனும் மண மகளும் அமர்ந்திருக்க சுற்றிலும் பூலுவ இன மக்கள் அதிகம் சூழ்ந்திருக்க, மாப்பிளளை வீட்டார், பெண் வீட்டார் அமைப்பில் அமர்ந்து மங்களத் தாலி அணிவிக்கப்படும் நிகழ்வு நடைபெறுகிறது.

இரவு 9 மணியளவில் கூத்தாண்டை பள்ளியறைச் சடங்கு துவங்கு கிறது. அலங்காரம் செய்யப்பட்டு மாப்பிள்ளைக் கோலத்தில் பள்ளி யறைக்கு எடுத்துச் செல்கிறார்கள். மணப்பெண்ணான பொங்கியம்மாள் அலங்காரத்துடன் அங்கிருக்க பள்ளியறைக் கதவு அடைக்கப்படுகிறது.

அடுத்து திருமண விருந்து முடிய இரவு 11 மணியாகி விடுகிறது.

பள்ளியறை நிகழ்ச்சிக்கு மறுநாள் காலை 9 மணியளவில் அனுமன் கூத்தாண்டையைத் தேடி வரும் நிகழ்ச்சி நடைபெறுகிறது.

போர்க்களத்தில் களப்பலியாவதற்கு இசைவு தந்துள்ள கூத்தாண்டையை அழைத்து வருமாறு கிருஷ்ணர் அனுமனை அனுப்ப, அனுமன் நீலக்கோணாம்பாளையம், பொங்கி வீடு, மற்ற பிற இடங்களில் தேடுவதாக இந்நிகழ்ச்சி.

களப்பலிக்கு நேரமாவதாய் சினம் கொண்ட அனுமன் கடைசியில் பள்ளியறைக் கதவை உடைத்து உள்ளேயிருந்த கூத்தாண்டையை அழைத்துக் கொண்டு கிருஷ்ணர் கோயிலுக்குச் செல்கிறார். அப்போது பொங்கி, கூத்தாண்டையை களப்பலிக்குச் செல்லவிடாமல் தடுப்பாள். அதன் அடையாளமாக ஊர் எல்லைவரை வருவாள். பொங்கி சிலை எடுத்து வரப்படும்.

கிருஷ்ணனிடம் செல்லுமுன் கங்கை நீராடல் என்பதாக உப்பிலி பாளையம் குளத்தேரியில் நீராடல் நடைபெறும். ஏறத்தாழ இரவு 8 மணிக்கு இது செய்யப்பட்ட பிறகு மீண்டும் மறு அலங்காரம் செய்யப் படுகிறது. கூத்தாண்டையை மறு அலங்காரம் செய்பவர் உப்பிலி நாயக்கர் இனம்.

கூத்தாண்டைக்கு மறு அலங்காரம் முடிந்த பிறகு உடையார் இனத்தைச் சேர்ந்தவர்க்கு அழைப்பு விடப்பட்டு அவர் மண்ணால் ஆன

முகத்தை எடுத்து வருவர். சிங்கநல்லூர் அரவான் கோயிலுக்குள் கூத்தாண்டைக்கு மண் முகம் வைத்து பிறகு தங்க முகம் வைப்பார்கள்.

பிறகு கூத்தாண்டைக் கோயிலுக்குள் எல்லாக் கதவுகளையும் மூடிவிட்டு இருட்டில் ஆமணக்கு எண்ணெய் மட்டும் விட்டு விளக்கேற்றி கூத்தாண்டையின் கண்ணைத் திறந்து வைப்பர். கண் திறப்பு என்று இதற்குப் பெயர். அப்போது யாரும் பார்க்கக் கூடாது. கோயிலுக்குள் யாரும் செல்லக்கூடாது.

கண் திறந்தவுடன் கூத்தாண்டை வெளியே வந்து பூக்கம்பத்தை மூன்று முறை சுற்றிவிட்டு பலி ஊர்வலம் புறப்படுகிறார். கவுண்டர் இன மக்கள் ஊர்வலத்தை எடுத்துச் செல்வர். இந்த ஊர்வலம் கட்டுச் சோற்று மேடைக்கு வந்து சேர்கிறது.

கூத்தாண்டையை கட்டுச் சோற்று மேடைக்குக் கொண்டு சேர்ப்பது மிக முக்கியமான நிகழ்ச்சி. வாண வேடிக்கைகளும், பறை போன்ற முழக்குக் கருவிகளும் முழங்கக் கட்டுச் சோற்று மேடைக்கு கூத்தாண்டவர் வருவார்.

பொங்கி அம்மாள் தன் கையால் கணவனுக்கு உணவை எடுத்துக் கொண்டு பின்னாலேயே வந்து கட்டுச்சோற்று மேடையில் சேர்க்கிறாள்.

கணவனுக்குத் தன் கையால் கடைசி உணவு ஊட்டுகிறாள். இந்த மேடையில் பெரும்பாலும் யாருக்காவது அருள் வந்து விடுகிறது.

கட்டுச்சோறு கொடுத்து உணவளிக்கும் நிகழ்ச்சி முடிந்ததும் தான் சுமங்கலியாக மரணமடைய வேண்டும் என்று விரும்பிய பொங்கி அம்மாள் பூவோட்டுக் கம்பத்தில் தீயில் விழுகிறாள். பிறகு மாலையாக மாறி கூத்தாண்டையின் கழுத்தில் சேர்கிறாள் என்றும் நம்புகின்றனர்.

கூத்தாண்டையை மீண்டும் கோயிலுக்குள் எடுத்து வந்து அங்கு திருமுகம் அழிக்கப்படுகிறது. அழிக்கப்பட்ட முகத்தை சிதைத்துப் பிரசாத மாக ஒரு சிறு பகுதியை ஊர்க்கவுண்டர் எடுத்துக் கொள்வார். பிறகு மற்றவர்கள் பிரசாதம் எடுப்பார்கள். ஆனால், அந்தப் பிரசாதத்தை யாரும் வீட்டுக்குள் கொண்டு செல்லக்கூடாது.

கூத்தாண்டைக்கு அணிவித்த மாலைகள் பூசைப்பொருட்கள், தேவேந்திரகுல வேளாளர்கள் எடுத்துச் சென்று கிணற்றில் போடுவர்.

தொடர்ந்து கூத்தாண்டையை வெட்டும் நிகழ்ச்சி நடைபெறும் கூடியிருக்கும் மக்கள் அனைவரும் துயரத்தினால் ஓவென்று அழுது புலம்புவர்.

கூத்தாண்டையை வெட்டியதும் எல்லோரும் வீடு திரும்பிக் குளித்து நீராடி மீண்டும் கட்டு மர மேடைக்கு வருகிறார்கள். வெறும் கற்பூரம் மட்டும் ஏற்றி மறுபூசை செய்கிறார்கள். மணி ஒலிப்பது போன்ற நிகழ்வு இன்றி மவுனமாக அது நடந்து முடிகிறது.

ௐ